മറന്നുപോയ പരിശുദ്ധ സത്ത: മനുഷ്യ കുലത്തിനൊരു സമർപ്പണം

അഭിനന്ദ്.റ്റി

Copyright © Abhinand.T
All Rights Reserved.

This book has been self-published with all reasonable efforts taken to make the material error-free by the author. No part of this book shall be used, reproduced in any manner whatsoever without written permission from the author, except in the case of brief quotations embodied in critical articles and reviews.

The Author of this book is solely responsible and liable for its content including but not limited to the views, representations, descriptions, statements, information, opinions and references ["Content"]. The Content of this book shall not constitute or be construed or deemed to reflect the opinion or expression of the Publisher or Editor. Neither the Publisher nor Editor endorse or approve the Content of this book or guarantee the reliability, accuracy or completeness of the Content published herein and do not make any representations or warranties of any kind, express or implied, including but not limited to the implied warranties of merchantability, fitness for a particular purpose. The Publisher and Editor shall not be liable whatsoever for any errors, omissions, whether such errors or omissions result from negligence, accident, or any other cause or claims for loss or damages of any kind, including without limitation, indirect or consequential loss or damage arising out of use, inability to use, or about the reliability, accuracy or sufficiency of the information contained in this book.

Made with ♥ on the Notion Press Platform
www.notionpress.com

ഉള്ളടക്കം

പ്രണാമം

എന്റെ എഴുത്ത് ജീവിതത്തിൽ മുഖ്യ പങ്ക് വഹിച്ചത് എന്റെ അച്ഛനാണ്. അച്ഛൻ കഠിനമായി അദ്ധ്വാനിച്ച്; വർഷങ്ങൾ എടുത്ത് ഉണ്ടാക്കിയ തന്റെ സമ്പാദ്യം, തന്റെ സ്വാർത്ഥ ആവശ്യങ്ങൾക്ക് ഒന്നും തന്നെ ഉപയോഗിക്കാതെ, തന്റെ കുടുംബത്തിന്റെ ഭാവിക്കായി മാറ്റി വച്ചിരുന്നു. ആ മാറ്റിവച്ച സമ്പത്തിന്റെ ശക്തിയിൽ അച്ഛന്റെ രണ്ടാമത്തെ പുത്രനായ ഞാൻ, എന്റെ എഴുത്ത് ജീവിതം ആരംഭിച്ചു. കൂടെ നിന്ന് പ്രചോദനം നൽകാൻ വളരെ ചുരുക്കം പേർ മാത്രം ഉണ്ടായിരുന്നിട്ടും, നാല് ലക്ഷത്തിൽ അധികം വാക്കുകൾ കൊണ്ട് നിർമ്മിച്ച അഞ്ച് പുസ്തകങ്ങൾ എഴുതാൻ, എന്റെ അച്ഛന്റെ അദൃശ്യ സാന്നിദ്ധ്യവും പ്രപഞ്ച ആത്മാവിന്റെ അനുഗ്രഹവും മാത്രം മതിയായിരുന്നു.

ആമുഖം

"ഒരു നല്ല പുസ്തകത്തിന് ഒരാളുടെ ജീവതത്തിൽ ഒരുപാട് മാറ്റങ്ങൾ കൊണ്ടുവരാൻ സാധിക്കും". ഈ വിവരണം പണ്ട് കേൾക്കുമ്പോൾ എനിക്കൊന്നും തോന്നിയിരുന്നില്ല, ഒരു പുസ്തകം വിചാരിച്ചാൽ എന്ത് സംഭവിക്കാനാ! എന്ന് ഞാൻ ചിന്തിച്ചിരുന്നു. പുസ്തകം വായിക്കുന്നത് മറ്റ് ആസ്വാദന മാർഗ്ഗങ്ങളെക്കാൾ പ്രയാസവും, കൂടുതൽ ശ്രദ്ധയും സമാധാനവും ആവശ്യമുള്ള പ്രവർത്തിയാണ്. അങ്ങനെയുള്ളപ്പോൾ എന്തിനാ ഇത്ര കഷ്ടപ്പെട്ട് പുസ്തകം വായിക്കുന്നെ, പരീക്ഷകൾ ജയിക്കാൻ ആവശ്യമായ പുസ്തകങ്ങൾ തന്നെ വായിച്ച് തീർക്കാൻ കഷ്ടപ്പെടുന്നു, അപ്പോഴാ ഇനി അതിന്റെ കൂടെ ഒരു പ്രയോജനവും ഇല്ലാതെ, ആസ്വദിക്കാൻ വേണ്ടി കുറച്ചൂടെ പുസ്തകം മേടിക്കുന്നെ. അതെ, ഇത്തരം ചിന്തകൾ എനിക്കും ഉണ്ടായിരുന്നു, ബിരുദ പഠനം പൂർത്തീകരിച്ച്, ഇംഗ്ലീഷ് സാഹിത്യത്തിൽ ബിരുദാനന്തര ബിരുദത്തിന് പ്രവേശിച്ച ശേഷമാണ് എന്റെ ചിന്തകളിൽ മാറ്റം വന്നത്.

കല കലയ്ക്ക് വേണ്ടി ഉള്ളതാണ്, അല്ലെങ്കിൽ കല ആസ്വദിക്കാൻ മാത്രമുള്ളതാണ് എന്ന വാദത്തോട് യോജിക്കുന്ന ഒരാളാണ് ഞാൻ. എന്നാൽ, പുസ്തകം എന്ന കലാസൃഷ്ടി ആസ്വാദനത്തിന് മാത്രമുള്ളതല്ല. കഥാപാത്രങ്ങളും അവരുടെ അവസ്ഥകളുമായും നമ്മൾ കൂടുതൽ ബന്ധത്തിൽ ഏർപ്പെടുന്നത് പുസ്തകം എന്ന കലാസൃഷ്ടിയിലൂടെയാണ്. അത് നമ്മളുടെ ചിന്തകളെ പിടിച്ച് കുലുക്കുന്നു, നമ്മൾ സ്വയം ഉത്തരങ്ങൾ കണ്ടെത്താൻ ശ്രമിക്കും, അങ്ങനെ നമ്മുടെ മനസ്സ് വളരും. ഞാൻ ഇപ്പോൾ പറഞ്ഞത് ആരൊക്കെയോ പറഞ്ഞിട്ടുള്ളത് ആവർത്തിച്ചു പറഞ്ഞതല്ല, ഞാൻ അനുഭവിച്ച് തിരിച്ചറിഞ്ഞ സത്യമാണ്.

എനിക്കുണ്ടായിരുന്ന പോരായ്മകളും, പ്രശ്നങ്ങളും, അറിവില്ലായ്മകളും, ഏറ്റവും ഉപരി എന്താണ് ജീവിതം; അതിന്റെ ലക്ഷ്യം എന്താണ്, എന്നിങ്ങനെ നിരവധി കാര്യങ്ങളെ പറ്റിയും, ചിന്തിപ്പിക്കാൻ സഹായിച്ചത് പുസ്തകങ്ങളാണ്.

ഓരോ കാലഘട്ടത്തിലേയും മനുഷ്യർ അനുഭവിച്ചിരുന്ന പ്രശ്നങ്ങൾ വ്യത്യസ്തമാണ്. ആയതിനാൽ, ഓരോ കാലഘട്ടത്തിലും മനുഷ്യർ അനുഭവിക്കുന്ന പ്രശ്നങ്ങൾ, അവർക്ക് കാട്ടി കൊടുക്കേണ്ടത് ഓരോ കാലഘട്ടത്തിലേയും പുസ്തകങ്ങളുടെ ധർമ്മമാണ്. പരിഹാരങ്ങൾ പറയാൻ കഴിയുന്നില്ല, അല്ലെങ്കിൽ ഉത്തമമായ പരിഹാരങ്ങൾ നിർദേശിക്കാൻ പറ്റുന്നില്ല എങ്കിലും, ഏതൊക്കെ അവസ്ഥകളിലൂടെ മനുഷ്യർ കടന്നുപോകുന്നു, അവർ ഭാവിയിൽ അഭിമുഖീകരിക്കേണ്ടി വന്നേക്കാവുന്ന പ്രശ്നങ്ങൾ, അവർക്ക് കാട്ടിക്കൊടുക്കേണ്ടത് അത്യാവശ്യമാണ്, അതിന് പുസ്തകങ്ങൾ തന്നെയാണ് ഉചിതം.

ഞാൻ എഴുതിയ പുസ്തകങ്ങളിൽ; ഈ പുസ്തകം എഴുതുന്നത് ആയിരുന്നു ഏറ്റവും എളുപ്പം. ഏതോ ഒരു അസാധാരണ ശക്തിയുടെ ഊർജ്ജം എന്നിൽ ഉടലെടുക്കുകയും; ആ ശക്തിയുടെ വെറുമൊരു എഴുത്ത് ഉപകരണം മാത്രമായിരുന്നു ഞാൻ എന്ന് എനിക്ക് അടിവരയിട്ട് പറയാൻ സാധിക്കും.

ഇംഗ്ലീഷിൽ ആദ്യം എഴുതി തീർത്ത ഈ പുസ്തകം മലയാളത്തിലും ഇറക്കണം എന്ന് എന്നോട് നിർദ്ദേശിച്ചതും ഈ ശക്തിയാണ്. ഒരു ക്ലാസ്മുറിയിൽ ടീച്ചർ പറയുന്നത് ശ്രദ്ധിച്ചു കേട്ടിരുന്ന് എഴുതുന്ന ഒരു വിദ്യാർത്ഥി മാത്രം ആയിരുന്നു ഞാൻ.

വിവർത്തക കുറിപ്പ്

പൂജ സുധൻ (എം.എ, ബി.എഡ്)

ഈ പുസ്തകം തർജ്ജിമ ചെയ്യാൻ, വർഷങ്ങളായി മലയാള സാഹിത്യം പഠിച്ച് നേടിയ എന്റെ അറിവിന്റെ പരമാവധി ഞാൻ ഉപയോഗിച്ചിട്ടുണ്ട്. എന്നിരുന്നാലും, ഒരു ഇംഗ്ലീഷ് പുസ്തകം മലയാളത്തിൽ മൊഴിമാറ്റം ചെയ്യുമ്പോൾ വരാവുന്ന, ചില അസ്വാഭാവികതകൾ ഈ പതിപ്പിൽ ഉണ്ടാകാം എന്ന സാധ്യത, ഒഴിവാക്കാൻ പറ്റാത്ത ഒരു കാര്യമാണ് എന്ന് ഞാൻ നിങ്ങളെ ഓർമ്മിപ്പിക്കുന്നു.

ഈ പുസ്തകത്തിന്റെ എഴുത്തുകാരൻ, അഭിനന്ദ്.റ്റി, എന്റെ ജീവിതത്തിലെ സുഹൃത്തുകളുടെ കൂട്ടത്തിൽ എന്നും, ഹൃദയത്തിൽ ചേർത്ത് നിർത്താൻ കഴിയുന്ന വ്യക്തിയാണ്. എല്ലാവരിൽ നിന്നും വ്യത്യസ്തനായി സഞ്ചരിക്കുന്ന അവന്റെ

പുസ്തകങ്ങളിലും, ആ സ്വഭാവം കാണാൻ സാധിക്കുന്നു. അവന്റെ മനസ്സിനുള്ളിലെ നിഗൂഢമായ കഥാലോകത്തെ, ചെറുതായി എങ്കിലും ഒന്ന് ചുറ്റിക്കാണാൻ, ഈ തർജ്ജിമ എനിക്ക് അവസരം തന്നു. ഇങ്ങനെയൊരു അവസരം എനിക്ക് സമ്മാനിച്ചതിനും, എന്നിൽ വിശ്വാസം വച്ചതിനും, എന്റെ സ്നേഹനന്ദി രേഖപ്പെടുത്തുന്നു.

രചയിതാവിനെ പരിചയപ്പെടാം

അഭിനന്ദ്. റ്റി

അഭിനന്ദ്. റ്റി (ജനനം: നവംബർ 7, 1999. കേരളം, ഇന്ത്യ) പുതുതായി ഉദിച്ചുയർന്ന ഒരു ഇന്ത്യൻ നോവലിസ്റ്റ് ആണ്. 2024-ൽ പുറത്തിറങ്ങിയ "പിൽസ്കേപ്പ് ട്രിലൊജി" എന്ന ഇംഗ്ലീഷ് നോവൽ പരമ്പര ശ്രദ്ധേയമായി മാറി. ഈ നോവൽ പരമ്പരയിൽ "ദി ആക്സിഡെന്റൽ വെഞ്ചേർസ് ഓഫ് കിരൺ" "ദി ഡാമേജ്ഡ് പിക്കപ്പ് ട്രക്കറാർ" "ദി ഫ്ലാമ്പോപ്പീയൻ എസ്കപാടെ" എന്നീ മൂന്ന് നോവലുകൾ ഉൾപ്പെടുന്നു. കൂടാതെ 2025-ൽ, ഇംഗ്ലീഷിലും മലയാളത്തിലും പുറത്തിറങ്ങിയ "മറന്നുപോയ പരിശുദ്ധ സത്ത: മനുഷ്യ കുലത്തിനൊരു സമർപ്പണം" എന്ന മാനുഷീക മൂല്യങ്ങളെ പറ്റി ചർച്ച ചെയ്യുന്ന ഫിലോസഫി പുസ്തകവും,

"ശവപ്പറമ്പായ വെളുത്തുള്ളി തോട്ടം അല്ല കാരണം!" എന്ന തിരക്കഥാ പുസ്തകവും പ്രകാശനം ചെയ്തു.

തുളസി. സി, സുധ. പി എന്നിവരുടെ രണ്ടാം പുത്രൻ, ജേഷ്ഠൻ അരവിന്ദ് റ്റി. മലയാള സാഹിത്യത്തിൽ ബിരുദം, ഇംഗ്ലീഷ് സാഹിത്യത്തിൽ ബിരുദാനന്തര ബിരുദം, അസിസ്റ്റന്റെ പ്രൊഫസർ യോഗ്യതാ പരീക്ഷയായ യു.ജീ.സി നെറ്റിൽ വിജയം എന്നീ വിദ്യാഭ്യാസ യോഗ്യതകൾ നേടി.

സാഹിത്യത്തിനോടും സർഗ്ഗാത്മകയോടുമുള്ള താൽപ്പര്യം അദ്ദേഹത്തെ ഒരു എഴുത്തുകാരൻ ആക്കുവാൻ പ്രേരിപ്പിച്ചു. ആധുനിക ലോകത്ത് പടർന്നു പന്തലിച്ചു കിടക്കുന്ന സ്വാർത്ഥത, ഒറ്റപ്പെടൽ, അക്രമങ്ങൾ തുടങ്ങിയവെ തീർത്തും എതിർക്കുന്ന നിലപാടുകൾ അദ്ദേഹത്തിന്റെ എഴുത്തുകളിൽ ശ്രദ്ധേയ ഘടകമാണ്.

1

ആരംഭം: ഒന്ന്

(കടുപ്പം കൂടിയ കൂർക്കംവലി, ഒരു നിലവിളി) ഇതെന്തോന്ന്! ആരാടാ ലൈറ്റ് ഓണാക്കിയത്... എനിക്കെന്തോ ലൈറ്റ് ഓഫാക്കാൻ പറ്റാത്തത്?

"നമസ്കാരം എഴുത്തുകാരാ, ഇത് ഞാനാ; കഥകളുടെ ആത്മാവ്" പ്രകാശം പറഞ്ഞു.

ക്ഷമിക്കു ആത്മാവെ. പറഞ്ഞാലും

"നീ എഴുത്തിന്റെ ലോകത്തുനിന്ന് ഒരു ദീർഘകാല ഇടവേളയെടുത്തു എന്ന് മനസ്സിലായി. സ്ഥിര ജോലി അന്വേഷണവും ആരംഭിച്ചു അല്ലേ. നന്നായി ഉറക്കം ലഭിച്ചു തുടങ്ങിയല്ലോ" പ്രകാശം പറഞ്ഞു.

വളരെ സത്യം. പുസ്തകം എഴുതുന്നത് വളരെ കഠിനമായ പണി തന്നെ, ഞാൻ എത്രമാത്രം കഷ്ടപ്പെട്ടു എന്ന് അങ്ങേയ്ക്ക് അറിയാവുന്ന കാര്യമല്ലേ. ഞാൻ ഇപ്പോൾ പൈസ കരാറിൽ ചെറിയ ചെറിയ എഡിറ്റിംഗ് ജോലികൾ ചെയ്തു പോകുന്നു, ജോലിഭാരം കുറഞ്ഞപ്പോൾ നല്ല ആശ്വാസമുണ്ട്. ജീവിതത്തിൽ ആദ്യമായി അൽപ്പം മനസുഖം വന്നുതുടങ്ങി.

"എന്നാൽ ഒരു മോശം വാർത്ത എന്റെ പക്കലുണ്ട്. നീ ഒരു പുതിയ പുസ്തകം എഴുതണം. ഈ ലോകത്തെ മനുഷ്യർ

ചോദിക്കാനും ഉത്തരം കണ്ടെത്താനും കഷ്ടപ്പെടുന്ന ചോദ്യങ്ങൾ കണ്ടെത്തി, നീ അതിന് ഉത്തരങ്ങൾ നൽകുകയും ചെയ്യണം. നിനക്ക് അതിന് സാധിക്കും എന്നെനിക്ക് അറിയാം. നിന്റെ പുതിയ സംരംഭം ദാ ഇപ്പോൾ മുതൽ ആരംഭിച്ചു, പെട്ടെന്ന് എഴുന്നേറ്റ് തുടങ്ങുക, നീ ഇതുവരെ നിർമ്മിച്ചതിൽ വച്ച് ഏറ്റവും പ്രധാന്യമുള്ള കഥാപശ്ചാത്തലം നിർമ്മിക്കാൻ തുടങ്ങിക്കോളൂ. പിന്നെ, കഥ വിവരിച്ചു കൊടുക്കുന്നതോർത്ത് വിഷമിക്കേണ്ട; അതിന് പറ്റിയ ഒരാളെ ഞാൻ നിനക്ക് തരാം. അപ്പോൾ എല്ലാം പറഞ്ഞ പോലെ" പ്രകാശം പറഞ്ഞു.

ബാക്കി മനുഷ്യരെപ്പോലെ എനിക്ക് അൽപം ശാന്തമായി ഉറങ്ങാൻ പറ്റില്ലേ! കഴിഞ്ഞ കുറച്ചു വർഷങ്ങളായി ഞാൻ എത്ര കഷ്ടപ്പെട്ടു എന്ന് അങ്ങേയ്ക്ക് അറിയാമല്ലോ, അതിനുള്ള പ്രതിഫലം എനിക്ക് കിട്ടിയേ പറ്റൂ. എന്നെ ഇനിയെങ്കിലും ഒന്ന് വെറുതെ വിടൂ, മറ്റൊരു എഴുത്തുകാരനെ കണ്ടെത്തൂ, എന്നേക്കാൾ ഭംഗിയായി എഴുതാൻ കഴിവുള്ള ഒരുപാട് മനുഷ്യർ ഇവിടെയുണ്ടല്ലൊ!'

"ഏയ് അതൊന്നും പറ്റില്ല. നീ തന്നെ ചെയ്യണം, ചെയ്യ്‌തേ പറ്റൂ. എനിക്ക് നിന്നിൽ വിശ്വാസമുണ്ട്. നിന്നേക്കാൾ കഴിവുള്ള ആളുകൾ ഇവിടെയുണ്ട്, എന്നാൽ നീ ഇപ്പോൾ നിന്റെ കഴിവിന്റെ മൂർച്ചഭാഗത്ത് നിൽക്കുവാണ്. കൂടാതെ, നിന്റെ കഴിഞ്ഞ പുസ്തകത്തിൽ ഞാൻ സഹായിച്ച കാര്യം നീ മറക്കേണ്ട! പെട്ടെന്ന് എഴുന്നേറ്റ് ജോലി തുടങ്ങിക്കൊ, പിന്നെ, ഈ സംഭാഷണം കൂടി ഉൾപ്പെടുത്ത്, വായനക്കാർക്ക് ഒരു ആമുഖം ആയിക്കോട്ടെ" പ്രകാശം പറഞ്ഞു.

(നിശബ്ദത)

ശരി ഞാൻ ചെയ്യാം. അങ്ങ് എനിക്ക് നേടിത്തന്ന അറിവുകൾ വളരെ വിലപ്പെട്ടതാണ്. പക്ഷേ ഈ പുതിയ പുസ്തകം എങ്ങനെയാണ് ചെയ്യേണ്ടതെന്ന് എനിക്ക് തീരെ

അറിയില്ല. എങ്ങനെ ഉള്ള പ്രശ്നങ്ങളാ നോക്കേണ്ടത്? പിന്നെ, നിരവധി ഫിലോസഫി പുസ്തകങ്ങൾ വർഷങ്ങളായി വിപണിയിലുണ്ട്, പിന്നെ പുതിയ പുസ്തകം എന്തിനാ? അതൊക്കെ പോരെ?

"പോര! നിന്റെ സംശയങ്ങൾക്ക് ഉത്തരം എങ്ങനെ നൽകണമെന്ന് എനിക്കും അറിയില്ല. ഇത്തരം പുസ്തകങ്ങൾ പണ്ട് മുതലേ വിപണിയിൽ ഉണ്ടെന്ന് എനിക്കുമറിയാം. പക്ഷേ, എന്നേക്കാൾ ഉയർന്ന ഒരു ശക്തി, നിന്നെ കൊണ്ട് ഇത്തരമൊരു പുസ്തകം നിർമ്മിക്കാൻ എന്നോട് കൽപ്പിച്ചു. നീയിത് അനുസരിച്ചില്ലെങ്കിൽ നിന്റെ സർഗ്ഗാത്മക കഴിവുകളെ തിരിച്ചെടുക്കാനാണ് ആ ശക്തി നിർദ്ദേശിച്ചത്! ആ ശക്തി ആരെന്ന് നീ ചോദിക്ക അരുത്. എഴുത്ത് ആരംഭിക്കൂ" പ്രകാശം പറഞ്ഞു.

(നിശബ്ദത)

അങ്ങ് ഒന്നും വിചാരിക്കരുത്... എന്നെ ഇതിനു നിർബന്ധിക്കരുത്, ഇത് സമയം എടുക്കുന്ന പരിപാടിയാ. ഞാൻ ശക്തമായി വിശ്വസംകൊള്ളുന്ന ഒരു കാര്യമാണ് എനിക്ക് ഫിലോസഫി പരമായ ചിന്തകൾ ഇല്ലെന്നത്, അപ്പോൾ എങ്ങനാ ഒരു പുസ്തകം മുഴുവൻ എഴുതുന്നത്?

"നീ ഒരു ചെറിയ പുസ്തകം എഴുതിയാൽ മതി. കഠിനമായ ചിന്തകളെ ഓർത്ത് വിഷമിക്കേണ്ട. നീ ആശയങ്ങൾ കിട്ടാതെ സ്തംഭിച്ചു നിൽക്കുന്ന അവസ്ഥയുണ്ടായാൽ; കണ്ണുകൾ അടച്ച്, മനസ്സിനെ ശാന്തമാക്കുക. നിനക്ക് വേണ്ടത് നിനക്ക് ലഭിക്കും" പ്രകാശം പറഞ്ഞു.

ശരി ഞാൻ തുടങ്ങുന്നു.

2

ആരംഭം: രണ്ട്

(ശക്തമായി ശ്വസിക്കുന്നു) അയ്യോ! ഞാനിത് എവിടാ? എന്തുവാ സംഭവിക്കുന്നത്? ഇരുട്ട് നിറഞ്ഞ ഇവിടെ ഞാൻ എങ്ങനെ? ഇത് അവന്റെ പുതിയ പുസ്തകം ആണെന്ന് മാത്രം കേൾക്കാൻ ഇടവരുത്തല്ലേ. കഴിഞ്ഞ പുസ്തകം വിവരിച്ചു തന്നെ ഞാനൊരു വഴിയായി. എന്നെ വെറുതെ വിടൂ! അതെന്തുവാ! പ്രകാശം. കഥകളുടെ ആത്മാവ്! എന്നെ ഇവിടുന്ന് രക്ഷിക്കൂ ആത്മാവെ

"നമസ്കാരം വിവരണാ, നീ നിന്റെ കഴിഞ്ഞ പുസ്തകത്തിൽ മികച്ച പ്രകടനം കാഴ്ചവച്ചു, അഭിനന്ദനങ്ങൾ. നീ ഇപ്പോഴുള്ളത് പുതിയ ഒരു കഥാപശ്ചാത്തലം രൂപം എടുക്കാൻ പോകുന്ന സ്ഥലത്താണ്, ഇതും നീ ഭംഗിയായി വിവരിച്ചു കൊടുക്കുമെന്ന് വിശ്വസിക്കുന്നു" പ്രകാശം പറഞ്ഞു.

അങ്ങ് ഒന്നും വിചാരിക്കരുത്, എനിക്ക് അൽപ്പം വിശ്രമം അനുവദിച്ചൂടെ? ഞാൻ ആകെ വയ്യാണ്ടിരിക്കുവാ. അവനോടു തന്നെ ഇതങ്ങ് വിവരിക്കാൻ പറഞ്ഞാൽ പോരേ! എന്നെക്കാൾ കഴിവുള്ളത് അവനല്ലെ? എന്നെ വെറുതെ വിടൂ

"ഇത് നേരത്തെ ചെയ്യ്തത് പോലെ ഭാവനയിൽ നിർമ്മിക്കുന്ന കഥയല്ല. ഇത് ലോക മനുഷ്യർക്ക് മുഴുവൻ

പ്രയോജനം ആകുന്ന ലളിതമായ ഒരു ഫിലോസഫി പുസ്തകമാണ്. നിനക്ക് സന്തോഷം ആകുമെങ്കിൽ; ഈ പുസ്തകത്തിൽ ഞാൻ തന്നെ നേരിട്ട് നിന്നെ സഹായിച്ച് കൊള്ളാം" പ്രകാശം പറഞ്ഞു.

ഹാവൂ, സമാധാനമായി. ഇപ്പോൾ നല്ല ഉന്മേഷം തോന്നുന്നു. പ്രശ്നം ഇല്ലെങ്കിൽ ഒരു കാര്യം ചോദിക്കട്ടെ; ഈ പുസ്തകം എന്തുവാ? ഇരുപത് വയസ്സിന് മുന്നേ എങ്ങനെ കോടികൾ നേടാം? എങ്ങനെ പെൺകുട്ടികളെ വളക്കാം? എങ്ങനെ വിജയം നേടാം? ബാക്കി മനുഷ്യരെ എങ്ങനെ ചതിക്കാം? ഇവയിൽ ഏതെങ്കിലുമാണോ?

"അല്ല! ഇതൊരു ഫിലോസഫി പുസ്തകമാണ്. പേടിക്കേണ്ട, ഞാൻ എപ്പോഴും നിന്റെ കൂടെ കാണും, ഇട്ടേച്ച് പോകത്തില്ല, വാക്ക്. കൂടുതൽ ചിന്തിച്ച് കാര്യങ്ങൾ കുഴപ്പിക്കേണ്ട. സമയം നിന്നെ ശരിയായ ദിശയിൽ എത്തിക്കും. ഇവിടെ ക്ഷമയോടെ നിൽക്കുക" പ്രകാശം പറഞ്ഞു എന്നിട്ട് അപ്രത്യക്ഷമായി

ഓ നാശം! ഞാൻ എന്തിനാ ഇതൊക്കെയെടുത്ത് തലയിൽ കേറ്റാൻ പോയത്! കഴിഞ്ഞ പുസ്തകം വിവരിച്ചപ്പോൾ അൽപ്പം മോശമായി ചെയ്തു കൊടുത്താൽ മതിയായിരുന്നു. ഞാൻ ആകെ പെട്ട്! ഈ ഫിലോസഫിയും കുന്തവുമൊക്കെ എന്തുവാണോ എന്തൊ! ആരെങ്കിലും എന്നെ ഇവിടുന്ന് രക്ഷിക്കണെ. വേറെ ആരേലും വിളിക്കൂ. അല്ലേൽ അവനോടു തന്നെ പറ, കുറേ കടലാസ് യോഗ്യതകളും ഒക്കത്തുവെച്ച് ഇരിക്കുന്ന അവനെന്താ ഇതൊന്ന് വിവരിക്കേം കൂടി ചെയ്താൽ? എന്നെ വെറുതെ വിടൂ, എന്നെ വെറുതെ വിടൂ...

"നീ തന്നെ ചെയ്യണം, കൂടുതൽ കിടന്ന് തെണ്ടാതെ മര്യാദയ്ക്ക് അവിടെ നിന്നോ! നിന്നെ സഹായിക്കാം എന്ന് ഞാൻ വാക്ക് തന്നില്ലെ! പിന്നെന്താ കിടന്ന് തൊണ്ട വരട്ടുന്നെ,

എന്റെ എല്ലാ പ്രാർത്ഥനകളും" പ്രകാശം വന്നു, പറഞ്ഞു, പോയി.

(നിശബ്ദത)

ഞാനീ കൂരിരുട്ടിൽ നിൽക്കാൻ തുടങ്ങിയിട്ട് ഒരു മണിക്കൂറായി! എനിക്ക് എന്താണ് സംഭവിക്കുന്നത്? ഞാൻ ഇവിടെ എന്നന്നേക്കുമായി കുടുങ്ങി പോയൊ? ഇനി ആ പ്രകാശം കഥാത്മാവ് അല്ലായിരുന്നൊ? അതൊ ഇനി ഇരുട്ടിന്റെ ഫിലോസഫി പറയാനാണൊ ഉദ്ദേശിച്ചത്? നിങ്ങൾക്ക് അറിയാമല്ലോ ഈ ലോകം ശരിക്കും ശൂന്യതയാണെന്ന്, ഇത്തരം ചിന്തകൾ ശരിക്കുമുണ്ട്, ഞാൻ ഉണ്ടാക്കി പറഞ്ഞതല്ല. അയ്യോ! എന്തോ സംഭവിച്ചിരിക്കുന്നു, ഒരു വലിയ കളിക്കളം ഞാൻ കാണുന്നു, കൂടാതെ ഒരു ഓഡിറ്റോറിയം, ഒരു വലിയ കെട്ടിടം, അനവധി ലൈറ്റുകൾ കൊണ്ട് അലങ്കരിച്ച ഒരു വെള്ള നിറമുള്ള ബസ്, മൂളിക്കൊണ്ട് ഓഡിറ്റോറിയത്തിൽ കിടക്കുന്നു. ബസിന് ചുറ്റും ആൾക്കൂട്ടം, കൂടുതലും കൗമാര കുട്ടികൾ. ഓ ഇതൊരു കോളേജാണ്, ഈ കുട്ടികളും അധ്യാപകരും ഉല്ലാസയാത്ര പോകാൻ ബസ്സിൽ കയറുവാണ്. ഇരുപത്തിരണ്ട് കുട്ടികൾ, ആറ് മുതിർന്നവർ അതിൽ രണ്ട് അധ്യാപകർ; ഒരു സ്ത്രീയും ഒരു പുരുഷനും.

പുരുഷ അധ്യാപകൻ കുട്ടികളുടെ ഹാജറെടുത്തു. ബെൽ മുഴക്കി ബസ് യാത്ര ആരംഭിച്ചു. ശ്ശെടാ, ഇത് ഫിലോസഫി പുസ്തകം അല്ലേ? മറ്റേ വെളിച്ചം അങ്ങനെ തന്നെ അല്ലേ പറഞ്ഞത്! ഇനി എനിക്ക് വഴി വല്ലോം തെറ്റിപ്പോയൊ, കഥാത്മാവെ എന്നേ ശരിയായ വഴിയിൽ എത്തിക്കൂ...

"എടാ ചെക്കാ, ചിന്തിച്ച് കാട് കേറാതെ ബസ്സിനെ പിന്തുടരു" ആരൊ എന്റെ ചെവിയിൽ പറഞ്ഞു. എന്തായാലും ഞാൻ ബസ്സിന് പിന്നാലെ പറന്നു; മണിക്കൂറുകൾ നീണ്ടു നിന്ന, നിർത്താതെ നീങ്ങിയ ബസ്, ഒടുവിൽ നിർത്തിയതൊരു കെട്ടിടത്തിന് മുമ്പിലായിരുന്നു. 'ചീപ്സ്റ്റോറന്റെ' എന്ന്

കെട്ടിടത്തിന് പുറത്ത് എഴുതീട്ടുണ്ട്. ബസ്സിലിരുന്നവർ എല്ലാരും കൂട്ടമായി കെട്ടിടത്തിൽ പ്രവേശിച്ച്, ഭക്ഷണ ആക്രമണം ആരംഭിച്ചു. ഒരു കുട്ടി രണ്ട് കോഴിക്കാലുകൾ ഒരുമിച്ച് വായിൽ കുത്തിതിരുകി. ഇതെന്തുവാ വല്ല മത്സരവുമാണൊ? രക്ഷിതാക്കൾ അത്ര മോശമല്ല; അവസാന അത്താഴ മനോഭാവം അവർക്കുമുണ്ടായിരുന്നു. ഓഹ്... ആർത്തിയെ പറ്റി ഞാൻ പറയണമായിരിക്കും! ആർത്തി വളരെ ദോഷകരമായ കാര്യമാണ്, മനുഷ്യരെ നന്മ- രഹിതമാക്കാൻ മാത്രം ശക്തമാണത്...

ശ്ശെടാ! ഇതിൽ കൂടുതൽ പറയാൻ എനിക്കറിയില്ല. ഈ വക പരിപാടിക്ക് എന്നെ എന്തിനാ വിളിച്ചുവരുത്തി അപമാനിക്കുന്നേ! വല്ല പഴഞ്ചൻ മേശേടെയും മറവിൽ ഒളിച്ച് കഴിയാനല്ലെ എനിക്ക് കഴിവ്. എന്തായാലും ആർത്തി വളരെ അപകടമാണ്. കൂടാതെ, അത് നിങ്ങൾക്ക് അമിതഭാരം സമ്മാനിക്കും, ഒരു വലിയ ചാക്ക് കിഴങ്ങായി നിങ്ങൾ മാറും, ഒരു ഉപമ പറഞ്ഞതാ... ഇതിപ്പം വലിയ കുരിശായല്ലൊ! ഇത്തരം കഠിനമായ അറിവുകളെ പറ്റി ഞാൻ എന്തോന്ന് പറയാനാ! (നിശബ്ദത) അവർ ഭക്ഷണയുദ്ധം കഴിഞ്ഞ് ബസ്സിൽ തിരികെ കയറി, യാത്ര വീണ്ടും ആരംഭിച്ചു... അങ്ങനെ രണ്ടാമത്തെ സ്ഥലത്തെത്തി; ഒരു കാട്. ഓഹ് കഴിഞ്ഞ പുസ്തകം വിവരിച്ചപ്പോൾ ലഭിച്ച ഓർമ്മകൾ മനസ്സിൽ വരുന്നു. എന്തൊരു വയ്യാവേലി ആയിരുന്നു അത്, ശ്ശൊ! അവന്റെയൊരു മഴവിൽ മാനും അഴുകിയ പഴച്ചാറ് കൂട്ടക്കൊലയും! ഞാൻ വീണ്ടും കാട് കയറി ചിന്തിക്കുവാണല്ലൊ. കോളേജ് കുട്ടികളും മുതിർന്നവരും, കാടിൽ കയറാൻ പൈസയും കൊടുത്ത് അകത്തേക്ക് പോയി. ബസ് ഡ്രൈവർ വണ്ടിയിലുണ്ട്. ഇയാളെന്തിനാ എന്നെ തുറിച്ചു നോക്കുന്നേ? എന്നെ കാണാൻ പറ്റുമോ പുള്ളിക്ക്?

സംശയം തീർക്കാൻ ഞാൻ അയാളുടെ മുമ്പിൽച്ചെന്ന് കോപ്രായങ്ങൾ കാണിച്ചു. അവിടെ പുറത്ത് നിന്നിരുന്ന ആരും എന്നെ കണ്ടില്ല. പക്ഷേ ഡ്രൈവർ ചേട്ടൻ എന്നോട് ബസ്സിനുള്ളിൽ കയറാൻ നിർദ്ദേശിച്ചു. ഞാൻ പറന്ന് അകത്ത് കയറി.

ഡ്രൈവർ: 'ഇവിടെ കിടന്ന് കറങ്ങാതെ അങ്ങോട്ട് ചെല്ല്, അവരെ പിന്തുടരു'

ഞാൻ: 'നിങ്ങൾക്ക് എന്നെ കാണാൻ പറ്റുമോ? കണ്ണുണ്ട് എന്ന് മാത്രം ഉത്തരം പറയല്ലെ ചേട്ടാ!'

ഡ്രൈവർ: (ചിരിക്കുന്നു)   'ഞാൻ   ഉല്ലാസ കൂട്ടത്തിന്റെയാളല്ല. ഈ കഥ മുന്നോട്ടു കൊണ്ടുപോകാൻ ഒരു ചെറിയ സഹായി'

ഞാൻ: 'ഓഹൊ, താങ്കൾക്ക് വിവിധ തരം ഫിലോസഫി ചിന്തകളെ പറ്റി എന്തൊക്കെ അറിയാം? ആർത്തിയെ പറ്റി എന്തുവാ അഭിപ്രായം?'

ഡ്രൈവർ: 'മോനെ നീ കിടന്നു വിഷമിക്കാതെ. അത്തരം കാര്യങ്ങളോർത്ത്   വിഷമിക്കേണ്ട,   നീ   വെറും   ഒരു വിവരണക്കാരൻ മാത്രം. ഈ നിമിഷം വരെ നീ ചെയ്യുന്ന വിവരണം വളരെ ഭംഗിയായി പോകുന്നുണ്ട്. പക്ഷേ, ഈ ബസ്സിനെ   ചുറ്റിപ്പറ്റി   കറങ്ങുന്നത്   ശരിയല്ല,   അവരെ പിന്തുടർന്ന് പോയി, അവിടെ നടക്കുന്ന കാര്യങ്ങൾ വിവരിച്ചു കൊടുക്ക്. എന്റെ എല്ലാവിധ ആശംസകളും'

ഞാൻ   കാടിനുള്ളിൽ   പ്രവേശിച്ചു;   ഒരു   കുടയുടെ രൂപത്തിൽ നിൽക്കുന്ന മരത്തിനു കീഴെ അവർ എല്ലാവരും വട്ടമിട്ടിരിക്കുന്നു. ഈ അധ്യാപകരുടെ കാര്യം! പിള്ളേരെ ഇന്നെങ്കിലും ഒന്ന് വെറുതെ വിട്ടൂടെ... ഓഹ്! അവിടെ ക്ലാസ്സെടുപ്പല്ല, കോളേജ് കാലത്തെ അനുഭവങ്ങൾ പങ്കുവയ്ക്കുകയാണ്, ചിലരുടെ മുഖത്ത് വലിയ സന്തോഷം കാണുന്നില്ല. പതിവുപോലെ   അധ്യാപകർ   ക്ലാസ്സിനെ

പുകഴ്ത്തി; ഏറ്റവും നല്ല ക്ലാസ്സ്, വളരെ നല്ല കുട്ടികൾ, നന്നായി മുന്നേറൂ, എന്നും കൂട്ടായിരിക്കൂ, സന്തോഷിപ്പിൻ... കേട്ട് കേട്ട് മടുത്തു!

അധികം താമസിയാതെ രക്ഷിതാക്കളും അവരുടെ സ്ഥിരം വാക്യങ്ങൾ പ്രയോഗിച്ചു; കഠിനമായി പഠിക്കുക, പെട്ടെന്ന് വിവാഹം ചെയ്യുക, എത്രയും വേഗം ജോലി നേടുക, അനാവശ്യ കാര്യങ്ങളിൽ സമയം കളയാതെ ജീവിക്കുക... എന്തുവാ ഇതൊക്കെ? ഇതാണോ ഞാൻ വിവരിക്കേണ്ട ഫിലോസഫി ചിന്തകൾ?

കുട്ടികൾ അവരുടെ വേർപിരിയൽ പ്രസംഗം ആരംഭിച്ചു;

: എന്ത് പറയണം എന്നറിയില്ല! നമ്മൾ കോളേജ് ജീവിതത്തിന്റെ അവസാനം എത്തി എന്ന് ഉൾക്കൊള്ളാൻ കഴിയുന്നില്ല. സമയം എത്ര വേഗമാണ് പോയത്! (കരയുന്നു) ഈ കോളേജ് ജീവിതം ഒരിക്കലും തീരരുത് എന്ന് ആഗ്രഹിച്ചു, എല്ലാ വർഷവും എവിടേലും വച്ച് നമ്മുക്കെല്ലാം ഒത്ത് കൂടണം, എന്നും കൂട്ടുകാരായി ഇരിക്കണം (കരച്ചിൽ)

(കയ്യടി, ആഹ്ളാദം, അലർച്ചകൾ)

: വാക്കുകൾ കിട്ടുന്നില്ല, എന്ത് പറയണമെന്ന് അറിയില്ല. നമ്മൾ ഒരുമിച്ച് ആഘോഷിച്ച നിമിഷങ്ങൾ, എന്റെ മനസ്സിനെ ഭാരം കൊണ്ട് താഴ്ത്തുന്നു. ക്ലാസ്സുകൾ കട്ട് ചെയ്ത് സിനിമ കാണാൻ പോയതും, നല്ല തട്ട് രുചികൾ ആസ്വദിച്ചതും, പാർക്കിൽ കൊച്ചു കുട്ടികളെ പോലെ കളിച്ചതും, ബീച്ചിൽ പോയി പ്രണയം ആസ്വദിച്ചതും—

ഓഹ്, ആ പറഞ്ഞതൽപ്പം കൂടി പോയി. രക്ഷിതാക്കൾ വളരെ ക്ഷുഭിതരായി കുട്ടികളെ വഴക്കുപറയാൻ തുടങ്ങി. പുരുഷ അധ്യാപകൻ സാഹചര്യം നന്നാക്കാനായി, കുട്ടികളെല്ലാരും കടലാസിൽ എഴുതി ചുരുട്ടി വച്ചിരുന്ന കഥകൾ മാത്രമാണ് പറയുന്നത് എന്ന് സ്ഥാപിച്ചു. ഒന്നും പേടിക്കാനില്ല; രക്ഷിതാക്കൾ ശാന്തരായി. കുട്ടികളുടെ

പ്രസംഗം വീണ്ടും ആരംഭിച്ചു;

: വളരെ നല്ലൊരു കോളേജ് ജീവിതമായിരുന്നു, ഞാൻ വളരെ സന്തുഷ്ടയാണ്. കുറച്ച് കൂട്ടുകാരെ ഞാൻ ഒപ്പിച്ചു, കൂടാതെ അനേകം ഓർമ്മകളും അറിവും. ഭാവിയിൽ നമ്മൾ കണ്ടുമുട്ടിയാൽ; നിങ്ങൾക്ക് എന്റെ വക സൗജന്യ ഭക്ഷണം വാങ്ങിത്തരും.

(കുട്ടികൾ കൂവുന്നു, "നീ ഒക്കെ ഏതാടി, ഇറങ്ങി പോ" എന്നാരോ പറഞ്ഞു)

വീണ്ടും രക്ഷിതാക്കൾ ക്ഷുഭിതരായി, കുട്ടികളെ വഴക്കു പറയാൻ ആരംഭിച്ചു. കുട്ടികൾ തിരിച്ച് കൂവുന്നു, "ഇറങ്ങി പോ കിഴവന്മാരെ" എന്നാരോ വിളിച്ചു കൂവി. ദേഷ്യം കൊണ്ട് നീരുവച്ച രക്ഷിതാക്കൾ ബസ്സിലേക്ക് നടന്നു (കുട്ടികൾ ആഹ്ലാദിക്കുന്നു)

: ശാന്തരാകു കൂട്ടുകാരെ, എനിക്കൊരു വലിയ കാര്യം പറയാനുണ്ട് ("എന്ത്?" അവർ കൂട്ടമായി പറഞ്ഞു) നിങ്ങൾക്കെല്ലാം അറിയുന്നത് പോലെ, ഞാനാകെ വിരലിലെണ്ണാവുന്ന ദിവസങ്ങൾ മാത്രമേ ക്ലാസ്സിന് വന്നിട്ടുള്ളൂ, കൂടാതെ കൊച്ചു കുട്ടികൾക്ക് പോലും അനായാസം ചെയ്യാൻ സാധിക്കുന്ന കണക്കുകൾ പോലും, എനിക്ക് പ്രയാസമായിരുന്നു ("വളരെ സത്യം" അവർ കൂട്ടമായി പറഞ്ഞു) പക്ഷെ എന്റെ വലിയ ഹൃദയത്തിൽ നിങ്ങൾക്ക് വിശ്വസമുണ്ടല്ലോ ("ഉണ്ട്" അവർ കൂട്ടമായി പറഞ്ഞു) ഈ വലിയ ഹൃദയം മുഴുവൻ നിന്നോടുള്ള പ്രണയം മാത്രമാണ് സിസിലി. എനിക്ക് നിന്നെ ഇഷ്ടമാണ് (കുട്ടികൾ അലറുന്നു)

മുഴുവൻ ക്ലാസും, ഏറ്റവും പിറകിലിരിക്കുന്ന ഒരു പെൺകുട്ടിക്ക് നേരെ കണ്ണുകൾ നട്ടു. അവൾ ദേഷ്യത്തോടെ "പറ്റില്ല" എന്ന് മറുപടി നൽകി. ആ കുട്ടി നിരാശനായി അവിടെ നിന്ന് ബസ്സിലേക്ക് നടന്നു, ക്ലാസ് അവനെ കൂവി കൂവി തളർത്തി...

മതി ഈ കുട്ടി കോപ്രായങ്ങൾ! ഞാൻ എന്താണ് ചെയ്യേണ്ടത്? ഈ തമാശ വിവരിക്കാനാണോ വയ്യാതെ കിടന്ന എന്നേം വലിച്ചോണ്ട് വന്നത്! ഈ പ്രസംഗത്തിന് മറുപടി കൊടുക്കാൻ എനിക്ക് സൗകര്യമില്ല!

(നിശബ്ദത)

ദേ വീണ്ടും നിശബ്ദത! ഒന്ന് നിർത്തുമോ! ഞാനൊരു കാര്യം തീരുമാനിച്ചു, ഈ കുട്ടിക്കളി വിവരിക്കുന്നത് ഞാൻ നിർത്തുന്നു, യാത്ര മാത്രം വിവരിക്കും. വായിൽ തോന്നുന്നത് വിളിച്ച് പറയുന്നത് ഒഴികെ, എല്ലാം ഞാൻ പകർത്തി പറയാം.

അവരെല്ലാം ബസ്സിലേക്ക് നടന്നു, ഒരു മഞ്ഞ് പ്രദേശമാണ് അടുത്ത പോകുന്നത് എന്ന് അറിയാൻ കഴിഞ്ഞു. രക്ഷിതാക്കൾക്ക് ഈ തീരുമാനം ഒട്ടും ദഹിക്കാൻ കഴിയാത്ത ഒന്നായിരുന്നു. സംഭവിച്ചത് എന്തെന്നാൽ; ഇവർ പോകാൻ നിശ്ചയിച്ചിരുന്ന, ഉല്ലാസത്തിനായി മനുഷ്യർ പൂർവ്വ കാല രൂപരേഖയിൽ നിർമ്മിച്ച, ആലീസ് ദ്വീപിലേക്ക് പോകുന്ന റോഡിൽ എന്തോ തടസ്സം വന്നു എന്ന് ഡ്രൈവർ പറയുകയും, മഞ്ഞ് മലയിലേക്ക് പോകാമെന്ന് നിർദ്ദേശിക്കുകയും ചെയ്തു. കുട്ടികൾ ആർപ്പു വിളിച്ച് ആ നിർദ്ദേശം ശരിവച്ചു. കൂടാതെ, കുട്ടികൾ രക്ഷിതാക്കളെ "ഭീരുക്കൾ" എന്ന് വിളിച്ച് കളിയാക്കിയതുകൊണ്ട് അവരും ഡ്രൈവറുടെ തീരുമാനത്തെ എതിർക്കാൻ തയ്യാറായില്ല, പക്ഷേ, അവരുടെ കുറ്റം പറച്ചിലിന് യാതൊരു ശമനവും ഇല്ലായിരുന്നു. ഈ ബഹളത്തിനെല്ലാം പാട്ടിന്റെ ശബ്ദം കൂട്ടി ഡ്രൈവർ ഒരു അറുതിവരുത്തി. നന്ദിയുണ്ട് സാർ.

മഞ്ഞ് മലമുകളിലെത്തി, ബസ്സിന്റെ ചെറിയ ദ്വാരങ്ങളിൽ കൂടി തണുത്തുമരവിച്ച കാറ്റ് അകത്തേക്ക് പ്രവേശിച്ചു. ഈ തണുത്ത കാറ്റും, രക്ഷിതാക്കളുടെ വഴക്കും, ഉഗ്രശബ്ദത്തോടെ കേൾക്കുന്ന പാട്ടും ബസ്സിനെ അസഹനീയം ആക്കിത്തീർത്തു. അവർക്ക് മുകളിലൂടെ ഒരു

പ്രേതത്തെ പോലെ ഞാൻ പറന്നുനടന്നു. ആ ചെറിയ വളഞ്ഞു-പുളഞ്ഞ, ഒട്ടും നന്നാക്കാത്ത പൊളിഞ്ഞ റോഡ് മുഴുവൻ; മഞ്ഞുരുകിയ വെള്ളം കെട്ടിക്കിടക്കുന്നു. രണ്ട് വശത്തും കട്ടികൂടിയ മഞ്ഞുപാളികൾ തുറിച്ചു നോക്കിക്കൊണ്ട് നിന്നു. ഈ കഥയുടെ ആരംഭ ഭാഗം ഉടൻ അവസാനിക്കുമെന്ന് എന്റെ മനസ്സ് പറയുന്നു, രോമാഞ്ചം വരുന്നു, ഒരു ഫിലോസഫി പുസ്തകം വിവരിക്കാൻ മാത്രം അവസരം ലഭിക്കുമെന്ന്, ഞാൻ സ്വപ്നത്തിൽ പോലും കരുതിയിരുന്നില്ല. പിന്നെ, ആരും നിയന്ത്രിക്കാൻ ഇല്ലാത്തത് ഏറ്റവും വലിയ അനുഗ്രഹം...

ഈ സ്ഥലം മുഴുവൻ മൂടൽമഞ്ഞ് മൂടി കിടക്കുന്നു, ബസ്സ് പോലും കാണാൻ പ്രയാസം, ചെറിയ റോഡും. മുന്നിലേക്ക് പോകാൻ കഴിയാത്ത വിധം മഞ്ഞുമല ഇടിഞ്ഞുവീണ് റോഡ് നശിച്ച് കിടക്കുന്നു. ഡ്രൈവർ ഇതൊന്നും അറിയാതെ മുന്നോട്ടുപോയി, പെട്ടെന്ന് വണ്ടി വലത്തേക്ക് തിരിച്ചു! സമയമിതാ എത്തിക്കഴിഞ്ഞു. എല്ലാവരും സ്വസ്ഥമായി കുപ്പികളിൽ വിശ്രമിക്കൂ. ഗുഡ് ബൈ... (ഉഗ്ര ശബ്ദം) ബസ്സ് മറിഞ്ഞ് താഴെയുള്ള മഞ്ഞുതറയിൽ ഇടിച്ചിറങ്ങി, പകുതിയും മഞ്ഞിന്റെ അടിയിൽപ്പെട്ടു. നിലവിളികൾ ഉയർന്നുപൊങ്ങി. ഒൻപത് കുട്ടികൾ, നാല് രക്ഷിതാക്കൾ, രണ്ട് അധ്യാപകരും മരണത്തിൽ നിന്ന് രക്ഷപ്പെട്ട് പുറത്തേക്ക് കഷ്ടപ്പെട്ടിറങ്ങി. അവരാകെ ഭയന്നിരിക്കുന്നു, കുറച്ചുപേർ കരയുന്നു. ഞാൻ ബസ്സിനുള്ളിൽ പ്രവേശിച്ചു, മരിച്ചവർ അകത്തില്ല, മിക്കവാറും മാഞ്ഞുപോയി അവരുടെ കുപ്പികളിൽ കയറിക്കാണും.

അയ്യോ എന്റെ കണ്ണ്! ആ പ്രകാശമൊന്ന് കുറക്കൂ. "എടൊ വിവരണാ, എപ്പോഴും ഈ കുപ്പിപ്രയോഗം നടത്താതെ അതിനെ കുറിച്ച് വായനക്കാർക്ക് പറഞ്ഞുകൊടുക്ക്" പ്രകാശം പറഞ്ഞു.

എന്തിന്? അതൊക്കെ എന്തിനാ വീണ്ടും പറയുന്നത്? അങ്ങ് ഒന്നും വിചാരിക്കരുത്. ഞാൻ എന്റെ കഴിഞ്ഞ പുസ്തകത്തിൽ പറഞ്ഞിട്ടുള്ള കാര്യമല്ലെ അത്, ശരിക്കും പറഞ്ഞാൽ മറ്റേ നോവലിൽ. അപ്പോൾ...

"നീ ശരിക്കുമൊരു കുട്ടി തന്നെ. ഞാൻ പറയുന്നത് ശ്രദ്ധിച്ചു കേൾക്കണം നിങ്ങൾ; നമ്മൾക്കൊരിക്കലും, വായനക്കാർ, താൻ വിവരിച്ച മറ്റ് പുസ്തകങ്ങൾ വായിച്ചിരുന്നു എന്ന് കണ്ണടച്ച് വിശ്വസിക്കാൻ കഴിയില്ല. അതുകൂടാതെ, ആ പുസ്തകമാകെ വല്ലാത്തൊരു, ഓർമ്മയെ ചൂഷണം ചെയ്യുന്ന ഒന്നായിരുന്നു. ഇങ്ങനെ ചിന്തിക്ക്; താനിപ്പോൾ അഞ്ചാം ക്ലാസിൽ പഠിക്കുന്നു, അതു കഴിഞ്ഞ് ആറിലേക്ക് പോകുന്നു. ആറിൽ വച്ച്, ഒരു കണക്ക് അധ്യാപിക വന്ന് കഠിനമായ കാര്യങ്ങൾ പഠിപ്പിക്കുന്ന സമയം, ഇതൊക്കെ അഞ്ചിൽ പഠിച്ചതല്ലെ എന്നും പറഞ്ഞ് തള്ളി കളഞ്ഞിട്ട് പുതിയ കാര്യങ്ങൾ പഠിപ്പിക്കുന്നു. ഇതാണ് താനിപ്പോൾ ചെയ്യുന്നത്" പ്രകാശം പറഞ്ഞു.

അങ്ങ് പറഞ്ഞത് വളരെ സത്യമാണ്. നന്ദിയുണ്ട് കഥാത്മാവെ. ഞാനിത് എന്നും ഓർത്തിരിക്കാൻ വേണ്ടി എന്റെ മനസ്സിൽ കുറിച്ചിട്ടുണ്ട്... വായനക്കാരുടെ ശ്രദ്ധയ്ക്ക്; കഥാലോകത്ത് നിരവധി ചട്ടങ്ങളുണ്ട്. മറ്റേ വ്യാകരണം കർത്താവ് ക്രിയ പരിപാടികൾ കൂടാതെ, കഥാപാത്രങ്ങൾക്ക് വേണ്ടി ഒരു കടൽ തന്നെയുണ്ട്, ഈ കടലിനടിയിൽ, ഒരു അറയിൽ വിവിധ തരം കുപ്പികളിൽ ഓരോ കഥാപാത്രങ്ങളുടെ ആത്മാവ് കുടികൊള്ളുന്നു. ഒരു കഥയിൽ മൃത്യു സംഭവിച്ചാൽ, അവരുടെ ആത്മാവ് ഈ കടൽ കുപ്പികളിൽ വന്നുചേരും. മറ്റൊരു എഴുത്തുകാരൻ പുതിയൊരു കഥാപാത്രം സൃഷ്ടിക്കുമ്പോൾ, ഈ ആത്മാക്കൾ കുപ്പികളിൽ നിന്ന് മോചനം നേടി, കഥാപശ്ചാത്തലത്തിൽ ചെല്ലും. അൽപ്പം ചടപ്പാണ് പക്ഷെ ഇങ്ങനാ കാര്യങ്ങൾ...

നമ്മൾ എവിടാ നിർത്തിയേ? അവരെല്ലാം എവിടെ പോയി? ഞാൻ വീണ്ടും കാടുകയറി ചിന്തിച്ചല്ലോ! ആ ബസ്സും കാണമാനില്ല... ഹാവൂ, അവരെ കണ്ടെത്തി, മഞ്ഞിൽപ്പൊതിഞ്ഞ ആ പാതയിലൂടെ കഷ്ടപ്പെട്ട് അവർ നടന്ന് നീങ്ങുകയാണ്. അവർ തണുത്ത് വിറയ്ക്കുന്നു, അൽപ്പസമയം കഴിഞ്ഞ് മരിക്കുമെന്ന് ഉറപ്പ്! ങ്ങേ, എന്താണാ ശബ്ദം? ഇവരും കേട്ടല്ലോ, തിരച്ചിലും ആരംഭിച്ചു, ഒപ്പം ഞാനും... ഏയ് ഞാനൊന്നും കണ്ടില്ല, കാറ്റ് വല്ലോം ആയിരിക്കും. ഇവരൊക്കെ എന്തിനാ ഈ മഞ്ഞുമൂടിയ തറയിൽ നോക്കി നിൽക്കുന്നത്? ഇനി എല്ലാരും തണുത്തുറഞ്ഞ് പോയൊ? (ദീർഘ ശ്വാസം വിടുന്നു) ഏയ് അല്ല. മഞ്ഞിനടിയിൽ ആരൊ ഉണ്ടെന്ന് തോന്നുന്നു, ജീവനോടെ! കുട്ടികൾ മഞ്ഞിൽ കുഴിയെടുക്കാൻ ആരംഭിച്ചു, അയാൾ മഞ്ഞിൽ പൊതഞ്ഞ് പോവുകയും, ശ്വാസത്തിനായി നിലവിളി ഉയർത്തുന്നുവെന്നും അവർ കരുതിക്കാണും.

വെറുംകൈകൾ കൊണ്ട്, അവശതയുടെ അഗ്നിയിലും ബാക്കിയുള്ള ഊർജ്ജവും വീണ്ടെടുത്ത്, അവർ ആ വ്യക്തിയെ പുറത്തെടുത്തു. അതൊരു പുരുഷനാണ്, മഞ്ഞിൽ പൊതിഞ്ഞ താടിയുമായി ആയാൾ എഴുന്നേറ്റു. അയാളൊരു ചെറിയ നിക്കർ മാത്രമാണ് ധരിച്ചിരിക്കുന്നത്. അയാൾക്ക് യാതൊരു പ്രശ്നവുമില്ല, വളരെ ശാന്തമായ ഭാവത്തോടെ അയാൾ നിന്നു. എല്ലാവരും അയാളുടെ മഞ്ഞ നിറമുള്ള കണ്ണുകളിൽ നോക്കിക്കൊണ്ട് നിന്നു, ഈ മരവിച്ച സ്ഥലത്തും ദൈവീക ചൈതന്യം തുളുമ്പുന്ന ഒരു വലയം, അയാൾക്ക് ചുറ്റുമുണ്ടെന്ന് നിസ്സംശയം പറയാം. തന്നെ കുഴിച്ചെടുത്ത കുട്ടികളോട് നന്ദിയും മറ്റും പറയാതെ, തന്നെ പിന്തുടരാൻ നിർദ്ദേശിച്ചു. പ്രതീക്ഷിച്ചത് പോലെ തന്നെ, രക്ഷിതാക്കൾ അയാളെ ചോദ്യങ്ങൾ കൊണ്ട് വെളുപ്പിക്കാൻ ആരംഭിച്ചു; നീയൊരു അവയവങ്ങൾ കാർന്നെടുക്കുന്ന നീചനല്ലെ,

ലാബിലേക്കല്ലെ ഞങ്ങളെ കൊണ്ടുപോകുന്നെ? കുട്ടികളെ പീഡിപ്പിക്കുന്ന ക്രൂരനല്ലെ? മനുഷ്യന്റെ രൂപം ധരിച്ച രാക്ഷസൻ, എല്ലാവരേയും ഗുഹയിൽ കൊണ്ടുപോയി ബന്ധിച്ചിട്ട് ഒരു മാസം സുഖമായി ഭക്ഷിക്കാനല്ലെ? എന്നിങ്ങനെ പോകുന്നു പ്രധാന ചോദ്യങ്ങൾ.

അയാളൊരു ഇളംചിരി സമ്മാനിച്ച ശേഷം പറഞ്ഞു "ശാന്തമാകു" ആ പറഞ്ഞ രീതി, ദേഷ്യത്തിന്റെ ഒരു തരി പോലും ആ വാക്കിൽ ഇല്ലായിരുന്നു. ഇയാൾക്ക് എങ്ങനെ സാധിച്ചു? എനിക്കുറപ്പുണ്ട്, ഈ വ്യക്തി തന്നെ ഈ കഥയുടെ നായകൻ. എന്തൊ ഒരു ഭാരം ഇറക്കിയ അനുഭവം, ഇദ്ദേഹത്തിൽ നിന്ന് പഠിക്കാൻ ഞാൻ ഇപ്പോഴെ തയ്യാറായിക്കഴിഞ്ഞു...

3

സ്വാഗതം

ആ അപരിചിതൻ അവരെയും കൂട്ടി ഒരു ഗുഹയിലെത്തി. ഗുഹയെന്ന് വച്ചാൽ സാധാ കഥകളിലുള്ളതല്ല മറിച്ച്; കല്ല് ഭംഗിയായി, ഏതൊ ആധുനിക ആയുധം കൊണ്ടൊ, അല്ലേൽ വായനക്കാരുടെ പ്രിയ കഥാമായാജാലം കൊണ്ടൊ വെട്ടി മിനുക്കിയെടുത്ത ഒരു ഗുഹ. ഉല്ലാസക്കൂട്ടം ആഹ്ളാദത്തിലായി, അവരുടെ കണ്ണുകളിൽ അവർക്ക് തിരികെ വീടുകളിലെത്താൻ സാധിക്കും എന്ന ആത്മവിശ്വാസം വന്നുകഴിഞ്ഞു. പൊങ്ങി നിൽക്കുന്ന ഒരു കല്ലിൽ ഇരിപ്പുറപ്പിച്ച അയാൾ അവരോടു കൽത്തറയിൽ ഇരിക്കാൻ നിർദ്ദേശിച്ചു. അവർ അതനുസരിച്ചു.

(എന്തോ ചിന്നിച്ചിതറി) അതെന്തോന്ന്! ഏതൊ വികൃതികുട്ടി, മഞ്ഞുരുട്ടി ഉണ്ട രൂപത്തിലാക്കി അയാളുടെ മുഖത്തേക്ക് എറിഞ്ഞുകൊടുത്തു! ശ്ശെടാ, ഈ പിള്ളേർ ഇതെന്ത് പരിപാടിയാ കാണിച്ചേ! നടുക്കടലിൽ വന്ന് പെട്ടിട്ടും അഹങ്കാരത്തിനൊരു കുറവും ഇല്ല! നീയൊക്കെ വീട്ടിലും ഇങ്ങനാണോടാ! അതൊക്കെ പോട്ടെ, ഈ രക്ഷിതാക്കൾ ഇരുന്ന് കിണിക്കുന്നത് എന്തിനാ? എനിക്ക് ആകെ ദേഷ്യം വരുന്നു, ദേഷ്യം പ്രശ്നം തന്നെ. എന്തായാലും അദ്ദേഹം വളരെ ശാന്തമായി ഇരിക്കുന്നു, മുഖത്തെ മഞ്ഞുപൊടികൾ

തുടച്ചു നീക്കി, ഒട്ടും ദേഷ്യം ഇല്ലാതെ അദ്ദേഹം, ഒരു ചെറു പുഞ്ചിരിയോടെ അവരുടെ മുഖങ്ങൾ നിരീക്ഷിച്ചു.

രക്ഷിതാവ്: 'എടാ വൃത്തികെട്ട ജീവി, ഞങ്ങടെ പെൺകുട്ടികളെ തുറിച്ചു നോക്കാതിരി!'

ടീച്ചർ: 'സ്വാമി, ഞങ്ങളെ ഈ മഞ്ഞ് പ്രദേശത്ത് നിന്ന് രക്ഷിക്കൂ, ഞങ്ങൾ ആകെ വിശന്നുവലഞ്ഞ് ഇരിക്കുവാ'

അപരിചിതനായ അദ്ദേഹം സ്വയം പരിചയപ്പെടുത്തി. അദ്ദേഹത്തിന്റെ വിചിത്ര പേര് 'ഒന്നാമൻ' എന്നാണ്.

ഒന്നാമൻ: 'നിരാശ സമ്മാനം നൽകുന്നതിൽ ക്ഷമിക്കുക. ഇവിടെ നിന്ന് രക്ഷപ്പെടാൻ പറ്റില്ല. ഇനിയുള്ള കാലം നിങ്ങൾ ഇവിടെ തന്നെ കഴിയണം. എല്ലാം വിധി'

രക്ഷിതാവ്: 'എടാ പീഡനവീരാ! ഞാൻ വിചാരിച്ച പോലെ തന്നെ. മര്യാദയ്ക്ക് അനങ്ങാതെ നിന്നോ, ഇല്ലേൽ ഇടിച്ച് നിന്റെ പരിപ്പ് ഇളക്കും'

വിദ്യാർത്ഥി: 'ഇദ്ദേഹത്തെ കളിയാക്കുന്നത് ഒന്ന് നിർത്തുമോ കിഴവാ! ഇയാൾ ഒറ്റയ്ക്കാണ്, ഇനി ഇയാൾ എന്തെങ്കിലും രഹസ്യ ആയുധങ്ങൾ എവിടേലും തിരുകി വച്ചിട്ടുണ്ടേൽ തന്നെ, നമ്മുക്ക് ഇവിടെ നിന്നും രക്ഷപ്പെടാൻ കഴിയില്ല. പക്ഷേ, ഞാൻ ഇദ്ദേഹം പറയുന്നത് വിശ്വസിക്കുന്നു, ആ കണ്ണുകളിൽ എന്തോ മായാജാലം എനിക്ക് കാണാൻ പറ്റുന്നു'

ടീച്ചർ: 'സാർ, ഞങ്ങൾക്ക് തിരികെ പോയെ പറ്റു, ദയവായി സഹായിക്കൂ. കുറേ കുട്ടികൾ മരണപ്പെട്ടു, ഇത് എല്ലാവരെയും അറിയിക്കണം. ശിഷ്ടകാലം ഇവിടെ തന്നെ നിൽക്കുന്നത് മരണത്തിന് തുല്യമാണ്'

ഒന്നാമൻ: 'ഞാൻ മായാജാലം പഠിച്ചിട്ടില്ല, നിങ്ങൾക്ക് മറ്റൊരു വഴിയുമില്ല, ഇവിടെ ജീവിച്ച് പഠിക്കുക'

ടീച്ചർ: 'എന്ത് പഠിക്കാൻ? എത്ര നേരം ഇവിടെ വെറുതെ ഇരിക്കാം എന്നതാണൊ? നിങ്ങളൊരു മന്ത്രവാദി തന്നെയാണ്;

ഇല്ലെങ്കിൽ നിങ്ങൾ മഞ്ഞിനടിയിൽ വിശ്രമം എടുക്കില്ലല്ലൊ!'

ഒന്നാമൻ അതിന് മറുപടി നൽകിയില്ല, പകരം തന്റെ ഇരിപ്പിടത്തിലിരുന്ന് ഉറങ്ങാൻ ആരംഭിച്ചു. പക്ഷേ ടീച്ചറിന്റെ സംശയം തീർക്കാൻ എനിക്കറിയാം; ഒന്നാമൻ മഞ്ഞ് കൊണ്ട് തനിക്ക് ചുറ്റും പൊതിഞ്ഞു, ഇങ്ങനെ ചെയ്യുമ്പോൾ മനുഷ്യ ശരീരത്തിൽ നിന്ന് പുറത്തു വരുന്ന ചൂട് പുറത്ത് കടക്കാതെ തങ്ങി നിന്ന് ശരീരത്തിന് സംരക്ഷണം നൽകും. ടീച്ചറിന് ഈ അറിവിനെ പറ്റി അറിയാത്തതിൽ എനിക്ക് അത്ഭുതം തോന്നുന്നു.

"മണ്ടത്തരം വിളിച്ച് പറയാതെടൊ! മനുഷ്യ ശരീരത്തിന് തണുത്ത മഞ്ഞിന്റെ കൊടും തണുപ്പിനെ ചെറുത്തു നിൽക്കാൻ ഉള്ള കഴിവില്ല, അതൊക്കെ ചില ജീവികൾക്ക് മാത്രമാണുള്ളത്. പക്ഷേ കല്ലുകൾ കൊണ്ടൊ മഞ്ഞ് കൊണ്ടൊ ഒരു ഗുഹ രീതിയിൽ ഉണ്ടാക്കിയാൽ അവർക്ക് രക്ഷപ്പെടാം, അല്ലാതെ മഞ്ഞിൽ മുങ്ങി കിടന്നല്ല!" (ആരൊ എന്റെ ചെവിയിൽ പറഞ്ഞു)

ഒന്നാമൻ: 'നിങ്ങൾക്ക് ഇവിടെ നിന്ന് സത്യയുഗം എന്ന മഹായുഗത്തിനെ പറ്റി പഠിക്കാം. ഇരുപത് വർഷം കഴിഞ്ഞ് അതീ കലിയുഗത്തിനിടയിൽ ജന്മം എടുക്കും'

ടീച്ചർ: 'അതെന്തോന്ന് സാധനം? പുതിയ പഠനം വല്ലോം ആണോ? പാചക രീതി? മന്ത്രവാദ മന്ത്രം?'

ഒന്നാമൻ: 'മനുഷ്യ ചരിത്രത്തിന്റെ പവിത്രമായ സമയം, തിന്മയെ തളച്ച് നന്മ മുന്നേറുന്ന യുഗം. സമാധാനം എന്ന വാക്കിന് അതിന്റെ യഥാർഥ മൂല്യം തിരിച്ചുകിട്ടുന്ന യുഗം. എല്ലാ പാപങ്ങളും കല്ലറകളിൽ തന്നെ അന്തിയുറങ്ങുന്ന കാലം. ശാന്തിയും സമാധാനവും ഇവിടെ പേമാരി പോലെ പെയ്തിറങ്ങുന്ന യുഗം. ഏത് മരവിച്ച സ്ഥലത്തും പൂക്കൾ വിരിയുന്ന യുഗം'

രക്ഷിതാവ്: 'ഒരു കോമാളിയെ പോലെ പൊട്ടത്തരം വിളിച്ചു പറയാതെതൊ! മര്യാദയ്ക്ക് ഞങ്ങളെ ഇവിടുന്ന് രക്ഷിക്ക്, ഇല്ലേൽ മരിക്കാൻ തയ്യാറായിക്കൊ. ഞങ്ങളുടെ വിശപ്പ് കൂടി കൂടി വരികയാ'

വിദ്യാർത്ഥി: 'അങ്ങനെയൊരു നരഭോജി ഭൂകമ്പം ഉണ്ടായാൽ ഞങ്ങൾ ആദ്യം എടുക്കുന്നത് ഒന്നാമനെ ആയിരിക്കില്ല!'

വിദ്യാർത്ഥി: 'ഞങ്ങൾ സത്യയുഗത്തെ പറ്റി അറിഞ്ഞിട്ട് എന്തിനാ? ഞങ്ങളുടെ ഈ കൂട്ടം അനേകം വർഷങ്ങളായി പഠിച്ച് പഠിച്ച് വയ്യാതായ ഒരു കൂട്ടം വിദ്യാർത്ഥികളാണ്. കുറച്ചു സമയം ആഹ്ളാദിക്കാൻ ഇറങ്ങിയത് ഇങ്ങനെയും ആയിപ്പോയി. ഞങ്ങളെ വെറുതെ വിടൂ സ്വാമി'

ഒന്നാമൻ: 'നിങ്ങളിത് പഠിച്ചേ പറ്റു. ഇവിടുന്ന് രക്ഷപ്പെടാൻ കഴിയില്ല. അതു പോലെ; പ്രപഞ്ചത്തിന്റെ ആത്മാവ് എന്നോട്, ഇവിടെ എത്തുന്നവരെയെല്ലാം സത്യയുഗത്തിൽ എത്തിക്കാൻ നിർദ്ദേശം തന്നിട്ടുള്ളതുമാണ്'

ഒന്നാമന്റെ ആ പ്രസ്താവനയ്ക്ക് മറുപടി കൊടുക്കാൻ തുടങ്ങിയ സമയം; ഒരു കൂട്ടം കുട്ടികൾ, ആണും പെണ്ണും, ഗുഹയുടെയുള്ളിൽ നിന്ന് സ്വാമിയുടെ അടുത്തേക്ക് എത്തിച്ചേർന്നു. രക്ഷിതാക്കൾ വളരെ ക്ഷുഭിതരായി, ഒന്നാമനെ കുട്ടികളെ പീഡിപ്പിക്കുന്ന ഭ്രാന്തൻ എന്ന് വിളിക്കാൻ ആരംഭിച്ചു. ഇരുപതിൽ കൂടുതലുള്ള ആ കുട്ടിപ്പട്ടാളം വെളുത്ത ജുബ്ബ പോലെ ഒരു വസ്ത്രമാണ് ധരിച്ചിരുന്നത്. ഒന്നാമനെ പോലെ ഇവർക്കും ശാന്തമനോഭാവം ആയിരുന്നു.

കുട്ടികൾ: 'ഞങ്ങളുടെ ഗുരുവിനെ കുറ്റം പറയരുതെ'

രക്ഷിതാവ്: 'എന്റെ ദൈവമേ! ഈ കാട്ടാളൻ ഇതെന്ത് പരിപാടിയാ ഈ കുട്ടികളോട് ചെയ്തത്! ഈ പാവങ്ങളുടെ നിഷ്കളങ്കത ചൂഷണം ചെയ്ത് അവരെ അടിമകളാക്കി.

പേടിക്കേണ്ട മക്കളെ, നിങ്ങളെ ഞങ്ങൾ രക്ഷിക്കും'

ഒന്നാമൻ: 'ശാന്തനാകു. ആരും ആരേയും ചൂഷണം ചെയ്യ്തിട്ടില്ല. ആരും അടിമകൾ ആയിട്ടില്ല'

ടീച്ചർ: 'അത് താൻ അങ്ങ് തീരുമാനിച്ചാൽ മതിയോ! പോലീസ് വന്ന് തീരുമാനിക്കും, നിനക്ക് തക്കതായ ശിക്ഷ ലഭിക്കും. ജയിലിൽ ചെന്ന് പഠിപ്പിക്ക് നിന്റെ യുഗപഠനം'

ഒന്നാമൻ: 'ശരി, അവർ വഴിയെല്ലാം കണ്ടെത്തി വരട്ടെ. നമ്മുക്ക് കാത്തിരിക്കാം'

രക്ഷിതാവ്: 'അവർ വൈകാതെ ഇവിടെയെത്തും. തന്റെ ഈ രഹസ്യ ജീവിതം ഉടൻ അവസാനിക്കും'

ഒന്നാമൻ: 'അവർ വരുന്നതു വരെ നമ്മുക്കൊരു അറിവ് മത്സരം നടത്തിയാലൊ?'

വിദ്യാർത്ഥി: 'നമ്മുക്ക് അന്താക്ഷരി കളിക്കാം. ആദ്യം ഞാൻ പാടാം'

ഒന്നാമൻ: 'ഇല്ല. എന്റെ കുട്ടികൾക്ക് അത്തരം അറിവുകൾ ഇല്ല. എന്നിൽ നിന്ന് പഠിച്ചതാ അവരുടെ ആകെ സമ്പാദ്യം. അവർക്ക് രണ്ട് വയസ്സ് മാത്രമുള്ളപ്പോൾ കിട്ടിയതാ എനിക്ക്. ആരാ അവരെ എന്റെ മുമ്പിൽ എത്തിച്ചത് എന്നറിയില്ല, ഞാൻ ഇവിടെ എങ്ങനെയെത്തി എന്നുപോലും അറിയില്ല... ഈ അറിവ് മത്സരത്തിൽ നിങ്ങൾ ജയിച്ചാൽ, എന്റെ എല്ലാ മായശക്തികളും ഉപയോഗിച്ച് നിങ്ങളെ വീട്ടിൽ എത്തിക്കാം'

രക്ഷിതാവ്: 'എന്താണാ കളി?'

ഒന്നാമൻ: 'ഈ മത്സരം വാക്കുകൾ കൊണ്ടാണ് കളിക്കുന്നത്. ഞാനും എന്റെ കുട്ടികളും നിങ്ങൾക്ക് എതിരെ. ഓരോ ഘട്ടത്തിലും നമ്മൾ മനുഷ്യ ജീവിതത്തിലെ മൂല്യങ്ങളെ പറ്റി ചർച്ച ചെയ്യും. ചർച്ച മുന്നോട്ടു കൊണ്ടുപോകാൻ കഴിയാതെയൊ അല്ലെങ്കിൽ ഉത്തരം നൽകാൻ പറ്റാതെ വരുന്ന സംഘം, ആ ഘട്ടത്തിൽ തോൽക്കും. ഒരു മുഖ്യമായ ഘടകം എന്തെന്നാൽ; നിങ്ങളുടെ

സംഘത്തിന് ഒരു ഘട്ടം ജയിക്കാൻ കഴിഞ്ഞാൽ ഈ മത്സരം നിങ്ങൾ ജയിച്ചതായി പ്രഖ്യാപിക്കും'

രക്ഷിതാവ്: 'കളി തുടങ്ങിയാലൊ?'

വിദ്യാർത്ഥി: 'അപ്പോൾ പഴയതും പുതിയതും തമ്മിലുള്ള മത്സരം എന്ന് ചുരുക്കം, അല്ലെ?'

ഒന്നാമൻ: 'അല്ല. തെറ്റിന്റെ യുഗം ശരിയുടെ, സത്യത്തിന്റെ യുഗവുമായിയുള്ള മത്സരം. നിങ്ങൾ ഞങ്ങളുടെ അതിഥികൾ ആയതിനാൽ, നിങ്ങൾ തന്നെ മത്സരം തുടങ്ങിക്കോളൂ'

4

പരിശുദ്ധ സംവാദം: ഭാഗം ഒന്ന്

(നിശബ്ദത)

ടീച്ചർ: 'എനിക്ക് തോന്നുന്നത് ഞങ്ങൾക്കിത് എങ്ങനെ കളിക്കണമെന്ന് അറിയത്തില്ല എന്നാണ്. നിങ്ങൾ തന്നെ തുടങ്ങിക്കോളൂ'

ഒന്നാമൻ: 'ശരി, എന്റെ കുട്ടികൾ തന്നെ തുടങ്ങിക്കോളും'

കുട്ടി: 'നമ്മുക്ക് സമാധാനത്തിൽ നിന്ന് തുടങ്ങാം'

വിദ്യാർത്ഥി: 'എന്ത് സമാധാനം? നമ്മളിവിടെ സമാധാനമായി ഇരിക്കണൊ?'

ഒന്നാമൻ: 'അല്ല, നിങ്ങൾ സമാധാനം എന്ന വാക്കിനെ വിവരിക്കുക. നിങ്ങളുടെ സംഘാംഗങ്ങൾക്ക് ഉത്തരം നൽകാൻ കഴിഞ്ഞില്ല എങ്കിൽ; ഞങ്ങൾ, ഈ ഘട്ടം ജയിക്കും, മത്സരം വീണ്ടും മുന്നോട്ടു പോകും'

ടീച്ചർ: 'നമ്മൾ ജീവിതത്തിൽ വിജയം കൈവരിക്കുന്ന സമയം മുതൽ സമാധാനം നമ്മുക്ക് ലഭിക്കുന്നു'

കുട്ടി: 'വിജയത്തെ വിവരിക്കുക'

ടീച്ചർ: 'വിജയം... ഒരു യോഗ്യനായ മനുഷ്യൻ എന്ന് ബാക്കിയുള്ളോരെ കൊണ്ട് പറയിക്കുക. അതാണ് മനുഷ്യരുടെ വിജയം'

കുട്ടി: 'യോഗ്യതയെ വിവരിക്കുക'

ടീച്ചർ: 'ഇത് എന്തോന്ന്! ഇത് ശരിയല്ല. ഞാൻ ഉത്തരം നൽകിക്കഴിഞ്ഞു, മുന്നോട്ടു പോകാം. ഞങ്ങൾ ജയിച്ചോ?'

ഒന്നാമൻ: 'നിങ്ങളുടെ ഉത്തരത്തിൽ ഒരുപാട് വിടവുകൾ ഉണ്ട്. പൂർത്തിയാക്കി പറയൂ'

ടീച്ചർ: 'ശരി! ഒരു മനുഷ്യൻ തന്റെ നല്ല സ്വഭാവവും ശക്തിയും ഉപയോഗിച്ച്, തനിക്ക് ചുറ്റുമുള്ള സമൂഹത്തിനും രാജ്യത്തിനും നല്ലത് ചെയ്യ്ത്, മറ്റുള്ളവരിൽ നിന്നും നേടിയെടുക്കുന്ന ഒരു യോഗ്യതയാണത്'

കുട്ടി: 'നല്ല സ്വഭാവം വിവരിക്കുക'

ടീച്ചർ: 'ടാ കുരുപ്പേ! കൂടുതൽ കളിക്കല്ലെ നീ. ആരെങ്കിലും ഒന്ന് സഹായിക്കൂ'

രക്ഷിതാവ്: 'ശാന്തനാകു ടീച്ചർ, ഇവിടെ ഇരിക്കൂ. കളി ഞാൻ തുടരാം... നല്ല സ്വഭാവം എന്നാൽ... ജോലി... കല്ല്യാണം... വിജയം...'

വിദ്യാർത്ഥി: 'മതി അപ്പൂപ്പാ, താങ്കളുടെ വിലയേറിയ വാക്കുകൾ മതിയാക്കൂ. ഞാൻ പറയാം; നല്ല സ്വഭാവം എന്നുവച്ചാൽ ബാക്കിയുള്ളോരെ കൊണ്ട് നമ്മളെ ഇഷ്ടത്തിൽ ആക്കുന്ന, നമ്മളിൽ വിശ്വസിക്കാൻ പറ്റിയ യോഗ്യതകൾ ഉണ്ടാക്കാനും ശ്രമിക്കുന്നതാണ്. എല്ലാവരോടും കരുണയും സഹാനുഭൂതിയും ഉണ്ടാകുന്നതാണ്'

ഒന്നാമൻ: 'ശരി, കുട്ടികളെ, നിങ്ങൾ ഉത്തരംനൽകി തുടങ്ങിക്കോളൂ'

കുട്ടി: 'സമാധാനം മനുഷ്യന് ലഭിക്കാവുന്ന ഏറ്റവും വലിയ സമ്മാനമാണ്, പക്ഷേ വളരെ ചുരുക്കം മനുഷ്യർക്ക് മാത്രമേ അത് അനുഭവിക്കാൻ സാധിക്കൂ'

വിദ്യാർത്ഥി: 'അതെന്താ? ഞങ്ങളീ ഉല്ലാസ യാത്ര നടത്തിയപ്പോൾ... ശരി, എങ്ങനാ അത് കിട്ടുക, സമാധാനം?'

കുട്ടി: 'ഒരു മനുഷ്യന് തന്നെ പറ്റി എന്തൊക്കെ അറിയാം എന്നത്, സമാധാനം കിട്ടാൻ അനിവാര്യമാണ്. കാരണം, തന്റെ ശക്തിയും ദൗർബല്യങ്ങളും സ്വയം മനസ്സിലാക്കിയാൽ, അസൂയ, കുറ്റബോധം എന്ന ഘടകങ്ങൾ ആ വ്യക്തിയിൽ നിന്നും ഇല്ലാതാകും'

ടീച്ചർ: 'അതെങ്ങനെ? വിവരിച്ചാലും'

ഒന്നാമൻ: 'നമ്മൾ മനുഷ്യർക്ക് അസൂയ, കുറ്റബോധം എന്നിവ അനുഭവപ്പെടുന്നത് ബാക്കി മനുഷ്യരുമായി താരതമ്യം ചെയ്യ്ത് നോക്കുമ്പോഴാണ്. അവർ താരതമ്യം ചെയ്യാൻ തിരഞ്ഞെടുക്കുന്ന മനുഷ്യർ, തങ്ങളുടെ ശക്തികൾ കൂടുതൽ ഉപയോഗിച്ച് അവരുടെ ദൗർബല്യങ്ങളെ മറച്ചവരാണ്"

വിദ്യാർത്ഥി: 'നമ്മുക്കെല്ലാർക്കും ദൗർബല്യങ്ങൾ ഉണ്ടെന്നൊ? ഇയാൾക്ക് ഭ്രാന്ത് ആണൊ?'

ഒന്നാമൻ: 'നമ്മുക്കെല്ലാവർക്കും ദൗർബല്യങ്ങൾ ഉണ്ട്, കേട്ടിട്ടില്ലേ ആരും എല്ലാം തികഞ്ഞവർ അല്ലെന്ന ചൊല്ല്?'

വിദ്യാർത്ഥി: 'കേട്ടിട്ടുണ്ട്. ശരി. എന്റെ ദൗർബല്യം പഠിക്കാൻ കഴിയാത്തതാണ് എന്ന് ഞാൻ പറഞ്ഞാൽ, എനിക്ക് ഇനി പഠിക്കേണ്ട കാര്യമുണ്ടൊ?'

ഒന്നാമൻ: 'പഠിക്കുന്നത് നിന്റെ ദൗർബല്യം ആണെങ്കിൽ, നിനക്കുണ്ടെന്ന് തോന്നുന്ന ശക്തിയെ വളർത്തി എടുക്കാൻ നീ ശ്രമിക്കണം, അതിനായി കഠിനമായി പരിശ്രമിക്കണം'

വിദ്യാർത്ഥി: 'എന്റെ ശക്തി എനിക്കറിയില്ല. തിന്നുക, ഫോണിൽ തോണ്ടുക, ഉറങ്ങുക...'

ഒന്നാമൻ: 'അങ്ങനെ ആണെങ്കിൽ നീ നന്നായിരുന്ന് പഠിക്ക്, നിനക്ക് വലിയ താൽപ്പര്യം ഇല്ലാത്ത നല്ല ശീലങ്ങളിൽ നീ സമയം നൽകി, നിന്റെ മനസ്സിനെ കഷ്ടപ്പെടുത്തി മെരുക്കിയെടുത്താൽ നിന്നിൽ ഇപ്പോഴും ഒളിഞ്ഞിരിക്കുന്ന ശക്തിയെ നിനക്കറിയാൻ സാധിക്കും'

കുട്ടി: 'സമാധാനം നേടാൻ, ഒരുവൻ തന്റെ മോശം പകുതിയെ തുടച്ചുനീക്കാൻ ശ്രമിക്കണം, ഇതിനായി അയാളോടൊപ്പം ബാക്കി മനുഷ്യരേയും ബഹുമാനിച്ച് ജീവിക്കുക മാത്രമാണ് മാർഗ്ഗം'

വിദ്യാർത്ഥി: 'ആധുനിക ലോകം കെട്ടിടങ്ങളും മനോഭാരവും കൊണ്ട് നിറഞ്ഞുകിടക്കുന്ന ഒരു കടലാണ്. അവിടെ സമാധാനം എന്ന വാക്കിന് പ്രസക്തിയില്ല. ഭൂരിഭാഗം മനുഷ്യരും വിശ്രമം പോലും ഇല്ലാതെ ഓടുകയാണ്, അതുകൊണ്ട് തന്നെ അവർ സമ്പാദിക്കുന്ന പണം, ചിലവാക്കി എങ്ങോട്ടും യാത്ര പോയി സമാധാനം നേടാൻ പോലും സമയം കിട്ടുന്നില്ല. ഈ ഓടടാ ഓട്ടം യഥാർത്ഥ സുഹൃത്ത് ബന്ധങ്ങളെ പോലും ഇല്ലാതാക്കി'

കുട്ടി: 'എവിടെ പോകുന്നു എന്നതിലല്ല കാര്യം. ഒരാളുടെ ഹൃദയമാണ് സമാധാനം കിട്ടാനുള്ള ഏറ്റവും യോഗ്യമായ സ്ഥലം. നിങ്ങളുടെ ഹൃദയത്തിൽ അതില്ലെങ്കിൽ പിന്നെ നിങ്ങൾ എവിടെ പോയിട്ടും കാര്യമില്ല. ഹൃദയത്തെ ബാധിച്ച മരവിപ്പ് മാറ്റാതെ സമാധാനം ലഭിക്കില്ല, അത് മാറ്റാൻ എളുപ്പമല്ല'

രക്ഷിതാവ്: 'ഹൃദയത്തെ എങ്ങനെ മാറ്റി എടുക്കാനാ? മാറ്റിവയ്ക്കാൻ പറ്റും, അതാണൊ?'

കുട്ടി: 'സ്വന്തം ജീവിതത്തെ ബഹുമാനിക്കുക, അഹങ്കാരം മാറ്റുക, മറ്റുള്ളവരുടെ വിജയം, ശക്തി എന്നിവയിൽ സന്തോഷിക്കുക. എപ്പോഴും ഓർക്കുക; മനുഷ്യ ജീവിതം ഒരു മത്സരയോട്ടം അല്ല!'

ടീച്ചർ: 'ഈ സമാധാനം എങ്ങനാ മനുഷ്യ ജീവിതത്തിലെ ഏറ്റവും വലിയ സമ്മാനം ആകുന്നത്? നിങ്ങൾ നേരത്തെ പറഞ്ഞില്ലെ'

ഒന്നാമൻ: 'അതെ, സമാധാനമാണ് മനുഷ്യന് ലഭിക്കാവുന്ന ഏറ്റവും വലിയ സമ്മാനം. കാരണം, എത്രമാത്രം പൈസ,

അറിവ്, ബഹുമാനം എന്നിവ സമ്പാദിച്ചാലും. സമാധാനം ലഭിക്കാൻ ഹൃദയം തന്നെ വേണം, അതൊരു പ്രത്യേക മാനസീക അവസ്ഥയിൽ മാത്രം നേടാൻ കഴിയുന്ന ഒന്നാണ്

(നിശബ്ദത)

ഒന്നാമൻ: 'കഴിഞ്ഞ ഘട്ടം ഞങ്ങൾ ജയിച്ചു. അടുത്ത ഘട്ടത്തിലേക്ക് കടക്കാം; നിങ്ങളുടെ അവസരം, കഴിഞ്ഞ തവണ കളിച്ചത് ഓർമ്മയിൽ വെച്ചിരിക്കുക'

ടീച്ചർ: 'കഴിഞ്ഞ ഘട്ടം ഞങ്ങൾ എങ്ങനാ തോറ്റത്, ഒന്ന് പറഞ്ഞെ'

ഒന്നാമൻ: 'രണ്ട് സംഘങ്ങളിൽ ഒരെണ്ണത്തിന് ഉത്തരമോ ചോദ്യമൊ പറയാൻ കഴിയാതെ വന്നാൽ ആ സംഘം തോൽക്കും. ഇതാണ് കളിയുടെ ചിട്ട'

ടീച്ചർ: 'ശരി, അടുത്ത ഘട്ടം തുടങ്ങാം. പിള്ളേരെ തുടങ്ങിക്കൊ!'

വിദ്യാർത്ഥി: 'എന്റെ ചോദ്യം... മ്മ്... എന്താണ് കാമം? അത് നമ്മുടെ പൂർവീകരിൽ നിന്ന് ലഭിച്ചതാണോ?'

കുട്ടി: 'കാമം എന്നാൽ, ഭൂമിയിലെ സകല ജീവജാലങ്ങൾക്കും, ഒരിക്കലും വംശനാശം സംഭവിക്കാതിരിക്കാനുള്ള ഒരു സന്ദേശം മാത്രമാണ്. ശരിയാണ്, പൂർവീക സത്തയും അതിന് പിന്നിലുണ്ട്'

രക്ഷിതാവ്: 'പിള്ളേരെ ഈ അശ്ലീല വീഡിയോ കാണുന്നതിൽ നിന്ന് എങ്ങനെ പിന്തിരിപ്പിക്കാൻ സാധിക്കും?'

ഒന്നാമൻ: 'തലച്ചോറിൽ നിറഞ്ഞ് നിൽക്കുന്ന പ്രധാന സന്ദേശം, അല്ലെങ്കിൽ ഒരു ജീവിയുടെ പ്രധാന ജീവിതലക്ഷ്യം എന്നത് തന്റെ രക്തത്തിൽ ഒരു ജീവനെ ഭൂമിയിൽ ജനിപ്പിക്കുക എന്നതാണ്. ഈ ഉദ്ദേശം നടത്തിയെടുക്കാൻ തലച്ചോര്, എല്ലാ ജീവികളിലും ശക്തമായ അളവിൽ കാമ-ഊർജ്ജം നൽകും. മനുഷ്യരുടെ കാര്യത്തിൽ; അവർക്ക് ലഭിക്കുന്ന ഈ അസാധാരണ ഊർജ്ജം, അതിന്റെ പ്രധാന

ഉദ്ദേശത്തില്‍ എത്തിക്കാതെ പിടിച്ച് നിര്‍ത്തുമ്പോള്‍, തലച്ചോറില്‍ അമിതഭാരം ഉണ്ടാകുന്നു. ഈ അധിക ഊര്‍ജ്ജം മറ്റ് പ്രവര്‍ത്തനങ്ങളില്‍ എത്തിക്കാന്‍ കഴിയും, അങ്ങനെ ആ ഊര്‍ജ്ജത്തെ ഉപയോഗിക്കാന്‍ പഠിക്കണം'

കുട്ടി: 'അങ്ങനെ നിയന്ത്രിച്ച് മാറ്റാന്‍ കഴിയാത്തത് കൂടുതലും ആര്‍ക്കാണ്?'

(നിശബ്ദത)

ഒന്നാമന്‍: 'ഉത്തരം പറയൂ നിങ്ങള്‍, ചട്ടങ്ങള്‍ മറന്ന് പോയൊ?'

ടീച്ചര്‍: 'ഇല്ല, ഞങ്ങള്‍ ആലോചിക്കുവാ. ആ ഊര്‍ജ്ജം നിയന്ത്രിച്ച് മാറ്റാന്‍ കഴിയാത്തത് സ്വാഭാവികമായും മടി കൂടിയവരും വിയര്‍പ്പിന്റെ അസുഖം ഉള്ളവരുമാണ്. കാരണം അവരുടെ അധിക ഊര്‍ജ്ജത്തെ മാറ്റി കൊടുക്കാന്‍, മറ്റൊരു വഴിയുമില്ല, അതിനാല്‍ അതിന്റെ പ്രധാന ദൗത്യത്തിലേക്ക് തന്നെ ചെല്ലും. ശരിയല്ലെ?'

ഒന്നാമന്‍: 'അതെ, വളരെ ശരിയാണ്'

ടീച്ചര്‍: 'ഞങ്ങള്‍ ജയിച്ചൊ?'

ഒന്നാമന്‍: 'ഇല്ല, ഞങ്ങളെ ഉത്തരംമുട്ടിക്കണം. പുതിയ ചോദ്യങ്ങള്‍ ചോദിച്ചും അല്ലെങ്കില്‍ വിഷയത്തെ പറ്റിയുള്ള എല്ലാ ഉത്തരങ്ങളും പറഞ്ഞ്, ഞങ്ങള്‍ക്ക് ചോദ്യങ്ങള്‍ ഉണ്ടാക്കാന്‍ കഴിയാത്ത വിധം എത്തിക്കണം'

ടീച്ചര്‍: 'ശരി, നമ്മുക്ക് എങ്ങനെ നിര്‍ത്താം... എന്താണത്... എപ്പോഴാണ് ഒരാള്‍ക്ക്... എനിക്ക് ചോദ്യങ്ങള്‍ ഒന്നും മനസ്സില്‍ വരുന്നില്ല, നിങ്ങള്‍ എന്തെങ്കിലും ആലോചിച്ചു പറ... മടി പിടിച്ചിരിക്കുന്ന മനസ്സ് ചെകുത്താന്റെ പണി സ്ഥലം ആണൊ?'

കുട്ടി: 'ഗുരു പറഞ്ഞത് പോലെ; മടി പിടിച്ച മനസ്സ് ആ വ്യക്തിയെ തന്റെ പ്രധാന ലക്ഷ്യമായ പ്രത്യുല്‍പാദനം ചെയ്യാന്‍ സമ്മര്‍ദ്ദം ചെലുത്തും. തനിക്ക് ലഭിച്ച ദിവ്യമായ

ഊർജ്ജം ഒരു ശാപമായി അവന് മാറും'

ഒന്നാമൻ: 'വെറുതെ മടി പിടിച്ച് ഇരിക്കാതെ, അധികമായി കിട്ടിയ ഊർജ്ജം അവരവരുടെ കഴിവിനേയും ശക്തിയേയും ഉയർത്തിയെടുക്കാൻ ഉപയോഗിക്കണം. ഇനി കഴിവൊന്നും ഇല്ലെങ്കിലും; ഏതെങ്കിലും അറിവിൽ പൂർണ്ണ ഊർജ്ജവും നൽകി ഇറങ്ങണം. എന്തായാലും നിങ്ങൾ ഒരു ചോദ്യം വീണ്ടും ആവർത്തിച്ചതുകൊണ്ട് ഈ രണ്ടാം ഘട്ടവും നിങ്ങൾ പരാജയപ്പെട്ടു'

ടീച്ചർ: 'സമ്മതിക്കുന്നു. മൂന്നാമത്തെ ഘട്ടത്തിൽ പോകാം, ഞങ്ങൾ ചട്ടങ്ങൾ പഠിച്ച് വരുന്നതെയുള്ളു. സമയം എടുക്കും' (നിശബ്ദത)

ഒന്നാമൻ: 'ഇത് ഞങ്ങളുടെ അവസരം. നമ്മുക്ക് പ്രേമത്തിനെ പറ്റി സംസാരിക്കാം'

വിദ്യാർത്ഥി: 'പ്രേമവും കാമവും ഒന്നല്ലേ?'

കുട്ടി: 'അല്ല. പ്രേമം പരിശുദ്ധമാണ് എന്നാൽ കാമം അങ്ങനെയല്ല. ബഹുമാനം, സ്നേഹം, പരിചരണം എന്നിവ പ്രേമത്തിന്റെ കണികകൾ ആണ്. എന്നാൽ, കാമത്തിന്റെ ഏക ഉദ്ദേശം മനുഷ്യരെ, ലൈംഗിക ബന്ധത്തിൽ ഏർപ്പെടാൻ പ്രേരിപ്പിക്കുകാ എന്നതാണ്"

ഒന്നാമൻ: (ഒരു രക്ഷിതാവിനോട്) 'നിങ്ങൾ ഒരാളെ പ്രേമിക്കുമ്പോൾ; ലൈംഗികബന്ധം ചെയ്യാനുള്ള സാധ്യത ഇല്ലെങ്കിൽ, നിങ്ങൾ അയാളെ പ്രേമിക്കുമൊ?'

രക്ഷിതാവ്: 'വെറുതെ വൃത്തികെട്ട ചോദ്യങ്ങൾ ചോദിക്കാതെടൊ മന്ത്രവാദി! ഇവര് കോളേജ് വിദ്യാർത്ഥികളാണ്. ഒപ്പം തന്റെയടുത്ത് വേറെയും കുട്ടികൾ ഇതെല്ലാം കേട്ടിരിക്കുന്നു, എന്നിട്ടും തനിക്ക് ഈ വക ചോദ്യങ്ങളാണൊ ചോദിക്കാനുള്ളത്!'

വിദ്യാർത്ഥി: 'ഇയാള് കൂടുതൽ ജാഡ ഇറക്കണ്ട, ഇയാള് നേരത്തെ ഞങ്ങളുടെ ടീച്ചറിനേം നോക്കി ഇരിക്കുന്നത് ഞാൻ

കണ്ടതാ! കൂടുതൽ പകൽമാന്യൻ ചമയണ്ട'

ടീച്ചർ: 'എല്ലാവരും ശാന്തരാകൂ... ചോദ്യം കേട്ടില്ലേ, ആർക്കേലും ഉത്തരം അറിയാമോ?'

വിദ്യാർത്ഥി: 'എനിക്ക് അറിയാം. ലൈംഗികബന്ധ സാധ്യത ഇല്ലെങ്കിൽ എങ്ങനെയാ അവർക്ക് കുട്ടികൾ ഉണ്ടാകുന്നത്?'

ഒന്നാമൻ: 'എന്റെ ചോദ്യവും കുട്ടികളും തമ്മിൽ ബന്ധമില്ല. പ്രേമം എന്ന അനുഭവം, അതിനെ ആലോചിച്ചു ഉത്തരം പറയു'

ടീച്ചർ: 'ഇല്ല! ശാരീരിക ബന്ധം പ്രേമം പൂർണ്ണമാകാൻ അനിവാര്യമാണ്. വേറെ മാർഗ്ഗമൊന്നും ഇല്ല'

വിദ്യാർത്ഥി: 'പരിശുദ്ധ സ്നേഹം ഇവിടെ ഇല്ലേ? എന്ത് ലോകമാണിത്!'

ഒന്നാമൻ: 'വിഷമിക്കേണ്ട മോനെ, പരിശുദ്ധ സ്നേഹം ഇന്നും ബാക്കിയുണ്ട്. അത് ബഹുമാനം, കരുതൽ എന്നിവയിൽ നിന്ന് ഉണ്ടാകുന്നു. ഒരാളുടെ ശരീര സൗന്ദര്യം നോക്കാതെ അയാളുടെ മറ്റ് ഗുണങ്ങളിൽ ആകർഷണം വരുന്ന സാഹചര്യം, ഈ സാഹചര്യത്തിൽ നിന്ന് ഉയർത്തെഴുന്നേറ്റ് വരുന്ന ഇഷ്ടം ആയിരിക്കണം ബന്ധങ്ങളുടെ ഉൾക്കരുത്ത്'

ടീച്ചർ: 'വെറുതെ വായിൽ വരുന്നത് വിളിച്ച് പറയരുത്. ഇയാൾ എന്ത് ഗുണങ്ങളെ പറ്റിയാ ഈ പറയുന്നത്?'

കുട്ടി: 'ഞങ്ങളുടെ ഗുരു പറഞ്ഞത്; ഒരാളുടെ ബുദ്ധിശക്തി, കഴിവുകൾ, മറ്റ് അറിവുകൾ, അയാളുടെ ചിരി, സംസാരിക്കുന്ന രീതി, ബാക്കി മനുഷ്യരെ എങ്ങനെ സമീപിക്കുന്നു, ഇഷ്ടങ്ങൾ, അങ്ങനെയെല്ലാം. ചുരുക്കത്തിൽ; ഒരാളെ കാണാൻ എങ്ങനെയുണ്ട് എന്ന് മാത്രം നോക്കി വിലയിരുത്തരുത്'

ഒന്നാമൻ: 'ചിലർക്ക് ചില പ്രത്യേകതരം ആൾക്കാരോട് ഇഷ്ടം തോന്നും. അത് യഥാർഥ സ്നേഹമാണ്'

വിദ്യാർത്ഥി: 'ഞാനീ അടുത്തകാലത്ത് ഒരു പഠനഫലം വായിച്ചിരുന്നു, അതിൽ പറയുന്നത് കൂട്ടുകാർ തമ്മിൽ ഇഷ്ടത്തിലാകാൻ കൂടുതൽ സാധ്യത ഉണ്ടെന്നാണ്. ഇത് സത്യമാണോ?'

ഒന്നാമൻ: 'അതെ. ഞാൻ നേരത്തെ പറഞ്ഞത് ഈ ചോദ്യത്തിന് ഉത്തരം നൽകുന്നുണ്ട്. കൂട്ടുകാർ ആകുമ്പോൾ അവർക്ക് അവരവരെ പറ്റി നല്ല അറിവ് ലഭിക്കും, അങ്ങനെ അതവരെ കൂടുതൽ അടുപ്പിക്കാൻ സഹായിക്കും. എന്നാൽ മിക്കപ്പോഴും ഇത് പരാജയപ്പെട്ട ചരിത്രവും ഉണ്ട്, അത് ശരീര സൗന്ദര്യത്തിൽ മാത്രം ഉയർന്ന സുഹൃത്ത് ബന്ധങ്ങളാണ്; ഈ ബന്ധം കാമം എന്ന ഊർജ്ജത്തിൽ മാത്രം ജനിച്ചതാണ്'

ടീച്ചർ: 'കാമത്തിന് പ്രേമത്തിലേക്ക് മാറാൻ സാധിക്കുമൊ?'

കുട്ടി: 'തീർച്ചയായും സാധിക്കും. രണ്ട് അപരിചിതർ കാമത്തിന്റെ ശക്തിയിൽ ഇഷ്ടപ്പെട്ടാൽ, ഈ കാമ-ഊർജ്ജം പിന്നീട് പ്രേമത്തിൽ എത്തിക്കും, കാരണം അവർക്ക് പരസ്പരം മനസ്സിലാക്കാനുള്ള അവസരം ആ ഊർജ്ജം നൽകി കൊടുത്തതാണ്'

ഒന്നാമൻ: 'അവരെ ഒന്നിപ്പിക്കുന്നതിൽ കാമം ഒരു സഹായിയായി നിന്നു'

ടീച്ചർ: 'ഒരാളെ കാണുമ്പോൾ തന്നെ പ്രണയം തോന്നുന്നത്, സത്യമാണോ?'

ഒന്നാമൻ: 'എന്തെങ്കിലും ചിന്തിക്കാനായി സമയം കിട്ടാനല്ലേ ഈ ചോദ്യം?'

ടീച്ചർ: 'മ്മ്, മൂന്നാം ഘട്ടവും പോയി'

ഒന്നാമൻ: 'പ്രതീക്ഷ കൈവിടേണ്ട. ഇനിയും ഒരുപാട് ഘട്ടങ്ങൾ ഉണ്ടല്ലോ. എന്തായാലും ഇപ്പോൾ നിർത്താം, രാത്രി ആയല്ലോ, ഭക്ഷണം എടുക്കാം'

ടീച്ചർ: 'എവിടെ നിന്ന്? ഈ മരവിച്ച ഭൂമിയിൽ എന്ത് വളരാൻ?'

കുട്ടി: 'നമ്മൾ ഒന്നും കൃഷി ചെയ്യ്ത് എടുക്കാൻ പോകുവല്ല, അൽപ്പദൂരം അങ്ങോട്ട് ചെന്ന് കുഴിച്ചാൽ മാത്രം മതി. ഭാഗ്യം തുണയ്ക്കും എന്ന് വിശ്വാസം, ഭക്ഷണവേട്ട അവിടെ അവസാനിക്കും'

ടീച്ചർ: 'ഞങ്ങൾ തണുത്ത് മരിക്കും. നിങ്ങളിവിടെ ഇത്രേം കാലം ജീവിച്ചു വന്നവരല്ലെ, ഒന്നു പോയി ഭക്ഷണം കൊണ്ട് തരാമോ, ഞങ്ങൾ തിരികെ പോകുമ്പോൾ സഹായം ചെയ്യാം'

ഒന്നാമൻ: 'വിഷമിക്കേണ്ട. ഈ വസ്ത്രങ്ങൾ ധരിച്ചോളു, തണുപ്പിനെ തടയാൻ വളരെ നല്ലതാ. നമ്മൾ ഇത്രേം പേർക്കുള്ള ഭക്ഷണം കണ്ടെത്താൻ എനിക്കും എന്റെ കുട്ടികൾക്കും മാത്രമായി കഴിയില്ല അതാ'

ഗുരു, മരത്തിന്റെ ഉണങ്ങിയ പുറം തൊലിയും ഇലകളും ചേർത്ത് നിർമ്മിച്ച വസ്ത്രങ്ങൾ ടീച്ചർക്കും സഹായത്തിനു സന്നദ്ധ കാണിച്ച ചില വിദ്യാർത്ഥികൾക്കും നൽകി. ഗുരു, അഞ്ച് ഗുരുകുല കുട്ടികൾ, രണ്ട് അധ്യാപകർ, ഏഴ് വിദ്യാർത്ഥികൾ ഗുഹയിൽ നിന്നു പുറത്തേക്ക് നടന്നു നീങ്ങി. എല്ലാവരും ഗുരുവിനെ പിന്തുടരുകയാണ്; അദ്ദേഹം യാതൊരു അധിക വസ്ത്രവും ധരിക്കാതെ ജാഥയ്ക്ക് മുന്നിലൂടെ നടന്നു... അങ്ങനെ അവസാനം തന്റെ ലക്ഷ്യ സ്ഥാനത്ത് ഗുരു നിന്നു, നീണ്ട് കിടക്കുന്ന മഞ്ഞുഭൂമി, ജീവന്റെ ഒരു തുടിപ്പും അവിടെയില്ല. അധ്യാപകരും വിദ്യാർത്ഥികളും നിരാശരായി, ദേഷ്യം മുഖത്ത് പ്രകടമായിരുന്നു. ഗുരുവും തന്റെ കുട്ടികളും ചുള്ളിക്കമ്പുകൾ ഉപയോഗിച്ച് അവിടം കുഴിക്കാൻ ആരംഭിച്ചു, വിദ്യാർത്ഥികൾ ഈ കാഴ്ച കണ്ട് പൊട്ടിച്ചിരിച്ച് നിന്നു.

ഈ പിള്ളേർ എന്തിനാ ഇങ്ങനെ കോമാളികളെ പോലെ കിണിക്കുന്നതെന്ന് മനസ്സിലാകുന്നില്ല! അൽപ്പം പോലും ബുദ്ധിയില്ലെ ഇവർക്ക്? ഗുരുവും കുട്ടികളും വർഷങ്ങളായി ഇവിടെ താമസിക്കുന്നു, അവർക്ക് നന്നായി അറിയാം എവിടെ നിന്നാണ് ഭക്ഷണം കിട്ടുന്നതെന്ന്, അത് അറിയില്ലായിരുന്നു

എങ്കിൽ എന്നേ അവർ ഈ മരവിച്ച മഞ്ഞിനടിയിൽ അന്തിയുറങ്ങിയേനെ.

കൂട്ടച്ചിരിക്ക് ഒരറുതി വന്നു, ഗുരു മഞ്ഞിൽ കുഴിച്ച കുഴിയിൽ നിന്നൊരു നിറമില്ലാത്ത പ്ലാസ്റ്റിക് കവർ പൊക്കിയെടുത്തു; അതിനകത്ത് ചോറും എന്തോ കറിയുമുണ്ട്. ഒരു ചങ്ങല വലിച്ച് പൊക്കിയ പോലെ ഗുരുവിന്റെ കുട്ടികളും പ്ലാസ്റ്റിക് കവറുകൾ പൊക്കിയെടുക്കാൻ ആരംഭിച്ചു. ചില കവറുകളിൽ പഴങ്ങൾ ഉണ്ടായിരുന്നു, സീതപ്പഴം വരെ! മറ്റു ചില കവറുകളിൽ പാകം ചെയ്ത ഭക്ഷണങ്ങൾ, ഏറ്റവും വലിയ ആശ്ചര്യം എന്തെന്നാൽ ഒരു കുട്ടി പൊക്കിയെടുത്തത് ഒരു പിറന്നാൾ കേക്കാണ്. കഥാലോകം വളരെ ആശ്ചര്യം തന്നെ.

ഭക്ഷണം കണ്ടെത്താൻ പോയവർ തിരിച്ച് ഗുഹയിലെത്തി, നന്നായി ആക്രമിച്ചു കഴിച്ചു. ഉറക്കം ആരംഭിച്ചു... ഉറക്കത്തിന് ഒട്ടും പറ്റിയ തറയല്ലായിരുന്നു അത്, എന്നിട്ടും അവർ സുഖമായി കിടന്നു. ഈ പുസ്തകം തുടങ്ങി ആദ്യമായി ഞാനാ അവസ്ഥയിൽ എത്തി വായനക്കാരേ... വ്യക്തിസത്ത ധർമ്മസങ്കടം! അർത്ഥശൂന്യത! ഒരു വിവരണൻ എന്ന നിലയിൽ എന്ത് ചെയ്യണം എന്നറിയില്ല, ചുറ്റും മരവിച്ച മഞ്ഞുഭൂമി മാത്രം... ഞാൻ ദൃശ്യനായി! രാവിലെ സമയം എനിക്കിതിന് കഴിയില്ലായിരുന്നു, പ്രത്യേകിച്ച് അറിവുമത്സരം നടന്ന സമയം. ഇവരെയൊന്നും എണീപ്പിക്കാതെ നടക്കണമല്ലോ, ഞാൻ പതിയെ നടത്തം ആരംഭിച്ചു, പഴയതും പുതിയതുമായ അതിഥികൾക്കിടയിലൂടെ ഞാൻ നീങ്ങി; അപ്പോൾ ഞാനത് കേട്ടു!

"നിങ്ങൾ ഒന്നിങ്ങ് വരൂ" ആരൊ എന്നെ പിറകിൽ നിന്ന് വിളിച്ചു. ഞാൻ പയ്യെ തിരിഞ്ഞ് നോക്കി; ഗുരു എന്റെ പിറകിൽ നിൽക്കുന്നു.

ഒന്നാമൻ: 'നിങ്ങളല്ലേ ഈ പുസ്തകം വിവരിക്കുന്നയാൾ?'

ഞാൻ: 'അതെ ഗുരുജി, ഞാൻ തന്നെ. ഞാൻ അങ്ങയുടെ ഒരു കടുത്ത ആരാധകനായി കഴിഞ്ഞു. അങ്ങ് ഒരു വലിയ ജ്ഞാനി തന്നെ. അങ്ങ് ശരിക്കും കരുതുന്നൊ ഈ മനുഷ്യരെ നന്നാക്കിയെടുക്കാൻ പറ്റുമെന്ന്?'

ഒന്നാമൻ: 'തീർച്ചയായും. മധ്യവയസ്സുകാർ ഒഴികെ എല്ലാരെയും മാറ്റാൻ കഴിയും'

ഞാൻ: 'അതെന്താ അങ്ങനെ?'

ഒന്നാമൻ: 'മധ്യവയസ്സുള്ളവരെ മാറ്റിയെടുക്കാൻ കഴിയില്ല, അവർ അവരുടെ കാഴ്ചപ്പാടിലും അറിവിലും തന്നെ ഉറച്ചുനിൽക്കും. ഇനി കുറച്ചുകാലം മാത്രം ആയുസ്സുള്ളു എന്ന് സ്വയം പറഞ്ഞ് ജീവിക്കുന്ന അവർ, ഒരിക്കലും അവരുടെ അറിവുകൾ തെറ്റായിരുന്നു എന്ന് സമ്മതിക്കില്ല, അവർക്ക് ഇരുനൂറു ശതമാനം ഉറപ്പാണേൽ പോലും അവർ സമ്മതിക്കില്ല'

ഞാൻ: 'അങ്ങേയുടെ ജ്ഞാനം എന്നെ അത്ഭുതത്തിൽ താഴ്ത്തുന്നു'

ഒന്നാമൻ: 'ഞാൻ ആരെയും അത്ഭുതം കൊണ്ട് പൊതിയാൻ ആഗ്രഹിക്കുന്നില്ല. അറിവ് പകർന്നു കൊടുക്കുന്നു'

ഞാൻ: 'അങ്ങേയ്ക്ക് പറയാൻ ബുദ്ധിമുട്ട് ഇല്ലെങ്കിൽ, ഇതൊക്കെ എവിടുന്നാ പഠിച്ചത് എന്ന് പറയാമൊ? അങ്ങയുടെ ആ മഹാ ഗുരുനാഥൻ ആരായിരുന്നു? ഞാൻ കരുതുന്ന പോലെ കഥാത്മാവാണൊ?'

ഒന്നാമൻ: 'അതെ. ഞാൻ ഇവിടെ എത്തിയ കഥ പറയാം, എത്തിച്ച കഥ. ഒരു ദിവസം, ഞാൻ ഉറക്കമെണീറ്റപ്പോൾ ഈ ഗുഹയിൽ കിടക്കുന്നു. ആ സംഭവത്തിനു മുമ്പ്, എനിക്ക് സംഭവിച്ചത് മുഴുവൻ ഞാൻ മറന്നു. ഈ ഗുഹയിൽ അന്ന് ആദ്യമായി എത്തിപ്പെട്ട നിമിഷം ഞാനൊരു പുതിയ മനുഷ്യനായിരുന്നു, ഭൂതകാലം അറിയാത്ത ഒരാൾ. ആ

ഞെട്ടലിന് ശേഷം; ഈ ഗുഹയിൽ ചിതറി കിടന്നിരുന്ന പഴങ്ങൾ ഭക്ഷിച്ചു, പഴങ്ങൾ കൂടാതെ ഒരു കെട്ട് പുസ്തകങ്ങളും ഗുഹയിൽ ഉണ്ടായിരുന്നു, കഥ പുസ്തകങ്ങൾ. ഒന്നും ചെയ്യാൻ ഇല്ലാത്തതിനാൽ ഞാനാ പുസ്തകങ്ങൾ വായിച്ചു, അതിൽ പറഞ്ഞതെല്ലാം മനസ്സിൽ കുറിച്ചിട്ടു, ഒന്നാമനായി'

ഞാൻ: 'ഈ ഒന്നാമൻ എന്ന പേര് എവിടുന്ന് കിട്ടി? അതെന്താ ആ പേര്?'

ഒന്നാമൻ: 'അതൊരു പുസ്തകത്തിൽ നിന്ന് കിട്ടിയതാ, അതിൽ പ്രത്യേകം പറഞ്ഞിരുന്നു "ഈ പുസ്തകം വായിക്കുന്നയാൾ ആയിരിക്കും സത്യയുഗത്തിൽ പ്രവേശിക്കാൻ പോകുന്ന ഒന്നാമൻ" ആ നാമം, പേരില്ലാത്ത ഞാൻ അങ്ങെടുത്തു'

ഞാൻ: 'ആ പുസ്തകങ്ങൾ എവിടെ?'

ഒന്നാമൻ: 'അതെല്ലാം ഞാൻ വായിച്ചുകഴിഞ്ഞ് മാഞ്ഞ് പോയി, എന്ത് മായാജാലമാണെന്ന് എനിക്കറിയില്ല'

ഞാൻ: 'എനിക്കിത് ചോദിച്ചേ തീരു; മഞ്ഞിന്റെ അടിഭാഗത്ത് ഭക്ഷണം ഉണ്ടായിരുന്നുവെന്ന് എങ്ങനെ അറിയാം? ഇവിടെ കൃഷി ഉണ്ടോ? ഉണ്ടെങ്കിലത് നിലവിലുള്ള എല്ലാ കൃഷി ശാസ്ത്രത്തേയും തകർക്കുന്ന ഒന്നായിരിക്കും'

ഒന്നാമൻ: 'ആ പുസ്തകങ്ങളിൽ മറ്റൊരു നിർദേശം കൂടി ഉണ്ടായിരുന്നു; "ഭക്ഷണം കിട്ടാൻ നിങ്ങളുടെ ചുറ്റും വിശാലമായി കിടക്കുന്ന ഈ മഞ്ഞുപാടം കുഴിച്ചാൽ മതി"

ഞാൻ: 'അത് കൊള്ളാം. എന്റെ മരവിപ്പ് ചോദ്യങ്ങൾ ഞാൻ നിർത്തുന്നു. അങ്ങ് ഉറങ്ങില്ലെ?'

ഒന്നാമൻ: 'തീർച്ചയായും. എന്നാലും, തനിക്കൊരു കൂട്ടിന് ഞാൻ ഉണർന്നിരിക്കാം. നിങ്ങൾ അനുഭവിക്കുന്ന ശൂന്യത ഞാൻ തന്റെ മുഖത്ത് നിന്ന് മനസ്സിലാക്കുന്നു'

ഞാൻ: 'അങ്ങ് ദയവായി ഉറങ്ങരുത്. വിരോധമില്ലെങ്കിൽ അങ്ങ് വായിച്ച മഹാജ്ഞാന പുസ്തകങ്ങളിലെ കുറച്ചു പ്രധാന കഥകൾ ഒന്ന് വിവരിക്കാമൊ?'

(നിശബ്ദത)

• 35 •

5

ഐതീഹ്യകഥ: ഭാഗം ഒന്ന്

ഒന്നാമൻ: 'ശരി. പണ്ട് പണ്ട് ഒരിടത്ത്, 'ബിഗ്റെഞ്ച്' എന്ന് പേരുള്ള ഒരു സ്ഥലം ഉണ്ടായിരുന്നു, ആ സ്ഥലം ഭരിച്ചിരുന്നത് നരഭോജികളായിരുന്നു. സാധാരണ മനുഷ്യർ അവരുടെ മൃഗീയമായ നിയമങ്ങൾ സഹിച്ചാണ് അവിടെ കഴിഞ്ഞത്. ആ നരഭോജികളുടെ വലിയ ശരീരം കണ്ടാൽ തന്നെ അവരെ എതിർക്കാൻ ആരും തയ്യാറാവില്ല. അവിടുത്തെ നിയമങ്ങൾ; ഓരോ ആഴ്ചയും ഇത്ര പേർ നരഭോജികൾക്ക് ഭക്ഷണമാകണം, ഗർഭിണികൾ അല്ലാത്ത സ്ത്രീകളും കുട്ടികൾ ഇല്ലാത്ത സ്ത്രീകളും എല്ലാ ആഴ്ചയിലും നരഭോജി കോട്ടയിൽ എത്തണം, ഒരു തരത്തിലുമുള്ള ഒത്തുചേരലും അനുവദനീയമല്ല തുടങ്ങിയവ. അവിടുത്തെ സാധാരണ മനുഷ്യർ, ഉണങ്ങി ഒരു കമ്പിന്റെ അത്രേം കനത്തിൽ ജീവിതം മുന്നോട്ടു കൊണ്ടുപോയി; ഒരു അസ്ഥികൂടം എടുത്തു തുണിയിട്ട് കൊടുത്താൽ അവരായി. ചുവന്ന ജുബ്ബ പോലത്തെ വസ്ത്രമാണ് എല്ലാവരും ധരിച്ചിരുന്നത്. കാടന്മാരായ അധികാരികൾ സ്ത്രീകളെ കണ്ടുപിടിക്കാൻ ഒരു മന്ത്രം പഠിച്ച് വച്ചിരുന്നു; "നീണ്ട മുടി, രോമങ്ങൾ കുറവ്"

അവിടെ ജീവിക്കുന്നവർക്ക്, അവിടെ എത്തിപ്പെടുന്നതിന് മുമ്പുള്ള അവരുടെ പഴയകാല ജീവിതം, എന്തായിരുന്നുയെന്ന്

ഓർക്കാൻ കഴിഞ്ഞിരുന്നില്ല. എന്നാൽ അവിടെ ആയിരുന്നില്ല ജനിച്ചത് എന്നവർക്ക് ഉറപ്പായിരുന്നു; കാരണം, അവിടെ ജനനം സാധ്യമല്ലായിരുന്നു. ബിഗ്റെഞ്ച് ഒരു മരവിച്ച സ്ഥലമായിരുന്നു, ഒരു പുല്ല് പോലും അവിടെ കിളിച്ചിരുന്നില്ല, കാരണം അവിടുത്തെ ഭൂമി, തീയിട്ടത് പോലെ എപ്പോഴും തിളച്ച് മറിഞ്ഞുകൊണ്ടിരുന്നു. അവർ അവിടെ കുഴിക്കാൻ ശ്രമിച്ചപ്പോഴൊക്കെയും ചൂട് ദ്രാവകം അവർക്ക് നേരിടേണ്ടി വന്നു. നരഭോജി അധികാരികൾ അവർക്ക് ഒന്നും നൽകിയിരുന്നില്ല, വിശന്ന് വലഞ്ഞ് മരവിച്ച അവർക്ക്, മരണം എന്ന സുഹൃത്തിനെ കാണാൻ, എന്നിട്ടും സാധിച്ചിരുന്നില്ല. തുറന്ന് വിശാലമായി കിടക്കുന്ന ആ സ്ഥലത്ത് അധികാരികോട്ട കൂടാതെ ഒരു വാതിൽ, എങ്ങും തൊടാതെ നിന്നിരുന്നു, ആ വാതിൽ ഇടയ്ക്ക് ഒരു നിമിഷം തുറന്ന്, പുതിയ അതിഥികളെ തള്ളി അവിടേക്ക് ഇടുമായിരുന്നു. ഒരു ദിവസം ആ വാതിലിൽ കൂടെ കാടവർ എന്ന പുരുഷൻ അവിടെയെത്തി.

മറ്റുള്ളവരിൽ നിന്ന് വ്യത്യസ്തൻ ആയിരുന്നു കാടവർ; വലിയ ശരീരം, പക്ഷേ അധികാരികളുടെ ശരീരവലുപ്പം വെച്ചു നോക്കുമ്പോൾ അയാൾ ഒന്നുമല്ലായിരുന്നു. മറ്റുള്ളവർ വളരെ നല്ല രീതിയിൽ അയാളെ സ്വാഗതം ചെയ്തു. എന്നാൽ തൊട്ടടുത്ത നിമിഷം തന്നെ അവർക്ക് ഭക്ഷണം ആകാമോ എന്ന യാജന കാടവറിന്റെ ചെവിയിൽ എത്തി. അയാൾ ഞെട്ടി

കാടവർ: 'എന്തിന്? ഈ സ്ഥലം എന്താണ്? നമ്മൾ പരസ്പരം ഭക്ഷിക്കുന്ന രീതിയാണോ ഇവിടെയുള്ളത്? ആ കോട്ട ആരുടേതാ?'

ഒരാൾ: 'ഞങ്ങൾ വർഷങ്ങളായി ഇവിടെ പട്ടിണി കിടന്ന് വേദനിക്കുന്നു. ഞങ്ങളുടെ യാജനയ്ക്ക് സമ്മതം മൂളിയാൽ, ഒരു തവണയെങ്കിലും വിശപ്പില്ലാത്ത അവസ്ഥ ഞങ്ങൾക്ക് അറിയാൻ കഴിഞ്ഞേനെ'

മറ്റൊരാൾ: 'ആ കോട്ട ഇവിടുത്തെ അധികാരി കൂട്ടത്തിന്റേതാണ്, അവർ ഞങ്ങളെ ഭക്ഷിച്ചു വിശപ്പ് തീർക്കും'

കാടവർ: 'ഞാൻ നിങ്ങളുടെ യാജനക്ക് സമ്മതം മൂളിയാൽ കേവലം ഒരു ദിവസം നിങ്ങൾക്ക് സ്വസ്ഥമായി നടക്കാം. എന്റെയൊപ്പം ചേർന്ന് അവരെ നേരിടാൻ തയ്യാറുണ്ടോ? വഴി ഞാൻ പറഞ്ഞു തരാം'

ഒരാൾ: 'ഞങ്ങളെ നോക്കു, നടക്കാൻ കൂടി വയ്യ, ഞങ്ങളുടെ ശരീരത്ത് ഒരു തരി മാംസം ഉണ്ടായെന്ന് സംശയമാണ്'

ആ ജനക്കൂട്ടം നിരാശയോടെ പിരിഞ്ഞുപോയി. കാടവറും അവർക്കൊപ്പം ചേർന്നു. അവർക്ക് വേണ്ടത് കൊടുക്കാതിരുന്നിട്ടും അവർ അയാളോട് ദേഷ്യം പ്രകടിപ്പിച്ചിരുന്നില്ല. കാടവർ അവർക്കൊപ്പം, അവരുടെ ദൈനംദിന കാര്യങ്ങളിൽ ഏർപ്പെട്ടു, പ്രത്യേകിച്ച് ഒന്നുമില്ല; കോട്ടയുടെ ചുറ്റിനുമുള്ള വന്മതിലുകൾക്ക് അടുത്തൂടെ പതുക്കെ നടക്കും. ആ മതിലുകൾക്കിടയിലൂടെ പുറത്തുവരുന്ന ചെറിയ തണുത്ത കാറ്റ് കൊള്ളാൻ ചെയ്യുന്നതാണ്. ആ കാറ്റ് നന്നായി കിട്ടാൻ ഓരൊ ആഴ്ചയും ആ നരഭോജികളുടെ ഇരയാകാൻ അവർ അതിയായി ആഗ്രഹിച്ചിരുന്നു. ആ വലിയ മരുഭൂമി-സ്ഥലം ഉറങ്ങാൻ യോഗ്യതനേടിയ ഒരിടം ആയിരുന്നില്ല, ചൂട് നിറഞ്ഞ കാറ്റ് അവിടുത്തെ മണ്ണിൽ നിന്നും എപ്പോഴും പൊങ്ങിക്കൊണ്ടിരുന്നു, ആ തീക്കാറ്റ് അവരുടെ പാദങ്ങൾ എപ്പോഴും പൊള്ളിച്ചു കൊണ്ടിരുന്നു.

കാടവർ വളരെ മികച്ചൊരു നിരീക്ഷകൻ ആയിരുന്നു, നരഭോജികൂട്ടത്തെ നശിപ്പിച്ചു കോട്ട സ്വന്തമാക്കാൻ, അവൻ കഠിനമായി പഠനങ്ങൾ നടത്തി വന്നു. അങ്ങനെ അവൻ തന്റെ കൂട്ടരുമായി ആലോചിച്ച് ഒരു പദ്ധതി രൂപികരിച്ചു; കാടവർ സ്ത്രീവേഷം ധരിച്ച് കോട്ടയിൽ പ്രവേശനം നേടും.

ചുള്ളിക്കമ്പ് മനുഷ്യർക്ക് കാടവറിൽ നല്ല പ്രതീക്ഷ ഉണ്ടായിരുന്നു, കൂടാതെ ആ പദ്ധതി അവർ കേൾക്കുന്നത് ആദ്യമായി അല്ലായിരുന്നു. കാടവർ ചോദിക്കുന്നതിനു മുമ്പ് തന്നെ ഒരു സ്ത്രീ അവളുടെ മുടി അനായാസം പറിച്ചെടുത്ത് അവന് നൽകി. കാടവർ, ചൂട് കല്ലിൻ കഷ്ണം ഉപയോഗിച്ച് ശരീരത്തിലെ രോമം മുഴുവൻ കരിച്ച് കളഞ്ഞു. അവന് മുടി നൽകിയ സ്ത്രീ അവനോടൊരു അഭ്യർത്ഥന നടത്തി; "ഒരു കാരണവശാലും എന്റെ മുടി അഴിച്ചു മാറ്റരുത്"

അവരുടെ വാക്കുകൾ കാടവറിനെ നന്നായി ചിന്തിപ്പിച്ചു. അവൻ ആദ്യം കരുതിയിരുന്നത്, കോട്ടയുടെയുള്ളിൽ പ്രവേശിച്ച ഉടൻ തന്നെ മുടി അഴിച്ചു തന്റെ യഥാർത്ഥ രൂപം വെളിപ്പെടുത്താൻ ആയിരുന്നു, പിന്നെ യുദ്ധവും. കുറച്ചു കഴിഞ്ഞു സ്ത്രീകളെ കോട്ടയിൽ കൊണ്ടുപോകാൻ രണ്ട് നരഭോജികൾ വന്നു; കാടവർ ആയിരുന്നു ആദ്യ ഇര. അവനോടൊപ്പം ആറ് യഥാർത്ഥ സ്ത്രീകളേയും കൂട്ടി നരഭോജി ഭടന്മാർ കോട്ടയിൽ തിരികെ പ്രവേശിച്ചു, തന്റെ വാക്ക് സൂക്ഷിക്കാനായി കാടവർ സമാധാനം അഭിനയിച്ച് നടന്നു. കോട്ടയുടെ മനോഹാരിത കണ്ട് അവന്റെ കണ്ണ് തള്ളി. ഭടന്മാർ, ആറ് സ്ത്രീകളേയും ഒരു തടവറയിൽ കൊണ്ടിട്ടു, കാടവറിനെ മാത്രം ഒരു ആഡംബര മുറിയിൽ കൊണ്ടുപോയി. ഒരു രാജകീയ കട്ടിലിൽ ഇരുത്തി ഭടന്മാർ പോയി. കാടവർ അവിടെ നിന്നെണീറ്റ് കോട്ട ചുറ്റിക്കാണൽ ആരംഭിച്ചു.

കാടവറിന്റെ ചുറ്റിക്കറക്കം നിരവധി ഭടന്മാർ കണ്ടെങ്കിലും; ആരും വലിയ ശ്രദ്ധ കൊടുത്തില്ല. കാടവർ ഒരു മുറി കണ്ടെത്തി; പാചകം ചെയ്ത് വൈക്കോൽ കെട്ടുകൾപോലെ കെട്ടുകെട്ടായി അടുക്കി വച്ചിരിക്കുന്ന മാംസകഷ്ണങ്ങൾ. അവൻ അതിൽ നിന്നും അൽപ്പം മാംസം രുചി നോക്കാൻ എടുത്തു, കഴിച്ചു. അതിനുശേഷം കാടവർ തടവറ കണ്ടെത്തി, ചുടുകട്ടകൾ ഉപയോഗിച്ച് നിർമ്മിച്ച തടവറ, അതിന്റെ

ചെറിയ ദ്വാരങ്ങളിലൂടെ ഉൾഭാഗം കാണാമായിരുന്നു. ആ തടവറയിൽ ചുള്ളിക്കമ്പ് സ്ത്രീകളും സാധാ സ്ത്രീകളും ഉണ്ടായിരുന്നു. കാടവർ തിരിച്ച് പോയി, തന്നെ ആദ്യം ഇരുത്തിയ ആഡംബര മുറിയിൽ ചെന്നു. മണിക്കൂറുകൾ കാത്തിരുന്നു, ക്ഷമ നഷ്ടപ്പെട്ട അവൻ വീണ്ടും നടത്തം ആരംഭിച്ചു. കോട്ടയിൽ ആരും ഇല്ലായിരുന്നു; എല്ലാവരും അപ്രത്യക്ഷമായി പോയതുപോലെ ആയിരുന്നു. കാടവർ തടവറയുടെ അടുത്തെത്തി അവരെ മോചിപ്പിച്ചു, കോട്ടയുടെ അടിത്തറയിലുള്ള തടവറയും കാലിയാക്കി.

കാടവർ കോട്ടയുടെ പ്രധാന കവാടം തുറന്നിട്ട്, തന്റെ ചുള്ളിക്കമ്പ് കൂട്ടരെ അകത്തേക്ക് സ്വാഗതം ചെയ്തു. അവരെല്ലാം ഓടി ചാടി മാംസാഹാരം ഇരിക്കുന്ന മുറിയിലേക്ക് ഇരച്ചു കയറി, വർഷങ്ങൾ സഹിച്ച വിശപ്പ് അവരുടെ ശ്വസന ഗ്രന്ഥികളെ മറ്റേത് ജീവിയെക്കാളും നന്നായി ഉയർത്തിയിരുന്നു. ആ മാംസാഹാര കൂന അവർ കാലിയാക്കി, കാടവറിനെ വാനോളം പുകഴ്ത്താൻ ആരംഭിച്ചു, അവരുടെ രാജാവാക്കി. ഞെട്ടലോടെ കാടവർ രാജപദവി ഏറ്റെടുത്തു. ആ കോട്ട, നീണ്ട് വിശാലമായി കിടക്കുന്ന ഒരു പച്ചപ്പ് നിറഞ്ഞ ഭൂമിയിലാണ് നിൽക്കുന്നത്. കോട്ടമതിലിന് അപ്പുറത്തെ മരവിച്ച മണ്ണല്ല അകത്ത്; സ്വർണ്ണം പോലും വിളയിക്കാൻ വളശക്തിയുള്ള മണ്ണ്. കാടവറിന്റെ പ്രജകൾ അവിടെ കൃഷി ചെയ്യാൻ ആരംഭിച്ചു, വിശ്വസിക്കാൻ കഴിയാത്ത അളവിൽ വിളവ്, ഒറ്റ ദിവസം കൊണ്ട് അവർക്ക് ലഭിച്ചു.

കാടവറിന് രാജാവ് എന്ന അധികാരത്തിൽ വലിയ തലവേദന ഇല്ലായിരുന്നു, കാരണം അവന്റെ പ്രജകൾ ഏറ്റവും നിഷ്കളങ്കമായ മനുഷ്യർ ആയിരുന്നു എന്നതാണ്. എന്നാൽ ഒരാഴ്ച കഴിഞ്ഞപ്പോൾ, അവരുടെ ചുള്ളിക്കമ്പ് രൂപം അപ്പാടെ മാറി. കാടവർ തന്റെ പ്രജകളെ കർഷകർ, പടയാളികൾ എന്നീ രണ്ട് തരത്തിൽ വേർതിരിച്ചു. വലിയ ഒരു

സൈന്യത്തെ ഉണ്ടാക്കുന്നതിൽ അതീവ പ്രാധാന്യം നൽകി, കാരണം ഒരു ഭയാനകമായ തിരിച്ചാക്രമണം എപ്പോൾ വേണമെങ്കിലും സംഭവിക്കാം. ഒരു മാസം കഴിഞ്ഞപ്പോൾ; കാടവറിന്റെ പ്രജകൾ എല്ലാരും ആകെ അസ്വസ്ഥരായി, സ്ത്രീകൾക്ക് നേരെയുള്ള ആക്രമണം വർദ്ധിച്ചു. ഈ പ്രശ്നത്തെ തടയാൻ കാടവർ വിവാഹം എന്ന സമ്പ്രദായം അവിടെ എത്തിച്ചു, സ്ത്രീകൾക്ക് നേരെയുള്ള ആക്രമണം ഇല്ലാതാക്കാൻ സാധിച്ചു.

വിവാഹ സമ്പ്രദായം കുടുംബങ്ങൾ, കുട്ടികൾ എന്നിവയിലേക്ക് വഴിവച്ചു. കോട്ടയിൽ സന്തോഷം നിറഞ്ഞു. കുറച്ചു വർഷങ്ങൾക്കു ശേഷം; സ്ത്രീകൾക്ക് നേരെയുള്ള ആക്രമണം വീണ്ടും ആരംഭിച്ചു. പുതുതായി ആ സ്ഥലത്ത് എത്തിയ മനുഷ്യർ ആയിരുന്നു പ്രശ്നക്കാർ. അവിടുത്തെ സ്ത്രീകളുടെ എണ്ണക്കുറവ് പുതുതായി വന്ന പുരുഷന്മാരെ ക്ഷുഭിതരാക്കി. എന്ത് ചെയ്യണം എന്നറിയാതെ കാടവർ അവരോട് സൈനിക കാര്യങ്ങളിൽ കൂടുതൽ ശ്രദ്ധ കാണിക്കാൻ നിർദ്ദേശിച്ചു. വിവാഹിതരായ പുരുഷന്മാർ കൊല്ലപ്പെടാൻ തുടങ്ങി, ദിവസംതോറും വർദ്ധിച്ചു. കാടവറിന് കാര്യങ്ങളെ പറ്റി വ്യക്തമായ ധാരണ ഉണ്ടായിരുന്നു, അവൻ അനാഥരായ സ്ത്രീകളെയെല്ലാം ഒരു പ്രത്യേക കെട്ടിടത്തിൽ പാർപ്പിച്ചു, ആ പ്രത്യേക സ്ഥലം അവിവാഹിതർക്ക് തുറന്ന് കൊടുത്തു.

ഒരു വർഷത്തോളം കാര്യങ്ങൾ നന്നായി നടന്നു; എന്നാൽ അതുകഴിഞ്ഞ്, ഒരു മഹാദുരന്തം സംഭവിച്ചു. ആ കോട്ടയും അതിന് ചുറ്റിനും പിഞ്ച് അനാഥ കുഞ്ഞുങ്ങൾ നിറഞ്ഞു. എന്താ സംഭവിച്ചതെന്ന് വച്ചാൽ; വിവാഹം കഴിക്കാത്തവർക്ക് സന്തോഷിക്കാൻ നിർമ്മിച്ചു കൊടുത്ത പ്രത്യേക സ്ഥലത്ത്; വിവാഹം കഴിഞ്ഞ് വിശ്വാസത്തോടെ കഴിഞ്ഞിരുന്ന എല്ലാവരും അവരുടെ സത്യസന്ധത കാറ്റിൽ പറത്തി, ആ

പ്രത്യേക സ്ഥലത്ത് ഒത്തുകൂടി ആഘോഷിക്കാൻ തുടങ്ങിയതാണ്. അങ്ങനെ സംഭവിച്ച സത്യസന്ധ ലംഘനത്തിൽ ഉണ്ടായ അനാഥരായ പാവം കുഞ്ഞുങ്ങൾ, ആർക്കും വേണ്ടാതെ ഉപേക്ഷിക്കപ്പെട്ടു. പ്രജകൾ മാറാൻ തയ്യാറായില്ല, അവരെ എതിർത്ത കാടവറിനെ അവിടെ നിന്ന് ഓടിച്ചുവിട്ടു. അങ്ങനെ എല്ലാത്തിനും അവസാനം, പണ്ട് മാഞ്ഞുപോയ നരഭോജികൂട്ടം തിരികെവന്നു, കോട്ട തിരികെ എടുത്തു.

അൽപ്പസമയം കഴിഞ്ഞ്; കാടവറും പ്രജകളും അവരുടെ പഴയ ചുള്ളിക്കമ്പ് ജീവിതത്തിലേക്ക് മടങ്ങിപ്പോയി. ഒരു മാസം കഴിഞ്ഞപ്പോൾ; എല്ലാവരും ചുള്ളിക്കമ്പ് പോലെയായി, കാടവർ ഉൾപ്പെടെ അസ്ഥികൂടത്തിൽ വസ്ത്രം അണിയിച്ച ഭയാനക രൂപം സ്വീകരിച്ചു. അവർ എല്ലാവരും കോട്ടയുടെ മതിലുകൾക്ക് ചുറ്റും പതിയെ നടന്നുനീങ്ങി' (ഒന്നാമന്റെ വിവരണം അവസാനിച്ചു)

ഞാൻ: 'അത് കഴിഞ്ഞ് പുതിയ കാടവർ വന്നു, കഥ വീണ്ടും ആരംഭിച്ചു?'

ഒന്നാമൻ: 'നിങ്ങൾക്ക് തീരുമാനിക്കാം, കഥയുടെ സത്ത മനസ്സിലായൊ?'

ഞാൻ: 'കഷ്ടപ്പാടുകൾ മാറി നല്ല ജീവിതം ലഭിച്ചപ്പോൾ, അവർ പാപങ്ങളുമായി കൂട്ടുകൂടി, സ്വയം നാശം വരുത്തിവച്ചു'

ഒന്നാമൻ: 'അവർ എന്തായിരുന്നു ചെയ്യേണ്ടിയിരുന്നത്?'

ഞാൻ: 'വരാൻ പോകുന്ന ആക്രമങ്ങളെ തടുക്കാൻ പരിശീലിച്ച്; സൈന്യം ഒരുക്കി, യുദ്ധ മുറകൾ പഠിച്ചും, സൗഹൃദങ്ങൾ സൃഷ്ടിച്ചും, കോട്ടയെ ആയുധങ്ങൾ കൊണ്ട് നിറച്ചും, കരുത്ത് വരുത്തുകയും ചെയ്യണമായിരുന്നു'

ഒന്നാമൻ: 'പക്ഷെ ഒന്നും ചെയ്യാതെ അവരുടെ സ്വാർത്ഥ ആഗ്രഹങ്ങൾ നടത്താൻ പ്രധാന്യം കാണിച്ചു. വർഷങ്ങളായി

അനുഭവിച്ച വേദനകൾ അവർ മറന്നു'

ഞാൻ: 'അവർക്ക് ലഭിച്ച ഐശ്വര്യത്തിന് വില നൽകിയില്ല!'

ഒന്നാമൻ: 'അതെ, അവരെ ശിക്ഷിച്ചിരുന്ന നരഭോജി കൂട്ടത്തിന് എന്തു സംഭവിച്ചു എന്ന് അന്വേഷിക്കാതെ, ഭാവിയെ പറ്റി ചിന്തിക്കാതെ; പാപങ്ങളുടെ കൂട്ടുപിടിച്ചു'

ഞാൻ: 'എന്തെങ്കിലും നഷ്ടപ്പെടുമ്പോൾ മാത്രമേ അതിന്റെ വില മനസ്സിലാകൂ. ഞാൻ ഓർക്കുന്നു; കഴിഞ്ഞ പുസ്തകം വിവരിച്ചു കൊണ്ടിരുന്നപ്പോൾ, എനിക്ക് ദേഷ്യവും വെറുപ്പും തോന്നിയിരുന്നു. പക്ഷേ ഞാൻ തിരിച്ച് കുപ്പിയിൽ എത്തിയപ്പോൾ, എന്റെ വിവരണ സമയം ആസ്വദിക്കാതെ ഇരുന്നതിൽ എനിക്ക് കുറ്റബോധമുണ്ടായി. ദേ ഇപ്പോൾ പുതിയ പുസ്തകത്തിൽ നിൽക്കുന്ന നിമിഷത്തിലും എനിക്ക് ദേഷ്യവും മരവിപ്പും അനുഭവപ്പെടുന്നു. ഈ അവസ്ഥ വന്നും പോയും നിൽക്കും'

ഒന്നാമൻ: 'അതെന്താണെന്ന് വച്ചാൽ, നമ്മുക്ക് നമ്മളെ പറ്റി ചിന്തിക്കാൻ സമയവും അവസരവും ഉള്ളപ്പോൾ, നല്ല തീരുമാനങ്ങൾ എടുക്കാൻ നമ്മുക്ക് സാധിക്കും. എന്നാൽ പാപത്തിന്റെ അദൃശ്യ ശക്തികളുടെ ഇടപെടൽ, നമ്മളെ സ്വയം ചിന്തിക്കുന്നതിൽ നിന്ന് പിന്മാറ്റും, അങ്ങനെ മനസ്സിനെ കൈവിട്ടു കളയും'

ഞാൻ: 'ചിലപ്പോൾ കാടവറിന്റെ പ്രജകൾ, വർഷങ്ങളായി സഹിച്ച കഷ്ടതകൾ കൊണ്ട് വയ്യാതായിരുന്ന സാഹചര്യത്തിൽ; അവരുടെ മനസ്സിനെ പാപ-ഊർജ്ജം കീഴ്പ്പെടുത്തിയത് ആയിരിക്കും'

ഒന്നാമൻ: 'അതെ. കാടവറിന്റെ പ്രജകൾക്ക് രണ്ട് തീരുമാനങ്ങൾ മുമ്പിൽ ഉണ്ടായിരുന്നു; അവരുടെ നന്മ വശം ഉയർത്തുക അല്ലെങ്കിൽ അവരുടെ തിന്മ വശത്തെ —

(കാലൊച്ച)

ഞാൻ: 'ആരാണത്? ഞാൻ അദൃശ്യനാകുന്നു... വിദ്യാർത്ഥി, ഈ സമയം എന്തുവാ. പാവം ഗുരുജി'

ഒന്നാമൻ: 'എന്താ മോനെ? നിന്നെ ഉറക്കത്തിൽ നിന്ന് എണീപ്പിക്കാൻ എന്താണ് കാരണം?'

വിദ്യാർത്ഥി: 'ഗുരുജി, ഞാൻ അങ്ങയുടെ കടുത്ത ആരാധകനായി മാറി. ദേ ആ കാണുന്ന സുന്ദരി കുട്ടിയെ പ്രണയിക്കാൻ എനിക്ക് അനുവാദം തരാമൊ?'

ഒന്നാമൻ: 'അത് എന്റെ കുട്ടികളിൽ ഒരാൾ ആണല്ലൊ, മോന് നല്ല ധൈര്യം ആണല്ലൊ. നമ്മുക്കൊന്ന് പരിചയപ്പടാം'

വിദ്യാർത്ഥി: 'ഞാൻ വളരെ നല്ലവനാണ് ഗുരു, ഞാൻ ആദ്യമായാണ് പ്രണയിക്കുന്നത്. ഈ കുട്ടിയെ ചതിക്കില്ല എന്ന് വാക്ക് തരുന്നു'

ഒന്നാമൻ: 'മോന്റെ ശക്തികളും കഴിവുകളും തിരിച്ചറിഞ്ഞൊ? എന്റെ കുട്ടിയുടെ മുഖസൗന്ദര്യം കണ്ടിട്ടല്ല മോന് ഇഷ്ടം വന്നത് എന്ന് ഉറപ്പല്ലെ?'

വിദ്യാർത്ഥി: 'എന്റെ സ്നേഹം ശുദ്ധമാണ്, ശരീരവുമായി ബന്ധമില്ല. വിവാഹത്തിനു മുമ്പ് അവളെ തൊടില്ല എന്ന് അങ്ങേയ്ക്ക് ഇതാ വാക്ക് തരുന്നു'

ഒന്നാമൻ: 'കുട്ടിയെ ഇഷ്ടപ്പെടാൻ എന്താ കാരണം?'

വിദ്യാർത്ഥി: 'കണ്ടപ്പോൾ തന്നെ ഇഷ്ടമായി, നല്ല ഹൃദയത്തിന് ഉടമയാണീ കുട്ടി എന്ന് കണ്ടപ്പോൾ തന്നെ മനസ്സിലായി'

ഒന്നാമൻ: 'അതെങ്ങനെ? മോൻ ഇപ്പോഴും എന്റെ പഴയ ചോദ്യത്തിന് ഉത്തരം തന്നില്ല, കഴിവുകൾ?'

വിദ്യാർത്ഥി: 'ഞാൻ എല്ലാ ദിവസവും വ്യായാമം ചെയ്യും, നല്ല ശക്തനാണ്, അത് മതിയാവുമൊ?'

ഒന്നാമൻ: 'തീർച്ചയായും. എന്താണ് സംശയം. കഴിവുകളിൽ വിശ്വാസമില്ലാത്തത് എന്താണ്. സ്വന്തം ആരോഗ്യത്തെ സംരക്ഷിക്കുന്നത് വളരെ പ്രധാനമാണ്,

എല്ലാവർക്കും ചെയ്യാൻ പറ്റുന്നൊരു കാര്യമല്ല അത്'

വിദ്യാർത്ഥി: 'ഞാൻ അങ്ങനെ ചിന്തിച്ചിട്ടില്ല. എന്റെ മാതാപിതാക്കൾക്ക് ഞാൻ വ്യായാമം ചെയ്യാൻ പോകുന്നത് ഇഷ്ടമല്ല, പകരം വീട്ടിലിരുന്ന് പഠിക്കാൻ പറയും. ഞാൻ ജിംനേഷ്യത്തിൽ ചേർന്നത് പഠിക്കുന്നതിൽ നിന്ന് രക്ഷപ്പെടാൻ ആണെന്നാണ് അവർ പറയുന്നത്' (കരയുന്നു)

ഒന്നാമൻ: 'ശാന്തനാകു മോനെ. നിന്റെ വിഷമം ഞാൻ മനസ്സിലാക്കുന്നു. നീ വളരെ നല്ല കുട്ടിയാണ്. ഇതേപോലെ മറ്റെന്തൊക്കെ കഴിവുകളുണ്ട് മോന്? വേറെ ഒന്നുമില്ല എന്ന് പറയാനും മടിക്കേണ്ട, ഞാൻ ഒന്നും വിചാരിക്കാൻ പോന്നില്ല'

വിദ്യാർത്ഥി: 'പടം വരയ്ക്കാൻ അറിയാം, സ്കൂളിൽ പഠിച്ചപ്പോൾ സമ്മാനം കിട്ടീട്ടുണ്ട്'

ഒന്നാമൻ: 'സ്കൂളിന് ശേഷം എന്ത് സംഭവിച്ചു? വരയ്ക്കുന്നത് നിർത്തിയൊ?'

വിദ്യാർത്ഥി: 'നിർത്തേണ്ടി വന്നു, കാരണം എന്റെ പഠത്തത്തിൽ കൂടുതൽ ശ്രദ്ധ നൽകേണ്ട ആവശ്യം വന്നു'

ഒന്നാമൻ: 'പഠത്തവും വരപ്പും ഒരുമിച്ചു കൊണ്ട് പോകാഞ്ഞത് എന്തെ? തെറ്റായിപ്പോയി, രണ്ടും ഒരുമിച്ചു കൊണ്ട് പോകണമായിരുന്നു. നിന്റെ കഴിവ് ഉയർത്താൻ പഠത്തം ഉപേക്ഷിക്കാൻ ഞാൻ പറയുമെന്ന് കരുതിയോ? മോനെ, നീ എത്ര ഉയർന്ന മാർക്ക് മേടിക്കുന്നു എന്നത് പ്രശ്നമല്ല, പറ്റുന്ന രീതിയിൽ പഠിക്കുക എന്നതാണ് മുഖ്യം. നിനക്ക് വരപ്പ് അത്ര ഇഷ്ടമായിരുന്നു എങ്കിൽ, നീ ഉറപ്പായും പഠനത്തിനൊപ്പം വരപ്പും കൊണ്ട് പോയേനെ'

വിദ്യാർത്ഥി: 'ഗുരുജീ, ഞാൻ പറയുന്നത് കേൾക്കൂ. എന്റെ മാതാപിതാക്കൾ എന്നെ നിർബന്ധിച്ച് വരപ്പ് നിർത്തിച്ചതാണ്, സമയനഷ്ടം എന്നാണ് അവർ പറഞ്ഞിരുന്നത്. ഞാൻ നിഷ്കളങ്കൻ ആയിരുന്നു, അവരെ എതിർക്കാൻ എനിക്ക് കഴിയില്ലായിരുന്നു'

ഒന്നാമൻ: 'ക്ഷമിക്കണം മോനെ, ഞാൻ ഇപ്പോഴും പറയുന്നു നിന്റെ തെറ്റായിരുന്നു എന്ന്. നിനക്ക് താല്പര്യമുള്ള നല്ല കാര്യങ്ങൾ ചെയ്യാൻ, ആരുമായും പൊരുതാൻ നീ തയ്യാറാകണമായിരുന്നു. ഇപ്പോഴും സമയമുണ്ട് നിനക്ക് നിൻറെ ആഗ്രഹങ്ങൾ നിറവേറ്റാൻ. ഇന്ന് മുതൽ വരയ്ക്കാൻ തുടങ്ങിക്കോളൂ, എന്റെ ആശംസകൾ. വ്യായാമ ചിട്ടകൾ മറന്ന് പോകരുത്'

വിദ്യാർത്ഥി: 'എനിക്കിപ്പോൾ അങ്ങനെ തോന്നുന്നില്ല. വരയ്ക്കുന്ന കഴിവ് ഇപ്പോഴും എന്നിലുണ്ടെന്ന് ഞാൻ കരുതുന്നില്ല. ഇനി ഉണ്ടേലും ഒരു നല്ല ജീവിതം നയിക്കാൻ അത് മതിയാകുമെന്ന് ഒട്ടും തോന്നുന്നില്ല'

ഒന്നാമൻ: 'മോന്റെ കൈ ഒന്ന് കാണിച്ചെ... ദേ ഈ വര കണ്ടോ? ഇത് സർഗ്ഗാത്മക കഴിവിന്റെ വരയാണ്. ഈ കൂട്ടം കൂടി കിടക്കുന്ന വരകൾ ആത്മാവുള്ള മനോഹാരിത കാണിക്കുന്നു. കണ്ണുകൾ ഒന്ന് തുറന്ന് കാണിച്ചെ... അതെ, എന്റെ സംശയങ്ങൾ ശരിയാണ്, നീയൊരു കലാകാരൻ തന്നെയാകണം, അത് നിന്നെ സമ്പത്തിലേക്കും മറ്റ് ഐശ്വര്യങ്ങളിലും എത്തിക്കും, ജീവിതം നന്നായി വരും. ഇപ്പോൾ സന്തോഷമായയൊ?'

വിദ്യാർത്ഥി: 'വളരെ സന്തോഷം ഗുരുജി'

(നിശബ്ദത)

ഞാൻ: 'ങ്ങേ! ഇവിടെ എന്താ സംഭവിച്ചത്? ആ ചെക്കൻ അങ്ങയെ കാണാൻ വന്നകാര്യം മറന്ന് പോയൊ? എന്ത് മായാജാല പരിപാടിയാണത്?'

ഒന്നാമൻ: 'അത് ജാലവിദ്യ ഒന്നുമല്ല. ആ കുട്ടി എന്നെ സമീപിച്ചപ്പോൾ അവനൊട്ടും ആത്മധൈര്യം ഇല്ലായിരുന്നു, ഒപ്പം നിരവധി ഭയങ്ങളും ഉണ്ടായിരുന്നു. തന്റെ ആത്മധൈര്യ കുറവ് മറ്റുള്ളവരിൽ നിന്നും മറച്ചു പിടിക്കാൻ, അവനെ കൊണ്ട് അവൻ തന്നെ പറയിച്ചതാണ് എന്റെ കുട്ടികളിൽ

ഒരാളുമായി ഇഷ്ടത്തിലാണെന്ന കാര്യം. ഒരു പങ്കാളിയെ കണ്ടെത്തിയ കഴിവ് മറ്റുള്ളവർ അംഗീകരിക്കും എന്നവൻ കരുതിയിരുന്നു'

ഞാൻ: 'ശരിക്കും ആ ബുദ്ധി പ്രയോഗികമാണോ?'

ഒന്നാമൻ: 'അതെ. തീർച്ചയായും. അവനെ ഇഷ്ടപ്പെടാൻ മാത്രം യോഗ്യതകൾ അവനുണ്ട് എന്ന് ബാക്കി മനുഷ്യരെ അറിയിക്കുന്നത്, അവനെ സംബന്ധിച്ച് വളരെ ആശ്വാസകരമാണ്. മറ്റു യോഗ്യതകൾ നേടാൻ താത്പര്യവും സമയവും ആവശ്യമാണ് എന്നവൻ മനസ്സിലാക്കിയിരുന്നു'

ഞാൻ: 'അവനെന്താ അങ്ങനെയൊരു വഴി തിരഞ്ഞെടുത്തത്? ശരിക്കും അതൊരു യോഗ്യതയാണോ?'

ഒന്നാമൻ: 'മൃഗ സാമ്രാജ്യത്തിൽ അങ്ങനെയുണ്ട്. മനുഷ്യ, മൃഗ ചരിത്രത്തെ പറ്റി തീരെ അറിവില്ലേ തനിക്ക്? മൃഗങ്ങൾക്ക് മൂന്ന് പ്രധാന ഉദ്ദേശങ്ങളാണ് ഉള്ളത്; ഭക്ഷണം കണ്ടെത്തൽ, എതിരാളികളെ തകർക്കുക, പിന്നെ എല്ലാറ്റിനും ഉപരി – ഒരു ഇണയെ കണ്ടെത്തുക. ഞാൻ പറഞ്ഞത് ഈ അവസാന ഉദ്ദേശത്തെ കുറിച്ചാണ്'

ഞാൻ: 'അതെ, എനിക്കറിയാം. ഞാൻ ഉദ്ദേശിച്ചത് വ്യായാമം ചെയ്യുന്നത് എങ്ങനാ ഒരു കഴിവാകുന്നത് എന്നാണ്? ഞാൻ ഉദ്ദേശിച്ചത് അതിനെ പ്രശംസിക്കേണ്ട കാര്യമുണ്ടോ?'

ഒന്നാമൻ: 'എന്തിനാ സംശയം? ചിട്ടയായി വ്യായാമം ചെയ്യുന്നത് ഒരു കഴിവ് തന്നെയാണ്, കാരണം, അങ്ങനെ ചെയ്യുന്നത് ശരീരത്തിൽ അധികമായിയുള്ള, ഞാൻ നേരത്തെ പറഞ്ഞ ഊർജ്ജത്തെ, നന്നായി ഉപയോഗിച്ച് തീർക്കാൻ സഹായിക്കുന്നു'

ഞാൻ: 'എന്തായാലും പ്രഭാതം എത്താറായി. എനിക്ക് അദൃശ്യനാകാൻ സമയമായി, അങ്ങയുടെ സംവാദമത്സരം വിവരിക്കാൻ തുടങ്ങട്ടെ, പിന്നെ കാണാം ഗുരുജി'

ഒന്നാമൻ: 'നന്നായി വിവരിക്കാൻ കഴിയട്ടെ'

ടീച്ചർ: 'ആരോടാ സംസാരിക്കുന്നത്? അടുത്ത ഘട്ടം തുടങ്ങണ്ടെ?'

ഒന്നാമൻ: 'എന്താണിത്ര ധൃതി? മറ്റുള്ളവരും എണീക്കട്ടെ, അല്പ്പം ക്ഷമിക്കാം'

ടീച്ചർ: 'എല്ലാരും എണീറ്റെ, പെട്ടെന്ന്. അടുത്ത ഘട്ടം തുടങ്ങാൻ സമയമായി, ആർക്കും വീട്ടിൽ പോകണ്ടെ?'

വിദ്യാർത്ഥി: 'പോണം. വരൂ തുടങ്ങാം. ആര് തുടങ്ങും? ആരെങ്കിലും എന്തെങ്കിലും മനസ്സിൽ കരുതി വച്ചിട്ടുണ്ടോ?'

6

പരിശുദ്ധ സംവാദം: ഭാഗം രണ്ട്

ടീച്ചർ: 'ഞാൻ തുടങ്ങാം. എന്താണ് ജീവിതം? ജീവിതത്തിന് മൂല്യമുണ്ടോ?'

ഒന്നാമൻ: 'അത് ഒരു വ്യക്തിപരമായ തീരുമാനമാണ്. എന്റെ അഭിപ്രായം മൂല്യമുണ്ട് എന്ന് തന്നെയാണ്'

ടീച്ചർ: 'ജീവിതം അർത്ഥവത്താണോ? പറയൂ'

ഒന്നാമൻ: 'അങ്ങനെ ആയിരിക്കണം, എന്നാൽ ഒരാൾ ജീവിതം അർത്ഥശൂന്യമാണെന്ന് നിലപാട് എടുത്താൽ, അയാൾ തന്റെ ബാക്കി ജീവിതം അല്ലെങ്കിൽ ആയുസ്സ്, ഭൂമിക്കായി നൽകണം, അയാൾ മനുഷ്യരേയും മറ്റ് ജീവജാലങ്ങളേയും സഹായിക്കാൻ സന്നത കാണിക്കണം'

രക്ഷിതാവ്: 'അതിനെയാണ് ഞങ്ങളുടെ ഭാഷയിൽ ജോലി ചെയ്യുക എന്ന് പറയുന്നത്, ശമ്പളം കിട്ടും എന്ന വ്യത്യാസം മാത്രം'

വിദ്യാർത്ഥി: 'ഒരാൾ തന്റെ ജീവിതം ശൂന്യമാണെന്ന് കണ്ട് ആത്മഹത്യ ചെയ്യുന്നതിനെ പറ്റി അങ്ങയുടെ അഭിപ്രായം എന്താണ്'

കുട്ടി: 'ആത്മഹത്യ ചെയ്യുന്നത് ഏറ്റവും വലിയ പാപങ്ങളിൽ ഒന്നാണ്. ഭൂമിയോട്, ഒരു ബഹുമാനവും

തനിക്കില്ല എന്ന് പറയുന്നതിന് തുല്യമാണ്"

വിദ്യാർത്ഥി: 'ഭൂമിയൊ! ശരിക്കും? ഭൂമിക്ക് മൊത്തം എണ്ണൂറ് കോടി മനുഷ്യരില്ലെ ബഹുമാനം കാണിക്കാൻ. പിന്നെന്താ?'

ഒന്നാമൻ: 'ഭൂമിയെ ബഹുമാനിക്കുക എന്ന് വച്ചാൽ; വെള്ളം, വായു, ഭക്ഷണം തുടങ്ങിയ, മനുഷ്യരുടെ നിലനിൽപ്പിന് ഭൂമി നൽകുന്ന ഊർജ്ജം, ഈ ഊർജ്ജത്തെ ബഹുമാനിക്കുക എന്നതാണ്. ആത്മഹത്യ ചെയ്യുന്നത്, ഭൂമിയുടെ ഈ സേവനത്തെ കളിയാക്കുന്നത് പോലെയാണ്"

ടീച്ചർ: 'ജീവിതം അർത്ഥവത്താക്കാൻ എന്തൊക്കെ വഴികളുണ്ട്?'

വിദ്യാർത്ഥി: 'അതിനായി, ഉയർന്ന മാർക്ക് മേടിക്കൽ, മലകൾ കീഴടക്കൽ, ഉയർന്ന ജോലി, മുപ്പതിന് മുമ്പ് വിവാഹം തുടങ്ങിയ കാര്യങ്ങൾ അത്യാവശ്യമാണൊ?'

രക്ഷിതാവ്: 'അപ്പോൾ ഇതൊക്കെ നിനക്കറിയാം. പിന്നെ എന്തിനാ വീണ്ടും തോൽക്കുന്നത്?'

കുട്ടി: 'ജീവിതത്തിന് അർത്ഥം വരുത്താൻ; നിങ്ങളുടെ സമയം, സമ്പത്ത്, സ്നേഹം, കരുണ എന്നിവ മറ്റുള്ളവർക്ക് പകർന്ന് നൽകാൻ ശ്രമിക്കണം. അവർ മറ്റുള്ളവർക്ക് കൊടുക്കും, അങ്ങനെ ആ ചക്രം കറങ്ങി നടക്കും, ഇങ്ങനെ ബഹുമാനവും സ്നേഹവും കൊണ്ടു നിറഞ്ഞ ചക്രം മാത്രം മതി ജീവിതം പൂർണ്ണമാക്കാൻ'

രക്ഷിതാവ്: 'ഈ അർത്ഥങ്ങൾ കൊണ്ടുള്ള കളി ഒന്ന് നിർത്ത്! എന്താണ് ജീവിതം എന്ന് പറ!'

ഒന്നാമൻ: 'ജീവിതം, നമ്മളെ നമ്മൾത്തന്നെ മെച്ചപ്പെടുത്താനുള്ള ഒരു അവസരമാണ്. നമ്മുടെ പ്രത്യേക കഴിവുകളും ശക്തികളും ഉപയോഗിച്ച് നമ്മളേയും മറ്റുള്ളവരേയും നന്നാക്കാനുള്ള അവസരം. അതുപോലെ, നമ്മൾ ഏവരുടേയും വിജയങ്ങളും നേട്ടങ്ങളും ആഘോഷിച്ച്, അടുത്ത തലമുറയ്ക്ക് മത്സരം കൈമാറുന്ന—

ടീച്ചർ: 'അപ്പോൾ ശരിക്കും മത്സരം തന്നെ!'

ഒന്നാമൻ: 'അതെ, സന്തോഷം പകരാനും മറ്റുള്ളവരെ സഹായിക്കാനുമുള്ള മത്സരം, കാരണം മറ്റ് മനുഷ്യരെ നാം സഹായിച്ചാൽ അവർ, ആ ഉപകാരം മറ്റുള്ളവർക്ക് കൊടുത്തു തൃപ്തി നേടും. ഒന്നുമില്ലേൽ അവർക്ക് അറിയാവുന്ന മനുഷ്യരെയെങ്കിലും അവർ സഹായിക്കും'

രക്ഷിതാവ്: 'എന്തൊരു ഉറക്കംതൂങ്ങി വിവരണം ആടൊ! നിങ്ങൾ പറയുന്നത് എന്തെന്നാൽ; എല്ലാവരും കഷ്ടപ്പെട്ട് അധ്വാനിച്ച് നേടുന്ന സമ്പത്ത്, വെറുതെ വല്ലവർക്കും വാരി കൊടുക്കുക, എന്നിട്ട് അവരത് വേറെ ആൾക്കാർക്ക് കൊടുക്കുന്നതും നോക്കി നിൽക്കണം അല്ലേ! നിങ്ങൾ എങ്ങനെ ഇത്തരം വിവരണങ്ങൾ പറയുന്നു എന്നതിൽ എനിക്ക് ആശ്ചര്യം ഒട്ടുമില്ല, ഒരു മരവിച്ച പ്രദേശത്ത് ഒറ്റയ്ക്ക്, കുറച്ച് പിള്ളേരുമായി— ഈ പൊടി പിള്ളേരെ ഈ പൊട്ടത്തരങ്ങൾ പഠിപ്പിച്ചു നശിപ്പിക്കാൻ തനിക്കാരാണ് അധികാരം തന്നത്!'

ഒന്നാമൻ: 'ഞാൻ ഉദ്ദേശിച്ചത് സമ്പത്ത് മാത്രമല്ല. മനുഷ്യർക്കാകെ വേണ്ടത് സമ്പത്ത് മാത്രമല്ല. അവർക്ക് അവരുടെ വിഷമങ്ങളും, അഭിപ്രായങ്ങൾ പറയാനും, ഉപദേശങ്ങൾ കിട്ടാനും ആഗ്രഹമുണ്ട്. സമ്പത്ത്, ആ ചക്രത്തിലെ ഒരു ഭാഗം മാത്രമാണ്. എല്ലാ മനുഷ്യർക്കും ജീവിതം ആസ്വദിക്കാനുള്ള അവകാശമുണ്ട്, മറ്റുള്ളവർ നന്നായി ഇരിക്കുന്നുവൊ എന്നറിയാൻ എല്ലാവരും ശ്രദ്ധിക്കണം; ചുറ്റും ജീവിക്കുന്ന മനുഷ്യരെയെങ്കിലും'

രക്ഷിതാവ്: 'എല്ലാവരും സ്വയമങ്ങ് കഷ്ടപ്പെട്ടാൽ, ഈ ബാക്കി ഉള്ളോരെ സഹായിച്ച് സന്തോഷിപ്പിക്കേണ്ട സാഹചര്യം വരികയില്ല. ഈ പറഞ്ഞതിന് മറുപടി ഉണ്ടൊ?'

കുട്ടി: 'സന്തോഷം എന്താണ്. അങ്ങ് ഇതിനുമുമ്പ് എന്നാണ് സന്തോഷിച്ചത്? സന്തോഷം ലഭിക്കാൻ അങ്ങ് ചെയ്യുന്ന

കാര്യങ്ങൾ എന്തൊക്കെയാണ്?'

രക്ഷിതാവ്: 'ഒരുപാട് ചോദ്യങ്ങൾ ഉണ്ടല്ലോ കുട്ടിയുടെ പക്കൽ! എന്തായാലും പറയാം, സന്തോഷം വരുമെന്ന് ലോകം അംഗീകരിച്ച കാര്യങ്ങൾ ചെയ്യുമ്പോൾ കിട്ടുന്ന അനുഭൂതിയാണ് സന്തോഷം'

ഒന്നാമൻ: 'അതെന്തൊക്കെയാ?'

രക്ഷിതാവ്: 'മ്മ്... മറ്റ് രാജ്യങ്ങൾ സന്ദർശിക്കുക, സിനിമ കാണുക, എവിടേലും വിനോദ സഞ്ചാരത്തിന് പോവുക... കല്ല്യാണം കഴിക്കുക'

ഒന്നാമൻ: 'നിങ്ങൾ ഈ പറഞ്ഞതിൽ ഏതാണ് അവസാനമായി ചെയ്യ്തത്?'

രക്ഷിതാവ്: 'യാത്ര, ഞാനും എന്റെ കുടുംബവും മെബ്ളൻ താഴ്വാരത്ത് കഴിഞ്ഞ മാസം യാത്ര പോയിരുന്നു. എനിക്ക് വളരെ സന്തോഷം ലഭിച്ചിരുന്നു'

ഒന്നാമൻ: 'എന്തിന് സന്തോഷം? നിങ്ങൾ യാത്ര പോയപ്പോൾ കണ്ടതും സന്തോഷം നൽകിയതുമായ മനോഹര കാഴ്ച്ചകൾ ഒന്ന് വിവരിക്കാമൊ?'

രക്ഷിതാവ്: 'മ്മ്... ഫോട്ടോകൾ, മക്കളുടെ ചിരി കളികൾ... ഭക്ഷണം...'

ഒന്നാമൻ: 'അപ്പോൾ നിങ്ങൾക്ക് ചുറ്റും ഉണ്ടായിരുന്ന പ്രകൃതി കാഴ്ചകൾ നിങ്ങൾക്ക് സന്തോഷം തന്നില്ലേ?'

രക്ഷിതാവ്: 'ഇല്ല, തന്നില്ല, അത് തികച്ചും സ്വഭാവികം'

കുട്ടി: 'അതെങ്ങനെ സ്വഭാവികമാകും? ലോക സത്യമാണൊ?'

ടീച്ചർ: 'അതെ മോളെ, അത് ലോകനിയമമമാണ്. ഒരാൾ അച്ഛരനാകാൻ തീരുമാനിച്ചാൽ; അയാളുടെ സന്തോഷം മുഴുവൻ അടർത്തി മാറ്റി, ജനിക്കാൻ പോകുന്ന കുഞ്ഞിലേക്ക് മാറ്റും'

ഒന്നാമൻ: 'അതൊരു വല്ലാത്ത വിവരണം ആയിപോയി. എന്തായാലും, രക്ഷിതാവേ, നിങ്ങളുടെ കുട്ടിയുടെ മുഖത്ത് വിരിയുന്ന ചിരി കണ്ട് നിങ്ങൾക്ക് സന്തോഷം വരുമൊ? നമ്മൾ കാട്കയറി ചിന്തിച്ചതിന് മുമ്പ് എന്താ പറഞ്ഞിരുന്നതെന്ന് ഓർമ്മയുണ്ടൊ? ജീവിതം. മറ്റുള്ളവരെ സന്തോഷിപ്പിക്കൽ, എന്നിവയെ പറ്റിയായിരുന്നു. ഏതെങ്കിലും വയസ്സിൽപ്പെട്ട ഒരു വ്യക്തിയെ, സന്തോഷം കണ്ടെത്താൻ സഹായിക്കുന്നതിൽ താങ്കൾക്ക് എന്താ ഇത്ര ബുദ്ധിമുട്ട്?'

രക്ഷിതാവ്: 'എനിക്കറിയില്ല. എനിക്ക് അങ്ങനെ മറ്റ് മനുഷ്യരിൽ നിന്ന് പരിചരണമൊന്നും ലഭിച്ചിട്ടില്ല, അടുത്ത ബന്ധുക്കളിൽ നിന്ന് പോലും! പിന്നെ ഞാൻ എന്തിനു ബാക്കി മനുഷ്യരെ സഹായിക്കണം? അത് എന്തൊരു പരിപാടിയാ'

ഒന്നാമൻ: 'ഇതൊക്കെ ആരെങ്കിലും തുടങ്ങി വയ്ക്കണ്ടെ?'

രക്ഷിതാവ്: 'തീർച്ചയായും, പക്ഷേ ഞാനാ പ്രായമൊക്കെ കഴിഞ്ഞു. അതൊക്കെ പിള്ളേര് തുടങ്ങട്ടെ'

ഒന്നാമൻ: 'അങ്ങനെ പ്രതീക്ഷിക്കുന്നു'

ടീച്ചർ: 'ഈ ജീവിതം അർത്ഥശൂന്യം ആണെന്ന് പറഞ്ഞ് നടക്കുന്ന ആൾക്കാർക്ക്, ശരിക്കും എന്താ കുഴപ്പം? അവർ പറയുന്നതിൽ എന്തെങ്കിലും സത്യം ഇല്ലാതിരിക്കുമൊ?'

ഒന്നാമൻ: 'അങ്ങനെ പറയുന്നവർ രണ്ട് തരമുണ്ട്; ആദ്യത്തെ കൂട്ടം മടിയുള്ളവരാണ്, അവർ ഈ അർത്ഥശൂന്യ സിദ്ധാന്തവും പിടിച്ചോണ്ട് അലസരായി ഇരിക്കാൻ ഒരു കാരണം കണ്ടെത്തി, ഉറങ്ങുക എന്നതാണ് അവരുടെ പ്രധാന ലക്ഷ്യം. രണ്ടാമത്തെ കൂട്ടം, നേരത്തെ സംസാരിച്ച രക്ഷിതാവിനെ പോലെയുള്ളവരാണ്, അവർക്ക് മറ്റുള്ളവരിൽ നിന്നും നിസ്വാർത്ഥ സേവനമൊ സ്നേഹമൊ ബഹുമാനമൊ ഒന്നും ലഭിച്ചിട്ടില്ല, ആരും അവരുടെ വിഷമങ്ങളെ പറ്റി തിരക്കാനൊ ആശ്വസിപ്പിക്കാനൊ ശ്രമിച്ചിട്ടില്ല. അതുകൊണ്ടു തന്നെ ഈ രണ്ടാമത്തെ കൂട്ടർ പ്രമുഖ അർത്ഥശൂന്യ

സിദ്ധാന്തത്തിന്റെ കൂട്ടുപിടിച്ച്, അവരുടെ കഠിനമായ ജീവിതത്തെ വിവരിച്ചു. അവരുടെ കാരണങ്ങൾ ശക്തമായിരുന്നു; എന്നാലും അവയൊന്നും ജീവിതത്തെ ശൂന്യത എന്ന് മുദ്രകുത്താൻ മാത്രം ശക്തമല്ല. ഇത്തരം സിദ്ധാന്തങ്ങൾ മനുഷ്യരെ മോശം ജീവിതപാതയിൽ സഞ്ചരിക്കാനുള്ള ധൈര്യം നൽകാൻ ഇടയാക്കി'

(നിശബ്ദത)

ടീച്ചർ: 'ശരി ഗുരുജി. കഴിഞ്ഞ ഘട്ടം അങ്ങ് ജയിച്ചു. നിങ്ങൾ വളരെയധികം ജ്ഞാനമുള്ള വ്യക്തി തന്നെയാണ്"

ഒന്നാമൻ: 'അടുത്ത ഘട്ടത്തിലേക്ക് പോയാലൊ?'

ടീച്ചർ: 'തീർച്ചയായും. കുട്ടികളെ, ചോദിച്ചു കൊൾക'

കുട്ടി: 'കരുണ. എത്ര പ്രധാനമാണ്?'

ടീച്ചർ: 'മനുഷ്യർ തെറ്റ് ചെയ്യാനുള്ള സാധ്യത വളരെ കൂടുതലാണ്, അല്ലേ?'

വിദ്യാർത്ഥി: 'എന്താ സാറേ, ഒരു ചോദ്യത്തിന് ചോദ്യം കൊണ്ട് തന്നെ ഉത്തരം പറയുന്നത് എന്ത് മര്യാദയാ? ക്ഷമിക്കണം ഗുരുജി, ഞാൻ പറയാം. കരുണ വളരെ പ്രധാനമാണ്, ഒരുത്തമ ജീവിതം നയിക്കാൻ അത് മാത്രം മതിയാകും'

രക്ഷിതാവ്: 'ഓഹോ, ശരിക്കും? എടാ ചെക്കാ, നിന്റെ ശരീരത്ത് ആരെങ്കിലും തിളച്ച കാപ്പി ഒഴിച്ചാൽ നീ എന്ത് ചെയ്യും? അല്ലെങ്കിൽ നീ നാലുവരി പാതയിലൂടെ വണ്ടി ഓടിക്കുമ്പോൾ മുമ്പിൽ സഞ്ചരിക്കുന്ന വണ്ടി പെട്ടെന്ന് നിർത്തിയാൽ നീ എന്ത് ചെയ്യും?'

വിദ്യാർത്ഥി: 'മ്മ്... ഞാൻ അങ്ങനെ, അത്ര കരുണയുള്ള വ്യക്തിയല്ല. വേറെ ആരെങ്കിലും പറ'

ടീച്ചർ: 'നമ്മൾ തെറ്റുകളിൽ നിന്നല്ലേ പഠിക്കുന്നത്, ആ തെറ്റുകൾ സംഭവിക്കുന്ന സമയം മറ്റാർക്കേലും അതിന്റെ ആഘാതം ഏറ്റെങ്കിൽ, ആ തെറ്റിന് അവർ മാപ്പ് നൽകണം,

അല്ലേ?'

വിദ്യാർത്ഥി: 'സാർ എന്തിനാ വീണ്ടും ചോദ്യം ചോദിക്കുന്നത്? പുല്ല്!'

രക്ഷിതാവ്: 'നീ എന്താ ഇപ്പോൾ പറഞ്ഞത്?'

വിദ്യാർത്ഥി: 'ക്ഷമിക്കണം സാർ'

ടീച്ചർ: 'മ്മ്, ഈ ഘട്ടവും തോറ്റൊ!'

ഒന്നാമൻ: 'തുടർന്നോളൂ. പുസ്തക വിവരണ രീതി മാറ്റുക. നിങ്ങൾ ആർക്കെങ്കിലും മാപ്പ് നൽകിയ സാഹചര്യങ്ങൾ ഓർക്കുക'

ടീച്ചർ: 'ഹോംവർക്ക് ചെയ്യാതെ വന്ന കുട്ടികൾക്ക് മാപ്പ് കൊടുക്കുന്നത്, എങ്ങനുണ്ട്?'

വിദ്യാർത്ഥി: 'ചുമ്മാ തമാശ കളിക്കാതെ സാറെ! ക്ഷമിക്കണം ഗുരുജി, ഉത്തരം ഞാൻ പറയാം... കഴിഞ്ഞ മാസം, ഞാൻ ബസ് സ്റ്റോപ്പിൽ നിന്ന് മൊബൈലിൽ കുത്തിക്കൊണ്ട് നിന്നപ്പോൾ, പെട്ടെന്ന് ഒരുത്തൻ ഓടിവന്ന് അറിയാതയോ അറിഞ്ഞോ എന്റെ കാലിൽ ചവിട്ടി പോയി. ഒന്നു തിരിഞ്ഞ് നോക്കി കൈ കാണിക്കാൻ പോലും അവൻ തയ്യാറായില്ല. എനിക്ക് അവനോട് ദേഷ്യമില്ല'

രക്ഷിതാവ്: 'എനിക്കും ഒരു കാര്യം പറയാനുണ്ട്; കഴിഞ്ഞ വർഷം, ഒരു വിവാഹ സ്വീകരണത്തിന് പോയിരുന്നു, അങ്ങനെ നഗരത്തിലൂടെ നടക്കുന്നതിനിടയിൽ, പെട്ടെന്ന് എന്റെ ശരീരം മുഴുവൻ അഴുക്കായി. ഒരു കെട്ടിടത്തിന്റെ മുകളിൽ താമസിച്ചവർ, ചവർ വാരി താഴെ ഇട്ടതാണ്; ഞാൻ പെട്ടെന്ന് മുകളിലേക്ക് നോക്കിയപ്പോൾ ഒരാൾ ചവറ് കുട്ടയുമായി നിൽക്കുന്നത് കണ്ടിരുന്നു. ഞാൻ തിരിച്ച് എന്റെ മുറിയിൽ പോയി വസ്ത്രം മാറി. ദേഷ്യമില്ല'

ടീച്ചർ: 'ഇതിലേക്ക് ഞാനും സംഭാവന ചെയ്യാൻ ആഗ്രഹിക്കുന്നു. കഴിഞ്ഞ വർഷം, ഞാൻ കാറിൽ ഒരു സ്ഥലത്ത് പോയി, പോകുന്ന വഴി ഒരാൾ വല്ലാതെ ഹോണടിച്ച്

പിറകെ വന്നു. എനിക്ക് അയാളെ കടത്തിവിടാൻ, പഴുതാര പോലെ വന്നോണ്ടിരുന്ന വാഹനങ്ങൾ അനുവദിച്ചില്ല. അയാൾ വീണ്ടും ഹോണടിച്ച് എന്നെ അസ്വസ്ഥതനാക്കി. അങ്ങനെ കുറേ ദൂരം ചെന്നപ്പോൾ അയാൾ എന്നെ മറികടന്ന് പോയി; ശേഷം കാറിന് പുറത്തിറങ്ങി എന്നെ തെറികൾ കൊണ്ട് അഭിഷേകം നടത്തി, ഒരു ചെറിയ പാറകഷ്ണം എടുത്തെറിഞ്ഞു, കാറിന്റെ ലൈറ്റ് പൊട്ടിച്ചു. എനിക്ക് അയാളോട് ദേഷ്യമില്ല'

ഒന്നാമൻ: 'ദേഷ്യമില്ല എന്ന വാക്ക് നിങ്ങൾ ഇങ്ങനെ ആവർത്തിച്ചത് എന്നെ അത്ഭുതപ്പെടുത്തി. ഈ രംഗങ്ങൾ ഓർത്ത് വയ്ക്കാൻ കഴിഞ്ഞിട്ടുണ്ട് എങ്കിൽ, നിങ്ങൾക്ക് അവരോട് ഇപ്പോഴും ദേഷ്യമുണ്ട് എന്ന് വ്യക്തമാണ്'

ടീച്ചർ: 'അതെ, അതെന്താ അങ്ങനെ?'

ഒന്നാമൻ: 'നിങ്ങൾ വിവരിച്ച മോശം രംഗങ്ങൾ, അവ സംഭവിച്ച നിമിഷം തന്നെ കോപ-ഊർജ്ജം നിങ്ങളിൽ ജനനം എടുത്തിരുന്നു, അത്തരം രംഗങ്ങൾ ഓർമ്മിപ്പിച്ച് വീണ്ടും നിങ്ങളുടെ കോപോർജ്ജം വർദ്ധിപ്പിച്ചു കൊണ്ടിരുന്നു'

വിദ്യാർത്ഥി: 'എന്താണ് കോപം? അങ്ങ് അതിനെ ഒരു വ്യക്തിയെ പോലെ കാണുന്നത് എന്തിനാ? അതെന്താ അത്തരം രംഗങ്ങൾ സംഭവിക്കുമ്പോൾ തന്നെ നമ്മൾ ഇടപെടാത്തത്?'

ഒന്നാമൻ: 'ഒരാളുടെയുള്ളിൽ തന്നെ കഴിയുന്ന ഒരു വ്യക്തിത്വം തന്നെയാണ് കോപവും. മോശം രംഗങ്ങൾ ഉണ്ടാകുമ്പോൾ, കോപം അയാളുടെ മനസ്സിന്റെ നിയന്ത്രണം ഏറ്റെടുക്കും. അവരെ വല്ലാത്ത അവസ്ഥയിൽ എത്തിക്കും, കുറ്റബോധം സൃഷ്ടിക്കും'

രക്ഷിതാവ്: 'എന്തിന് കുറ്റബോധം?'

വിദ്യാർത്ഥി: 'അതെന്താ കോപം സംഭവം നടക്കുമ്പോൾ തന്നെ ഇടപെടാത്തത്?'

ഒന്നാമൻ: 'മറ്റുള്ളവരുടെ മുമ്പിൽ വച്ച് അയാളുടെ വ്യക്തിത്വത്തെ അപമാനിച്ചു, വെറും ഒരു ഭീരുവിനെ പോലെ മുദ്രകുത്തിയ അവസ്ഥയിൽ, തിരിച്ച് പ്രതികരിക്കാത്തതിൽ അയാൾക്ക് തന്നോട് തന്നെ തോന്നുന്ന കുറ്റബോധം. മനുഷ്യർക്ക് മറ്റുള്ള മനുഷ്യർ, തന്നെ എങ്ങനെ കാണുന്നു എന്നത് വളരെ പ്രധാനമാണ്. താൻ വളരെ മികച്ചതാണ് എന്ന് സ്വയം അഭിപ്രായമുള്ള ജീവിയാണ് മനുഷ്യൻ. തന്നോട് ആരെങ്കിലും തെറ്റ് ചെയ്തിട്ട് ക്ഷമ ചോദിച്ചില്ല എങ്കിൽ, തന്നെ തോൽപ്പിച്ചു എന്ന മനോഭാവം അയാൾക്ക് ഉണ്ടാകുന്നു. മനുഷ്യ മനസ്സ് വളരെ പ്രയാസകരമാണ്, തലച്ചോറിന്റെ കഠിനമായ ഘടനയെ ഇതുവരെ മുഴുവനായി കണ്ടെത്താൻ കഴിഞ്ഞിട്ടില്ല'

വിദ്യാർത്ഥി: 'ഗുരുജി, എന്റെ ചോദ്യം?'

ഒന്നാമൻ: 'മറ്റുള്ളവരെ തോൽപ്പിക്കുക എന്ന പ്രധാന ലക്ഷ്യം മനുഷ്യ മനസ്സിനുണ്ട്, അതിനായി എന്ത് മാർഗ്ഗം ഉപയോഗിക്കാനും മടിയില്ല. പക്ഷേ മനുഷ്യരുടെ ബുദ്ധിശക്തിയും, കാണാത്തത് കണ്ടു പിടിക്കാൻ ഉള്ള ത്വരയും; മനുഷ്യരെ വലിയ ഉയരങ്ങളിൽ എത്തിച്ചു, ലോകം തന്നെ വെട്ടിപ്പിടിച്ച് സ്വന്തം പേരിലാക്കി. അറിവിന്റെ എല്ലാ അറകളും സ്വന്തമാക്കിയ മനുഷ്യർ, അവർക്ക് മീതെ ഒരു കൃത്രിമ പുതപ്പ് കൊണ്ട്, ജന്മനാ ലഭിച്ച കുറവുകൾ, അഥവാ ജീവജാലങ്ങൾക്ക് പ്രകൃതി നൽകിയ കുറവുകൾ, അവർ മറച്ചു പിടിച്ചു. അതുകൊണ്ടു തന്നെ, നമ്മൾ നേരത്തെ ചർച്ച ചെയ്ത മോശം സംഭവങ്ങൾ ഉണ്ടായാൽ, ഉടൻ തന്നെ പ്രതികരിക്കാൻ ഈ കൃത്യ്മ മൂടി അനുവദിക്കില്ല. ഈ മൂടിയുടെ കരുത്ത്, ഓരോ മനുഷ്യനിലും വ്യത്യസ്തം ആയിരിക്കും. മൂടി ഇല്ലാത്തവർ ഉടൻ തന്നെ ക്ഷുഭിതരാകും. അല്ലാത്തവർ അവരുടെ രോക്ഷം അടക്കിവെച്ച്, പെരുപ്പിച്ച് പെരുപ്പിച്ച് നിർത്തും, ഈ കോപോർജ്ജം പിന്നീട് എപ്പോൾ

വേണമെങ്കിലും പൊട്ടിത്തെറിക്കും, തീവ്ര രൂപത്തിൽ എത്തിയ കോപോർജ്ജം നിയന്ത്രിക്കുന്നത് വളരെ പ്രയാസമാണ്, ചുരുക്കം മനുഷ്യർക്കെ അതിന് സാധിക്കൂ'

വിദ്യാർത്ഥി: 'അതിനെ എങ്ങനെ കീഴ്പ്പെടുത്തും ഗുരുജി?'

രക്ഷിതാവ്: 'കൂടുതൽ പഠിക്കണം, ജോലി മേടിക്കണം, കുടുംബം തുടങ്ങണം'

ടീച്ചർ: 'സാർ, ഒന്ന് മിണ്ടാതിരി! ഗുരുജി സംസാരിക്കട്ടെ'

ഒന്നാമൻ: 'കോപോർജ്ജം പിടിച്ച് നിർത്താൻ വളരെ പ്രയാസമാണ്. കുറ്റശിക്ഷ പുസ്തകങ്ങൾ നിർമ്മിച്ചത് തന്നെ കോപത്തെ പിടിക്കാനാണ്, എന്നിട്ടും മനുഷ്യർ കോപോർജ്ജം പുറത്തെടുത്ത് വേദനകൾ സൃഷ്ടിക്കുന്നു. കോപത്തിനെ ജയിക്കാൻ അനുവദിക്കുക മാത്രമാണ് പരിഹാരം'

വിദ്യാർത്ഥി: 'അങ്ങ് എന്തുവാ ഉദ്ദേശിച്ചത്? കോപം നിറച്ച് നടക്കുന്നവൻ മറ്റുള്ളവരെ ആക്രമിച്ച് രസിക്കണം എന്നോ? അതെങ്ങനെ ശരിയാകും?'

ഒന്നാമൻ: 'കോപോർജ്ജ വ്യക്തിയുടെ ചലനങ്ങൾ അപകടപരിധി കടക്കുന്നത് വരെ; കരുണയുള്ളവർ അയാളെ പ്രകോപിപ്പിച്ചു കോപം ഇരട്ടിക്കാതെ മാറി നിൽക്കണം, അങ്ങനെ തോൽവി ഏറ്റുവാങ്ങണം'

ടീച്ചർ: 'അങ്ങനെ ആയാലും കോപം കരുണയുടെ മേൽ ജയിക്കുവല്ലെ, തിന്മ ജയിച്ചാൽ ശരിയാവില്ല'

ഒന്നാമൻ: 'ഞാനൊരു ഉദ്ദാഹരണം പറയാം; രണ്ട് വ്യക്തികൾ മത്സരിക്കുന്നു, നന്മയും തിന്മയും, പൊരിഞ്ഞ പോരാട്ടം, നന്മ തിന്മയെ കൊല്ലുന്നു. എന്നാൽ ആ നിമിഷം തന്നെ നന്മ തിന്മയായി മാറുന്നു'

ടീച്ചർ: 'അതെ ഗുരുജി, തുടരൂ'

ഒന്നാമൻ: 'കരുണ, പകർച്ച കൂടുതലുള്ള ഊർജ്ജമാണ്, വളരെ പെട്ടെന്ന് അത് വ്യാപിക്കും. കോപത്തെ എതിർത്ത്

ജയിച്ച്, ചെകുത്താന് പകരമായി മാലാഖയെ ഉയർത്താൻ കരുണയ്ക്ക് മാത്രമേ കഴിയൂ'

ടീച്ചർ: 'കരുണ നമ്മുക്ക് എല്ലാവർക്കും ഉള്ളതാണൊ? ഒളിഞ്ഞ് ശരീരത്തിൽ ഇരിപ്പുണ്ടൊ?'

ഒന്നാമൻ: 'ഇതിനുള്ള ഉത്തരം ഞാൻ അവസാന ഘട്ടത്തിൽ പറയാം'

വിദ്യാർത്ഥി: 'കരുണ എങ്ങനാ പകരുന്നത്? കരുണ കൂടിപ്പോയവരെ കോപമുള്ളവർ മുതലെടുക്കില്ലെ?'

ഒന്നാമൻ: 'മോൻ ഇപ്പോൾ പറഞ്ഞത് അസൂയ, ആർത്തി എന്നിവയെ പറ്റിയാണ്. കോപം അതിന്റെ രോക്ഷത്തെ പറ്റി മാത്രം ചിന്തിക്കുന്ന ഊർജ്ജമാണ്. അത് കാരണം ഉണ്ടാകുന്ന പ്രവർത്തികളുടെ ആഘാതത്തെ പറ്റി അതിന് വ്യാകുലതയില്ല. കോപോർജ്ജത്തെ പിടിച്ചുകെട്ടാൻ ഉണ്ടാക്കിയ നിയമങ്ങൾ ഭേദിച്ച്, ആസ്വാദനം കണ്ടെത്താൻ കോപം ശ്രമിച്ച് കൊണ്ടിരിക്കും. എന്നാൽ കരുണ അങ്ങനെയല്ല; നിനക്ക് അവസാനമായി കരുണ കിട്ടിയത് ആരിൽ നിന്നാണെന്ന് ഓർത്ത് പറയാമൊ?'

വിദ്യാർത്ഥി: 'മ്മ്, ഇത്തിരി കട്ടിയുള്ള ചോദ്യം തന്നെ... ഒരെണ്ണം കിട്ടി, രണ്ട് വർഷം മുന്നേ; ഞാൻ സൈക്കിൾ ചവിട്ടി ഒരു കുത്തനെ ഇറക്കത്തിലൂടെ പോയപ്പോൾ, ഒരു മധ്യവയസ്കൻ വീതികുറഞ്ഞ റോഡിന്റെ നടുവിലൂടെ നടക്കുന്നത് കണ്ടു, ബെൽ അടിച്ചു, തിരിഞ്ഞ് നോക്കാതെ അയാൾ ഇടത്തോട്ട് മാറി, ഞാൻ സൈക്കിൾ വലത്തേക്ക് തിരിച്ചു എന്നാൽ അയാൾ പെട്ടെന്ന് തീരുമാനം മാറ്റി വലത്തേക്ക് നീങ്ങി. സൈക്കിൾ നിർത്താൻ ഒരുപാട് കഷ്ടപ്പെട്ടു, അയാളുടെ കാലിലിടിച്ച് നിർത്തേണ്ടി വന്നു. അയാൾ ചിരിച്ച് മാപ്പ് തന്നു'

ഒന്നാമൻ: 'ശാരീരികമായി അദ്ദേഹത്തെ ഉപദ്രവിച്ചിട്ടും അദ്ദേഹം നിനക്ക് മാപ്പ് നൽകി എന്നത് ആശ്ചര്യം തന്നെ.

നാളെ ഇങ്ങനെയൊരു അവസ്ഥ നിനക്കുണ്ടായാൽ എന്ത് ചെയ്യും? ആ സൈക്കിൾ യാത്രികന് മാപ്പ് നൽകുമോ?'

വിദ്യാർത്ഥി: 'തീർച്ചയായും നൽകും. എനിക്ക് മനസിലായി ഗുരുജി, നന്ദി'

ഒന്നാമൻ: 'ആ മനുഷ്യൻ നിനക്ക് മാപ്പ് നൽകാതെ ശകാരിച്ചിരുന്നേൽ, നാളെ ഇത്തരം അവസരത്തിൽ നീയും അങ്ങനെ തന്നെ ചെയ്യുമായിരുന്നു'

(നിശബ്ദത)

ഒന്നാമൻ: 'നിങ്ങളുടെ അവസരം, തുടങ്ങുക'

വിദ്യാർത്ഥി: 'ഞാൻ തന്നെ തുടങ്ങിയേക്കാം... വിവാഹം!'

ഒന്നാമൻ: 'ഒരാളുടെ വ്യക്തിപരമായ തീരുമാനം'

രക്ഷിതാവ്: 'എന്താണ് സാർ! ദയവായി, ഒരു മനുഷ്യ ജീവിതത്തിലെ ഏറ്റവും പ്രധാനപ്പെട്ട ചടങ്ങിനെ മോശം പറയല്ലെ'

വിദ്യാർത്ഥി: 'ഇത്രയും വൃത്തികെട്ട ഒരു പരിപാടി വേറെയില്ല'

ഒന്നാമൻ: 'അതെന്താ മോനെ അങ്ങനെ പറഞ്ഞത്?'

വിദ്യാർത്ഥി: 'വിവാഹം എന്ന കച്ചവട വിൽപ്പന എനിക്ക് ഇഷ്ടമല്ല. പുതിയ തലമുറയെ സൃഷ്ടിക്കാൻ പോലും! എന്തോന്ന് ഇതൊക്കെ!'

രക്ഷിതാവ്: 'ഭാവി വേണ്ടാ? ഇതാണോ നിനക്ക് ഇഷ്ടം? മ്മ്, നീ മറ്റേ "ലിവിംഗ് റ്റുഗെദർ" ആരാധകനാ അല്ലെയൊ? ഗർഭച്ഛിദ്ര നിരക്ക് ക്രമാതീതമായി ഉയരുകയാണ് നിന്റെയൊക്കെ ഈ വക പരിപാടികൾ കാരണം! ലക്ഷക്കണക്കിന് പിഞ്ചു കുഞ്ഞുങ്ങളെ കുപ്പത്തൊട്ടിയിൽ വലിച്ചെറിയുന്നു! എല്ലാം നിന്നെ പോലുള്ള "കൊച്ചച്ഛരൻ" മാരെ കാരണം, പത്ത് പൈസ എടുക്കാൻ ഇല്ലേലും ഇതൊക്കെ നടക്കണം'

വിദ്യാർത്ഥി: 'കൂടുതൽ വളച്ചൊടിച്ച് ബുദ്ധിമുട്ടേണ്ട. വിവാഹം എന്ന കരാറിനെ പറ്റിയാണ് സംസാരിക്കുന്നത്, എല്ലാവരുടേയും ജീവിതത്തിൽ അതിങ്ങനെ കുത്തി തിരുകേണ്ട എന്താവശ്യമാണുള്ളത്?'

ടീച്ചർ: 'ആരും ആരിലും ഒന്നും കുത്തി തിരുകുന്നില്ല! വിശ്വസിച്ചാലും ഇല്ലെങ്കിലും; ഈ പറഞ്ഞ വിവാഹ കരാറുള്ളത് കൊണ്ടാണ് ഇപ്പോഴും നിരവധി കുടുംബങ്ങൾ നല്ല രീതിയിൽ തുടരുന്നത്'

വിദ്യാർത്ഥി: 'എന്താണ് സാർ, നിങ്ങൾ പഠിപ്പും വിവരവുമുള്ള വ്യക്തിയല്ലേ... ഗുരുജി, അങ്ങ് തന്നെ ഇതിനൊരു മറുപടി തരൂ'

ഒന്നാമൻ: 'ദയവായി എല്ലാവരും ശാന്തരാകൂ. വിവാഹം എന്ന വാക്ക് ഒറ്റ വാചകത്തിൽ വിവരിക്കാൻ കഴിയില്ല. ആദ്യം അതിന്റെ ഉറവിട സത്ത കണ്ടെത്തണം. വിവാഹം എന്ന ചിന്ത കണ്ടെത്താനുള്ള കാരണം? ആർക്കേലും പറയാമൊ?'

ടീച്ചർ: 'മ്മ്... ഒരു ജീവിത പങ്കാളിയെ കണ്ടെത്താൻ വിവാഹം അനിവാര്യമാണ്. സ്നേഹിക്കാനും, ജീവിതം ആസ്വദിക്കാനും മനുഷ്യർക്ക് എന്നും ഒരു കൂട്ടാളിയെ വേണം, അതും, എന്നും വിശ്വസിച്ചൊപ്പം നിർത്താൻ കൊള്ളാവുന്ന ഒരാളെ, വിവാഹ ചട്ടങ്ങൾ അവരെ ബന്ധിപ്പിക്കുന്നു'

ഒന്നാമൻ: 'രക്ഷിതാക്കൾ, എന്തെങ്കിലും കൂട്ടി ചേർക്കാൻ ഉണ്ടൊ?'

രക്ഷിതാവ്: 'വിവാഹം ഇല്ലാത്ത ജീവിതം അർത്ഥശൂന്യമാണ്. വിവാഹം ചെയ്യുക, ഒരു കുടുംബം തുടങ്ങുക, കുട്ടികളിലൂടെ എന്നും നിലനിൽക്കുക. ഈ ചക്രം കറങ്ങട്ടെ'

ഒന്നാമൻ: 'ശരി. വിദ്യാർത്ഥികളെ? എന്തെങ്കിലും കൂട്ടി ചേർക്കാനുണ്ടൊ?'

വിദ്യാർത്ഥി: 'വിഷാദരോഗം പിടിപെട്ട ആൾക്കാർ സ്നേഹിച്ച് സന്തോഷിച്ചിരുന്ന മനുഷ്യരെ പിടിച്ചുകെട്ടാൻ ഒരു വഴി കണ്ടെത്തി'

ഒന്നാമൻ: 'ശരി മോനെ. ഈ വിവാഹ കരാർ കാരണം ഉയർന്ന പ്രശ്നങ്ങൾ എന്തെല്ലാമാണ്?'

വിദ്യാർത്ഥി: 'വിവാഹം ഒരു കെണിയാണ്, ഒരു ചേർച്ചയും ഇല്ലാത്തവരെ കച്ചവട കരാറിന്റെ പേരിൽ ഒന്നിപ്പിക്കുന്നു. ഏറ്റവും കുറവ് വിജയ ശതമാനം; വഞ്ചനകൾ കാരണം പെരുകി വരുന്ന കൊലകൾ പത്ര തലക്കെട്ടുകൾ നിറയ്ക്കുന്നു. മുരടിപ്പ് പരിപാടി'

ഒന്നാമൻ: 'ശരി, കുട്ടികളെ, നിങ്ങൾക്ക് എന്താണ് തോന്നുന്നത്?'

കുട്ടി: 'അതെ ഗുരുജി. പുരുഷന്മാർ വേട്ടക്കാരും, സ്ത്രീകൾ ഇരകളുമാകുന്നു. വിവാഹം എന്ന കരാർ നിർമ്മിച്ചത്, ഒരു വേട്ടക്കാരൻ എല്ലാ ഇരകളേയും വേട്ടയാടാതിരിക്കാനാണ്. കാരണം, അങ്ങനെ സംഭവിച്ചാൽ, ശക്തന്മാരായ വേട്ടക്കാർ, മറ്റുള്ളവർക്ക് ആവശ്യമായ ഇരകളെ തട്ടിയെടുക്കും, ഒരു വിഭാഗം വേട്ടക്കാർ ഇരകളെ കിട്ടാതെ വിഷമിക്കും'

രക്ഷിതാവ്: 'എന്തുവാ ഈ ചെക്കൻ പറയുന്നത്? മനുഷ്യരെ വേട്ടമൃഗങ്ങളെ വെച്ച് താരതമ്യം ചെയ്യാൻ നിനക്കാരാ അവകാശം തന്നത്!'

ഒന്നാമൻ: 'വളരെ നന്നായിട്ടുണ്ട് മോനെ. നല്ല വിവരണം. അല്ലയൊ രക്ഷിതാവെ, താങ്കൾക്ക് ഒരു മകൾ ഉണ്ടെന്ന് ഞാൻ മനസ്സിലാക്കുന്നു. താങ്കളുടെ മകൾ അവളുടെ ആൺ സുഹൃത്തുക്കളുടെയൊപ്പം പുറത്ത് പോകണം എന്ന് പറഞ്ഞാൽ, താങ്കൾ അനുവദിക്കില്ല, എന്താണ് കാരണം?'

രക്ഷിതാവ്: 'ഒരിക്കലും സമ്മതിക്കില്ല! ബാക്കി മനുഷ്യർ അവളെ മോശം പെണ്ണായി കാണും, മുദ്രകുത്തും. അവളുടെ സുഹൃത്തുക്കൾ അവളെ ഉപദ്രവിക്കും, തീർച്ച. ഇത്

തടയാനാണ് വിവാഹം, അവൾക്ക് ഞങ്ങൾ തിരഞ്ഞെടുത്ത വ്യക്തിയുമായി ജീവിതം ആസ്വദിക്കാം'

ഒന്നാമൻ: 'വിവാഹം എന്ന കരാറിന്റെ പ്രധാന പ്രശ്നം എന്തെന്ന് വച്ചാൽ, പുരുഷന്മാരെ വേട്ടക്കാർ എന്നും അപകട വസ്തുക്കൾ എന്നും സ്ത്രീകളും പുരുഷന്മാരും മുദ്രകുത്തി താഴ്ത്തുന്നു എന്നതാണ്

രക്ഷിതാവ്: 'എല്ലാ പുരുഷനും അങ്ങനെയാണെന്ന് ആരും പറഞ്ഞിട്ടില്ല. പക്ഷേ ചിലർ അങ്ങനെയാണ്

ഒന്നാമൻ: 'അതെന്താ കുറച്ചു പേർ അപകടം വിതയ്ക്കുന്നവർ ആകുന്നത്?'

ടീച്ചർ: 'അത് എളുപ്പമല്ലെ! ചിലർ നന്നായി വളർന്ന് വന്നു എന്നാൽ ചിലർ വളഞ്ഞു പോയി. ചിലർ സ്വയം കഷ്ടപ്പെട്ട് ജ്ഞാനം, സ്നേഹം എന്നിവയുടെ സഹായത്താൽ അവരുടെ വ്യക്തിത്വം മാറ്റിയെടുത്തു, എന്നാൽ മറ്റ് ചിലർ യാഥാർത്ഥ്യ അംശം തീരെയില്ലാത്ത സ്വപ്നങ്ങൾ കണ്ട് സമയം കളയാൻ ശ്രമിച്ചു'

ഒന്നാമൻ: 'പകുതി പകുതി കണക്കാണൊ?'

ടീച്ചർ: 'അതറിയില്ല, പക്ഷേ ഈ വിഷയം ചർച്ച ചെയ്യേണ്ടതുണ്ട്, ലോകനന്മയ്ക്ക് ഇത് അനിവാര്യമാണ്

ഒന്നാമൻ: 'ശരി, പുരുഷ ഉത്തരങ്ങൾ മതി. ഏതെങ്കിലും പെൺകുട്ടി ഈ വിഷയത്തിൽ പ്രതികരണം പറയാൻ ഞാൻ ആഗ്രഹിക്കുന്നു. നിങ്ങൾ ഇരകളാണ് എന്ന് തോന്നാറുണ്ടൊ?'

വിദ്യാർത്ഥി: 'ചിലപ്പോൾ തോന്നാറുണ്ട്. ആരെങ്കിലും എന്നെ തുറിച്ചു നോക്കിക്കൊണ്ട് നിന്നാൽ എനിക്ക് ദേഷ്യം വരും. പക്ഷേ എന്റെ കോളേജ് ജീവിതത്തിൽ അങ്ങനെ തോന്നിയിട്ടില്ല, എന്റെ ആൺ-സുഹൃത്തുകൾ എനിക്ക് ബഹുമാനം നൽകുന്നുണ്ട്, അത് വളരെ സഹായകമാണ്

രക്ഷിതാവ്: 'നിനക്ക് പെൺ-സുഹൃത്തുക്കൾ ഇല്ലേ കൊച്ചെ!'

ഒന്നാമൻ: 'ഈ വിദ്യാർത്ഥിയുടെ രക്ഷിതാവ് ഒന്ന് കൈ ഉയർത്താമൊ, എന്നിട്ട് ഞാൻ നേരത്തെ ചോദിച്ച ചോദ്യത്തിന് മറുപടി നൽകാമൊ?'

രക്ഷിതാവ്: 'അവൾ നിങ്ങളുടെ അശ്ലീല ചോദ്യങ്ങൾക്ക് ഉത്തരം നൽകാനുള്ള വസ്തുവല്ല. എന്റെ മകളെ അന്വേഷിക്കുന്നത് മര്യാദയ്ക്ക് നിർത്തിക്കൊ!'

വിദ്യാർത്ഥി: 'ഗുരുജി, എന്റെ അച്ഛനെ ഗൗനിക്കേണ്ട. ഒരു ഇരയെപോലെ എനിക്ക് തോന്നാറുണ്ട്, എനിക്ക് അങ്ങനെ വലിയ അടുപ്പമുള്ള ആൺ-സുഹൃത്തുക്കൾ ഒന്നുമില്ല. എല്ലാ ക്ലാസ്സിലും കാണുന്ന, ആരുടേയും ശ്രദ്ധയിൽ പെടാതെ പഠിച്ച് വീട്ടിൽ പോകുന്ന കുട്ടികളിൽ ഒരാളാണ് ഞാൻ. എല്ലാവരും എന്നെ ഇങ്ങനെ ഞെട്ടലോടെ നോക്കേണ്ട, എന്റെ സാന്നിധ്യം നിങ്ങൾക്ക് ഒന്നുമല്ല എന്നറിയാം, പക്ഷെ എന്റെ മനസ്സ് അറിയാൻ നിങ്ങൾ ആരും ശ്രദ്ധിച്ചില്ല. എന്റെ അച്ഛൻ, നിങ്ങൾക്ക് മെസ്സേജ് അയക്കാൻ പോലും വിലക്ക് നൽകിയിരുന്നു. ഈ ചിന്തയിൽ ജനിച്ച് വളർന്ന എനിക്ക്, ആൺകുട്ടികളെ വേട്ടമൃഗങ്ങൾ ആയിട്ടെ കാണാൻ കഴിയുന്നോള്. ഇതൊക്കെ തുറന്ന് പറയാൻ ഒരു അവസരം തന്നതിന് നന്ദിയുണ്ട് ഗുരുജി'

ഒന്നാമൻ: 'ശരി മോളെ, കേട്ടില്ലെ അങ്ങ്?'

രക്ഷിതാവ്: 'അതെ, ഈ യാത്രയ്ക്ക് വരാൻ ഞാൻ സമ്മതം മൂളരുതായിരുന്നു'

വിദ്യാർത്ഥി: 'ഒന്ന് നിർത്ത്! ഗുരുജി, അങ്ങയുടെ വിവരണം പറയാമോ, വിവാഹം എന്ന കച്ചവട കരാറിനെ പറ്റി, എത്ര നശിച്ച ഏർപ്പാടാണത്?'

ഒന്നാമൻ: 'അങ്ങനെ നശിച്ചത് എന്ന് അടിവരയിട്ട് പറയാൻ കഴിയില്ല. വിവാഹ കരാറിനും ചില ഗുണങ്ങളുണ്ട്. ചിരിക്കാതെ ഞാൻ പറയുന്നത് ശ്രദ്ധിച്ചു കേൾക്കൂ. വിവാഹ കരാർ കാരണം കുടുംബങ്ങൾ തമ്മിൽ സാമ്പത്തിക

സഹായങ്ങൾ നടക്കും; ഒരു പാവപ്പെട്ട കുടുംബത്തിനെ ഒരു ഇടത്തരം കുടുംബവുമായി ബന്ധം സ്ഥാപിക്കാൻ, വിവാഹ കരാർ വഴിയൊരുക്കും. അതുപോലെ ഒട്ടും അറിവില്ലാത്ത ഒരാൾ, ഒരുപാട് അറിവുകൾ നേടിയ വ്യക്തിയുമായി കരാർ ചെയ്യുന്നത് വഴി, ജ്ഞാനം പകരുന്ന ദിവ്യ ചക്രാവസ്ഥയിൽ എത്താൻ സാധിക്കും'

വിദ്യാർത്ഥി: 'ഗുരുജീ, ദയവായി അല്പ്പ എളുപ്പത്തിൽ കാര്യങ്ങൾ പറയാമൊ... ഈ കൊടുക്കൽ വാങ്ങൽ പരിപാടികൾ മാറ്റി നിർത്തി മാനസീക കാര്യങ്ങളെ പറ്റി പറയാമൊ?'

ഒന്നാമൻ: 'തീർച്ചയായും, ഞാൻ നേരത്തെ പറഞ്ഞത് പോലെ; ആൺകുട്ടികളെ വേട്ടമൃഗം എന്ന് കണ്ട് പെൺകുട്ടികളിൽ നിന്ന് അകറ്റി നിർത്തുന്നത്, ഒരു ആരോഗ്യപരമായ തീരുമാനമല്ല. പകരം, അവർക്കിടയിൽ നല്ല സൗഹൃദങ്ങൾ ഉണ്ടാക്കാൻ പ്രോത്സാഹനം നൽകണം. ആണിനേയും പെണ്ണിനേയും പരസ്പരം എങ്ങനെ ബഹുമാനിക്കണം, എന്തൊക്കെ അതിരുകൾ ആവശ്യമാണ് എന്ന് പഠിപ്പിച്ച് നൽകണം, അങ്ങനെ ഒരു ആരോഗ്യ പൂർണ്ണമായ ബന്ധം അവർക്കിടയിൽ സൃഷ്ടിക്കാൻ അനുവദിക്കണം'

വിദ്യാർത്ഥി: 'എന്ത് അതിരുകൾ? സൗഹൃദം എന്ന മഹാബന്ധത്തിൽ പരിമിതികളില്ല'

ഒന്നാമൻ: 'അല്ല. ശാരീരിക മാനസീക അതിരുകളിലെ അജ്ഞതയാണ് ഇത്തരം ഒഴിച്ചുമാറ്റലുകൾക്കും ഭയത്തിനും കാരണം. കാമം പോലുള്ള ഊർജ്ജങ്ങളെ പറ്റിയുള്ള അമ്പദ്ധധാരണകൾ മനസ്സിലെത്താവുന്ന പ്രായങ്ങളിൽ, അതിരുകളെ പറ്റിയുള്ള അറിവ് ആരോഗ്യപരമായ ബന്ധങ്ങൾക്ക് അനിവാര്യമാണ്"

രക്ഷിതാവ്: 'ഇത്തരം കാര്യങ്ങളൊക്കെ അവരെ ആര് പഠിപ്പിക്കാനാ!'

ടീച്ചർ: 'അത് നിങ്ങൾ രക്ഷിതാക്കളും ഞങ്ങൾ ടീച്ചറുമാരും ചെയ്യേണ്ട കാര്യങ്ങളാണ്. ഇത്തരം, മനുഷ്യ മനസ്സിലെത്തുന്ന അബദ്ധ ചിന്തകളെ പറ്റി കുട്ടികൾക്ക് പറഞ്ഞ് കൊടുക്കാൻ ഞങ്ങൾക്ക് പൊതുവേ മടിയാണ്. മാറ്റിയെടുക്കാം'

ഒന്നാമൻ: 'സ്ത്രീകളും പുരുഷന്മാരും വ്യത്യസ്തമായ ചില കഴിവുകൾ കൂടിയുള്ളവരാണ്, അവർ ഒരുമിച്ച് പ്രവർത്തിച്ചാൽ അത്ഭുതങ്ങൾ സൃഷ്ടിക്കാൻ കഴിയും. അത്തരമൊരു കാലത്തിന് ഇനിയും നിരവധി സമയം വേണം എന്നെനിക്കറിയാം, കാമ ഊർജ്ജത്തിന് സാക്ഷാത്കാരം കൊടുക്കാൻ മാത്രം നടക്കുന്ന ചില വിവാഹങ്ങൾ എങ്കിലും ഇല്ലാതാകുന്ന ഭാവിക്കായി പ്രതീക്ഷിക്കുന്നു'

വിദ്യാർത്ഥി: 'ഗുരുജി, ഈ വിവാഹ ആഘോഷങ്ങളെ പറ്റി എന്താ അഭിപ്രായം?'

ഒന്നാമൻ: 'ആഡംബര വിവാഹ ആഘോഷങ്ങൾ ഒട്ടും നല്ലതല്ല; പ്രൗഢി കാണിക്കാനും ദമ്പതികൾ ഇര-വേട്ട പട്ടികയിൽ നിന്ന് പുറത്തായി എന്ന് അഹങ്കാരത്തോടെ അറിയിക്കാനും മാത്രം നടത്തുന്നതാണ്'

രക്ഷിതാവ്: 'താങ്കൾ എന്തിനാ ഇങ്ങനെ ആഘോഷങ്ങളെ കളിയാക്കുന്നത്. നിങ്ങൾക്ക് അറിയില്ല കല്ല്യാണ ദിവസം നവദമ്പതികൾ എത്ര സന്തോഷത്തിൽ ആയിരിക്കുമെന്ന്? എങ്ങനെ അറിയാനാ, ഈ മരിച്ച പ്രദേശത്തെ മാത്രം ഗുരു അല്ലെ താൻ'

ടീച്ചർ: 'ഇയാളെ ശ്രദ്ധിക്കേണ്ട ഗുരുജി. പക്ഷേ വിവാഹ ആഘോഷങ്ങൾ കാരണം ഒരുപാട് ജോലികൾ സൃഷ്ടിക്കാൻ ഇടയായിട്ടുണ്ട്, ഒരുപാട് സാധാരണ മനുഷ്യർക്ക് തൊഴിൽ ലഭിച്ചു'

ഒന്നാമൻ: 'അതെനിക്ക് അറിയാം. പക്ഷേ ഈ ആഘോഷ നിയമം വിവാഹത്തിന്റെ അടിസ്ഥാന ഘടകമായി സമൂഹത്തിൽ വന്നതുകൊണ്ട്; പാവപ്പെട്ട കുടുംബങ്ങളും ഇത്തരം പേര് നീക്കൽ ചടങ്ങുകൾക്ക് ഭീമമായ പണം ചിലവഴിക്കാൻ നിർബന്ധിതർ ആകുന്നു. ഇത് ഭൂരിഭാഗം കുടുംബങ്ങളേയും കടത്തിലേക്ക് നയിക്കുന്നു. ഒരു ആഘോഷത്തിന് ഇത്രയും സഹിക്കണൊ?'

ടീച്ചർ: 'ആരെയും ഒന്നിനും നിർബന്ധിക്കില്ല, അതാത് കുടുംബങ്ങളുടെ തീരുമാനമാണ് വലുത്. പൈസ ഉള്ളവരുടെ ആഘോഷങ്ങളൊ?'

ഒന്നാമൻ: 'ഇത്തരം ആഘോഷങ്ങൾ അഭിമാനത്തിന്റെ ഭാഗമായി കാണുന്നതിനാൽ, ഭൂരിഭാഗം മനുഷ്യരും ജീവിതകാലം മുഴുവൻ കഷ്ടപ്പെട്ട് നേടുന്ന സമ്പാദ്യം മുഴുവൻ ഇതിനായി ചിലവാക്കാൻ തയ്യാറാകും. അവർ മറ്റുള്ളവരോട് സഹതാപം കാണിക്കാതെ, ഉറ്റ ബന്ധത്തിൽ ഉള്ളവരെ പോലും ഗൗനിക്കാതെ നടക്കും. കാമോർജ്ജ സാഫല്യത്തിന്റെയും പുതിയ തലമുറയുടെ അവകാശികളിലേക്കുള്ള ആദ്യ ചടങ്ങ് എന്ന നിലയിൽ വിവാഹം എന്ന ആഘോഷച്ചടങ്ങിന് പ്രധാന്യം വലുതാണ്. അത് കഴിഞ്ഞ് വരുന്ന മറ്റ് ചടങ്ങുകളും, എല്ലാം മരണാനന്തര ചടങ്ങ് കൊണ്ട് അവസാനിക്കുന്നു. ഒരു പുസ്തകത്തിൽ എഴുതിവച്ച കഥ പോലത്തെ ജീവിതവും ആഡംബര ചടങ്ങുകളും മനുഷ്യരെ സ്വാർത്ഥ ചിന്തകളിലേക്ക് കൂടുതൽ ആകർഷിച്ചു'

ടീച്ചർ: 'കുടുംബങ്ങൾ വിലപ്പെട്ടതാണ്. ഇതൊന്നും അല്ലാതെ ശരിക്കും എന്താണ് ഒരാൾക്ക് ചെയ്യാനുള്ളത്? മനുഷ്യർ പ്രത്യുൽപാദനം ചെയ്യരുത് എന്നാണൊ ഗുരു പറയാതെ പറയുന്നത്? അങ്ങനെ ഈ ഭൂമി ഒരു നരകമായി മാറണൊ?'

ഒന്നാമൻ: 'ഞാൻ പറയുന്നത് മനുഷ്യർ അവരുടെ സ്വന്തം ഇഷ്ടങ്ങൾക്ക് എതിരായി ഒന്നും ചെയ്യരുത് എന്നാണ്. പിന്നെ നിങ്ങൾ പറഞ്ഞ "ഇതല്ലാതെ ഒരു മനുഷ്യൻ എന്ത് ചെയ്യാനാ" എന്ന ചോദ്യം തെറ്റാണ്"

ടീച്ചർ: 'വ്യാകരണ തെറ്റാണൊ? ക്ഷമിക്കണം. അർത്ഥം വളരെ സത്യമാണ്, ഈ ലോകം മുഴുവൻ എന്റെ വാചകത്തിന് പിന്തുണ നൽകുന്നുണ്ട്. ഭൂമിയിൽ മനുഷ്യരുടെ ഏക കർത്തവ്യം എന്നത് ജോലി, വിവാഹം, അടുത്ത തലമുറയെ സൃഷ്ടിക്കൽ എന്നിവയാണ്"

വിദ്യാർത്ഥി: 'ഇത്തരം വല്ലാത്ത വാചകങ്ങൾ എന്തിനാ സാറെ ഇങ്ങനെ ആവർത്തിക്കുന്നത്! ഗുരുജി എല്ലാ ചോദ്യങ്ങൾക്കും ഉത്തരം നൽകിയല്ലോ. അദ്ദേഹത്തിന്റെ ജ്ഞാനം നിറഞ്ഞ വാക്കുകൾ കേട്ടില്ലാന്ന് നടിക്കാൻ എന്താ കാരണം?'

ടീച്ചർ: 'ഇയാൾ എന്തൊ പറഞ്ഞെന്ന്! എല്ലാ ഉത്തരങ്ങളും ഒരുമാതിരി വിപരീത-സത്യം രീതിയിൽ ആയിരുന്നില്ലെ. ഇയാളും വിവാഹത്തെ പിന്തുണക്കുന്നു, എന്നിട്ട് പെട്ടെന്ന് ഇല്ലെന്ന് പറയും. അതെന്തുവാ?'

ഒന്നാമൻ: 'ശരി, താങ്കൾ പറയുന്നത് എനിക്ക് മനസ്സിലായി. എന്റെ ഉത്തരങ്ങളും താങ്കളുടെ മുമ്പത്തെ ചോദ്യവും നന്നായി വിശദീകരിച്ച് തരാം. ആദ്യമായി; വിവാഹങ്ങൾ അനാരോഗ്യകരമല്ല, എന്നാൽ വിവാഹം ചെയ്യാൻ നിർബന്ധം ചെലുത്തുന്നത് ഒട്ടും നല്ലതല്ല. വിവാഹം ചെയ്യാൻ ഉദ്ദേശിക്കുന്നവർ തമ്മിലുള്ള പൊരുത്തം വളരെ അത്യാവശ്യമാണ്; അവരുടെ ഇഷ്ടങ്ങൾ, ആഗ്രഹങ്ങൾ, പ്രാധാന്യങ്ങൾ, പ്രവർത്തനങ്ങൾ തുടങ്ങിയവ. ഇത്തരം പൊരുത്തങ്ങൾ അറിയുവാൻ; സ്ത്രീ പുരുഷന്മാർ ഒരു ആരോഗ്യപരമായ സമൂഹത്തിൽ ജീവിച്ചിരിക്കണം, ഇര-വേട്ട താരതമ്യങ്ങൾ ഇല്ലാത്ത ഒരു സമൂഹത്തിൽ. അത്തരം

താരതമ്യങ്ങൾ ഇല്ലാതാക്കാൻ വേണ്ട കാര്യങ്ങൾ ഞാൻ നേരത്തെ പറഞ്ഞിരുന്നു. അടുത്ത പ്രശ്നം എന്തെന്നാൽ; വിവാഹം ചെയ്യുന്നവർ നിർബന്ധമായും പിന്തുടരാൻ സൃഷ്ടിച്ചിട്ടുള്ള ചിട്ടകളാണ്. കുട്ടികളെ വളർത്തൽ, കുടുംബം നോക്കൽ എന്നിവ എല്ലാർക്കും കഴിയുന്ന കാര്യങ്ങളല്ല. ചിലർക്ക് വിവാഹം ചെയ്യുന്നത് പോലും ചിന്തിക്കാൻ കഴിയില്ല. ഇതൊക്കെ ചേർത്തുവച്ച് നോക്കുമ്പോൾ; ലോകത്തെ മനുഷ്യർക്കെല്ലാം ചെയ്യാൻ കഴിയുന്ന കാര്യങ്ങളുടെ ഒരു ഉടമ്പടി നിർമ്മിക്കുന്നത് അസാധ്യമാണ്. ഇനി രക്ഷിതാക്കളാകാൻ താത്പര്യമുള്ള ദമ്പതികൾക്ക് പ്രത്യേക പഠന ക്ലാസുകൾ നൽകണം, സർക്കാരിന്റെ ഭാഗത്ത് നിന്നും അവർക്ക് ധനസഹായങ്ങൾ നൽകണം'

രക്ഷിതാവ്: 'മണ്ടത്തരം! സർക്കാരിന് ചെയ്യാൻ മറ്റനവധി പ്രധാന കാര്യങ്ങളുണ്ട്. കൊച്ചിനെ വളർത്താൻ കെൽപ്പില്ലേൽ കല്ല്യാണം ചെയ്യാൻ നിൽക്കരുത്'

വിദ്യാർത്ഥി: 'ഇയാളുടെ വായിൽ എന്തെങ്കിലും തിരുകി കേറ്റാമൊ! ക്ഷമിക്കണം ഗുരുജി, പക്ഷേ ഇത്തരം കാര്യങ്ങൾക്ക് സർക്കാരിനോട് സഹായം ചോദിക്കുന്നത് ഇത്തിരി കടുപ്പമല്ലേ?'

ഒന്നാമൻ: 'അനിയന്ത്രിതമായ ജനപ്പെരുപ്പം സൃഷ്ടിച്ച കഷ്ടതകളിലും, പിഞ്ചു കുഞ്ഞിങ്ങൾ പോലും പീഡിപ്പിക്കപ്പെടുന്നതും, ബാലവേല പെരുകുന്നതും, പിറന്ന കുഞ്ഞിനെ വലിച്ച് ചവറിലേക്ക് എറിയുന്നതും തുടങ്ങിയ ദുഷ്ടത്തരങ്ങളിൽ നീറുന്ന ഈ ലോകത്തെ, ഒന്ന് നിരീക്ഷിച്ചാൽ സർക്കാരിന്റെ ഇടപെടൽ എത്ര അത്യാവശ്യമാണെന്ന് മനസ്സിലാക്കാം. കുട്ടികൾ വേണമെന്ന് ആഗ്രഹിക്കുന്ന ദമ്പതികൾക്ക് ധന സഹായം നൽകുന്നതിലൂടെ ആ കുട്ടിക്കുമേൽ സർക്കാരിന് അധികാരം ലഭിക്കും, അങ്ങനെ ലഭിച്ചാൽ ആ ദമ്പതികൾ,

രക്ഷിതാക്കളുടെ ഉത്തരവാദിത്വം പാലിക്കേണ്ട സാഹചര്യം വന്നുചേരും, ഇല്ലെങ്കിൽ നടപടികൾക്ക് വിധേയമാകും'
(നിശബ്ദത)

7

ഐതീഹ്യകഥ: ഭാഗം രണ്ട്

അടുത്ത രാത്രിയെത്തി. സംവാദങ്ങൾ കെട്ടണഞ്ഞു. ഞാനും ഗുരുജിയും ഒഴികെ ബാക്കി എല്ലാവരും ഉറങ്ങുന്നു

ഞാൻ: 'ഗുരുജി, അടുത്ത കഥ പറയാൻ തയ്യാറായൊ?'

ഒന്നാമൻ: 'തീർച്ചയായും, തുടങ്ങട്ടെ?'

ഞാൻ: 'എന്നോട് ക്ഷമിക്കണം ഗുരുജി, അങ്ങയുടെ വിശ്രമസമയം നശിപ്പിക്കാൻ എനിക്ക് താല്പര്യമില്ല, എന്നാൽ വായനക്കാർക്ക് ഒരു പുസ്തകത്തിൽ അല്പം സാങ്കൽപ്പിക കഥകളും ആവശ്യമല്ലെ. അങ്ങ് ഒന്നും വിചാരിക്കരുത്'

ഒന്നാമൻ: 'ഏയ് ഒന്നുമില്ല. എന്റെ വിശ്രമത്തെ ഓർത്ത് താങ്കൾ വിഷമിക്കേണ്ട. എനിക്ക് വിശ്രമം വേണമെന്നില്ല, പറയാൻ പോകുന്ന കഥകൾ എനിക്ക് പറഞ്ഞേ മതിയാകൂ, കാരണം ഈ പുസ്തകത്തിലെ പ്രധാന കഥാപാത്രമായ എനിക്ക്, വായനക്കാർക്ക് ജ്ഞാനം പകർന്ന് നൽകാൻ സന്തോഷമേയുള്ളൂ. ഈ പുസ്തകത്തിൽ സാങ്കൽപ്പിക കിരണങ്ങൾ തൊടാത്തതിലുള്ള തന്റെ വിഷമം ഞാൻ മനസ്സിലാക്കുന്നു. എന്റെ ഇത്തരം ചെറിയ കഥകൾ ആ പ്രശ്നത്തിന് ഒരു സഹായമാകട്ടെ'

ഞാൻ: 'എന്നെ മനസ്സിലാക്കിയതിന് നന്ദിയുണ്ട് ഗുരുജി. അങ്ങയുടെ ഓരൊ വാക്കും ഒപ്പിയെടുക്കാൻ ഞാൻ

തയ്യാറാണ്. അങ്ങ് തുടങ്ങിക്കൊ'

ഒന്നാമൻ: 'പണ്ട് ഒരിടത്ത്, മിട്ടേറി എന്ന ഒരു സ്ഥലം ഉണ്ടായിരുന്നു. ഈ സ്ഥലത്തെ പ്രത്യേകത എന്തെന്നാൽ അവിടുത്തെ ഭൂമി-ശൈലിയാണ്; ഒരു വലിയ മല, താഴേം മുകളിലും രണ്ട് വാതിലുകൾ. ഇവിടെ പ്രവേശിക്കുന്ന മനുഷ്യർ ഈ മലയിൽ ജീവിക്കണമായിരുന്നു; കൂറ്റൻ കല്ലുകൾ കൊണ്ട് നിറഞ്ഞ ഈ മലയിൽ, ഈ കല്ലുകൾ കൊത്തി അതിന്റെ അകത്ത് അവർ ജീവിച്ചു. മറ്റൊരു പ്രത്യേകത എന്തെന്നാൽ ഈ മല വളരെ കൂടുതൽ വിളവ് തരും എന്നതാണ്, മുകളിൽ നിന്ന് ആരംഭിക്കുന്ന ഒരു ശുദ്ധമായ അരുവി വന്ന് അവസാനിക്കുന്നത് താഴെയാണ്. ജീവിതകഷ്ടതകൾ കുറവാണ്. മലയുടെ താഴെയുള്ള വാതിലിന്റെ അടുത്ത് ആഴത്തിലുള്ള ഒരു കുഴി ഉണ്ടായിരുന്നു; അതിൽ നിന്നും ചുട്ടുപൊള്ളുന്ന ആവി പറന്നു കൊണ്ടിരുന്നു, അവിടുത്തെ ജനങ്ങളിൽ ചിലർ ഈ കുഴിയിൽ ചാടീട്ടുണ്ട്.

മിട്ടേറി മലയുടെ മുകൾഭാഗത്ത് ഒരോരുത്തർക്ക് മാത്രമെ പ്രവേശനമുള്ളൂ, അതും വർഷത്തിൽ ഒരു തവണ മാത്രം. കാരണം, മുകളിലെ വാതിലിനോട് ചേർന്ന് ഒരു ചെറിയ കെട്ടിടമുണ്ട്. ഈ കെട്ടിടത്തിൽ ഒരു വല്ലാത്ത മനുഷ്യൻ ജീവിച്ചിരുന്നു, മലമുകളിൽ എത്തുന്ന ആൾക്കാരെ അഭിമുഖം നടത്താൻ ഇയാൾക്ക് അധികാരം ഉണ്ടായിരുന്നു. അയാളെ "വല്ലാത്തത്" എന്ന് വിശേഷിപ്പിക്കാൻ കാരണം, അയാളുടെ ശരീരം മുഴുവൻ വിവിധ തരം പൂക്കൾ കൊണ്ട് മറച്ചിരുന്നു, ഒരു തരി ചർമ്മം പോലും കാണാൻ കഴിയാത്ത രീതിയിൽ, പക്ഷേ പുരുഷന്റെ ശബ്ദമായിരുന്നു അയാൾക്ക്. ഒരാൾ ഒഴിച്ച്, മിട്ടേറിയിൽ കൂടുതൽ വർഷം ജീവിച്ച മനുഷ്യൻ, മുകളിലെ വാതിൽ കടക്കാൻ മുപ്പത് വർഷം അവിടെ കഴിയേണ്ടിവന്നു. എന്നാൽ ബിനമെൽ എന്ന പുരുഷൻ ആയിരത്തിലധികം വർഷങ്ങൾ അവിടെ

കഴിയുകയായിരുന്നു, ഇത്ര വർഷത്തെ വാസം അയാളെ അവിടുത്തെ ശക്തനാക്കി.

ബിനമൈലിന് കൂട്ടുകാർ ഇല്ലായിരുന്നു, അവിടെയുള്ളോർ ആരാണെന്ന് പോലും അറിയില്ല. കടുത്ത ദേഷ്യം അവനുള്ളിൽ ഉണ്ടായിരുന്നു, പക്ഷേ അവന്റെ ശക്തി അവിടുത്തെ ജനങ്ങൾക്ക് ആശ്വാസമായിരുന്നു, കാരണം ആ കഠിന സ്ഥലം മുഴുവൻ ഒറ്റയ്ക്ക് ഉഴുതുമറിക്കാൻ അവനു മാത്രമേ കഴിഞ്ഞിരുന്നുള്ളു. തന്റെയൊപ്പം നിന്നവർ അടുത്ത ദിവസം കാണാതെയാകുന്നത് അവനെ ഭ്രാന്ത് പിടിപ്പിച്ചിരുന്നു; എന്നാൽ പുതുതായി എത്തുന്നവർ നൽകുന്ന ബഹുമാനം അവനെ ശാന്തമാക്കി. അഞ്ച് വർഷത്തിന് മുകളിൽ ഇടവേള എടുത്ത ബിനമൈൽ മലമുകളിലെ അഭിമുഖത്തിന് വിധേയനാകാൻ തീരുമാനിച്ചു. അവൻ പതുക്കെ നടന്ന് മലയുടെ മുകളിലെത്തി, തന്റെ ഭീമമായ ശരീരം കാരണം ആ ചെറിയ കെട്ടിടത്തിൽ പ്രവേശിക്കാൻ കഴിഞ്ഞില്ല. കെട്ടിടത്തിന് അകത്തിരുന്ന കാവലാൾ അഭിമുഖം നടത്താൻ പുറത്തേക്ക് ഇറങ്ങിവന്നു.

കാവലാൾ: 'എന്ത് കോലവാടാ നീ! നിന്റെ ശരീരം കണ്ടിട്ട് സഹതാപം തോന്നുന്നു, ആ തീ-കുഴിയിൽ പോയി ചാടെടാ!'

ബിനമൈൽ: 'ആലോചിക്കാം. വേറെ എന്തേലും?'

കാവലാൾ: 'കള്ളൻ! കഴിഞ്ഞ വർഷം എന്റെ പൂച്ചെണ്ട് കട്ടത് നീ ആയിരുന്നു. എവിടെ അത്? എന്ത് ജീവിയാടാ നീ?'

ബിനമൈൽ: 'ഞാൻ കട്ടതൊന്നുമില്ല. വെറുതെ ഓരോന്നു പറയരുത്... ഇയാൾക്ക് എന്നോട് എന്താ ഇത്ര പ്രശ്നം! ശ്ശെടാ, ഞാൻ ഇവിടെ ആയിരം വർഷങ്ങൾ കഷ്ടപ്പെട്ടില്ലെ, ഇനി എങ്കിലും ഒന്നുവെറുതെ വിട്ടൂടെ?'

കാവലാൾ: 'ഓഹ് നീ "ഒന്നുമില്ല" കട്ടു? ഒന്നുമില്ല ഇപ്പോൾ എവിടെയുണ്ട്? നീയാണെന്ന് എനിക്ക് ഉറപ്പായിരുന്നു. നാണമില്ലേ "ഒന്നുമില്ല" പോലെ വിലപ്പെട്ട ഒരു കാര്യം കട്ടു

എന്ന് പറയാൻ!'

ക്ഷുഭിതനായ ബിനമൈൽ അവിടുന്ന് പോയി, വർഷങ്ങളായി ആവർത്തിച്ചു വന്നിരുന്ന ഒരു ശൈലി. ഒരു വർഷം കാത്തിരുന്ന് അവൻ വീണ്ടും മലമുകളിലെത്തി, കാവലാൾ പുറത്തുവന്നു.

കാവലാൾ: 'രണ്ട് വർഷം അടുപ്പിച്ച്! എന്റെ ഉപദേശം അനുസരിച്ചില്ല അല്ലേ! മ്മ്, നിന്റെ ഗുണങ്ങളെ പറ്റി വിവരിക്ക്. കഴിക്കുന്നത് അതിൽ പെടുന്നതല്ല'

ബിനമൈലിന് വീണ്ടും ദേഷ്യം വന്നു, ശാന്തത അഭിനയിച്ച് ഉത്തരം കൊടുക്കാൻ ആരംഭിച്ചു.

ബിനമൈൽ: 'ഞാൻ കഠിനാധ്വാനിയാണ്. സഹായിയും, സുന്ദരനും'

കാവലാൾ: 'സ്വാർത്ഥമായി കഴിച്ച് വിഴുങ്ങി അഭംഗി നിറഞ്ഞ ശരീരം നിലനിർത്തുന്നു. ഭ്രൂം!'

ബിനമൈൽ: 'ഞാൻ സ്വാർത്ഥനല്ല, ഇവിടുത്തെ മുഴുവൻ കൃഷിയും ഞാൻ ഒറ്റയ്ക്കാ ചെയ്യുന്നത്. ഒരു പോർകാളയെ പോലയാ ഞാൻ'

കാവലാൾ: 'എന്നെ കാള എന്ന് വിളിക്കാൻ മാത്രം ധൈര്യമൊ!'

ബിനമൈൽ: 'അല്ല, ഞാൻ അങ്ങനെ... ഞാൻ കാള'

കാവലാൾ: 'ഓഹ് നിനക്ക് കാളയായി വന്ന് എന്നെ കൊല്ലണം അല്ലേ! (ചിരിക്കുന്നു) ഒരു യഥാർത്ഥ കാള പോലും നിന്നെ കാണുമ്പോൾ പേടിച്ചോടും!'

ബിനമൈൽ മലമുകളിൽ നിന്നിറങ്ങി. ഓരോ ചുവടിലും ശക്തമായ പ്രഹരങ്ങൾ മല മുഴുവൻ പരന്നിരുന്നു. ആ കഠിനമായ മലമണ്ണ് ഉഴുതുമറിക്കാൻ ആ പ്രഹരങ്ങൾ തന്നെ ധാരാളം. മൂന്ന് വർഷം തുടർച്ചയായി പോകാൻ അവൻ അടുത്ത വർഷത്തിനായി കാത്തിരുന്നു. അങ്ങനെ വീണ്ടും ആ സമയം വന്നെത്തി; പതിയെ നടന്ന് മുകളിലെത്തി. ഒരു പാതി

കടിച്ച ആപ്പിളും കയ്യിൽ പിടിച്ച് കാവലാൾ പുറത്തുവന്നു.

കാവലാൾ: 'എന്താ!'

ബിനമൈൽ: 'ഞാൻ തയ്യാറായി. എന്നെ അകത്തേക്ക് പ്രവേശിപ്പിക്കൂ'

കാവലാൾ: 'ഏതിന്റെ അകത്തേക്ക്? ഈ ആപ്പിളിന്റെയോ? (ആപ്പിൾ അവന്റെ മുഖത്തേക്ക് വലിച്ചെറിഞ്ഞു, മുഖത്ത് പതിച്ച നിമിഷം അത് ചിന്നിച്ചിതറി) സന്തോഷമായൊ?'

ബിനമൈൽ അവിടെ തന്നെ നിന്നു, കാവലാളെ തുറിച്ചു നോക്കിക്കൊണ്ട്!

കാവലാൾ: 'തറയിൽ ഇരിക്കടൊ!'

ബിനമൈൽ അനുസരിച്ചു, ഉടൻ തന്നെ എണീക്കാൻ കൈ കൊണ്ട് അനുവാദം കൊടുത്തു കാവലാൾ. അയാൾ ചാടി എണീറ്റു

കാവലാൾ: 'നിനക്കെന്താ ചെവി കേട്ടുടെ, ഞാൻ പറഞ്ഞൊ എണീക്കാൻ?'

ബിനമൈൽ മലയിറങ്ങാൻ ആരംഭിച്ചു. ഇനി ഒരിക്കലും കാവലാളെ കാണാൻ വരില്ല എന്ന് സ്വയം പ്രതിജ്ഞയെടുത്തു. അടുത്ത പത്ത് വർഷങ്ങൾ അവനാ മലമണ്ണിൽ കഠിന പ്രയത്നം നടത്തി, കല്ലുകൾ വെട്ടി മിനുക്കി വീടുകൾ പോലെയാക്കി പുതിയ മലവാസികൾക്ക് നൽകി. തന്റെ ദേഷ്യം ശമിപ്പിക്കാൻ അവൻ കഠിന പ്രയത്നം തുടർന്നുകൊണ്ടിരുന്നു. തന്റെയൊപ്പം ഉള്ളവരിൽ ഓരോ വ്യക്തിയെ കാണാതാകുമ്പോഴും അവന്റെ ദേഷ്യം ഇരട്ടിച്ചു വന്നു. അങ്ങനെ ഒരുതവണ ദേഷ്യത്തിന്റെ നെല്ലിപ്പലക കടന്ന അവൻ ഓടിച്ചാടി മലയുടെ അടിഭാഗത്തെത്തി. ചുട്ടുപൊള്ളുന്ന ആവി പറക്കുന്ന ആ കുഴിയിലേക്ക് എടുത്തു ചാടാൻ തുടങ്ങി; എന്നാൽ ആരൊ തന്റെ കാലിൽ കേറി പിടിച്ചു. അതൊരു കുട്ടി ആയിരുന്നു, പത്ത് പതിനഞ്ച് വയസ്സ് പ്രായം വരും കണ്ടാൽ.

കുട്ടി: 'അരുത്, നിങ്ങൾ നല്ലവനാണ്. ഇതല്ല നിങ്ങളുടെ വിധി. എന്റെയൊപ്പം വരൂ, എന്നെ സഹായിക്കൂ'

ബിനമൈൽ: 'നീയേതാ കുട്ടി? ഇവിടെ എങ്ങനെ എത്തിപ്പെട്ടു?'

കുട്ടി: 'എന്റെ പേര് ഓർമ്മയില്ല, എന്തിനാ വന്നതെന്നും അറിയില്ല. എനിക്ക് താങ്കളുടെ സഹായം വേണം. ഇതേതാ സ്ഥലമെന്ന് എനിക്ക് അറിയില്ല'

ബിനമൈൽ ആ മിട്ടോറി മലയെ കുറച്ച് നന്നായി വിവരിച്ച് കൊടുത്തു. കുട്ടിക്ക് ഉടൻ തന്നെ കാവലാളെ കാണാൻ ധൃതിയായി; ആദ്യമായി കാണുന്നതിന്റെ എല്ലാ ആകാംഷയും ആ കുട്ടിക്ക് ഉണ്ടായിരുന്നു. വളരെ വേഗത്തിൽ ഓടി, കുട്ടി ആ മലമുകളിൽ എത്തി. ബിനമൈൽ ഒരു പാറയുടെ മുകളിലിരുന്ന് കുട്ടിയുടെ വരവിനായി കാത്തിരുന്നു. മലമുകളിൽ എന്ത് സംഭവിച്ചാലും അത് തന്നെ അറിയിക്കും എന്ന് കുട്ടി അവന് വാക്ക് നൽകിയിരുന്നു. കുട്ടി, കാവലാളിന്റെ ചെറിയ മന്ദിര-കെട്ടിടത്തിൽ പ്രവേശിച്ചു. നാല് ചുറ്റിനും നിൽക്കുന്ന മതിലുകളിലും, മുകളിലും താഴെയുമായി, നന്നഞ്ഞ പൂക്കൾ കൊണ്ടു മൂടിയ കാഴ്ച അവനെ അമ്പരപ്പിച്ചു. ജനാലകൾ ഇല്ലായിരുന്നു. അവിടെ ഓടിനടന്ന കുട്ടി ഭിത്തിയിൽ കിളിച്ച് നിന്ന പൂക്കളിൽ ചിലത് പറിച്ചു. അവിടെ ഒരു മൂലയ്ക്ക് ഒളിച്ച് നിന്ന കാവലാൾ കുട്ടിയുടെ കയ്യിൽ പിടിച്ചു (നിലവിളി)

കാവലാൾ: 'കിടന്ന് കരയാതെടാ ചെക്കാ. അംഗൻവാടി വഴി തെറ്റി വന്നതാണൊ? രക്ഷിതാക്കൾ രക്ഷപ്പെട്ടൊ?' (ചിരിക്കുന്നു)

കുട്ടി: (ചിരിക്കുന്നു) 'കൊള്ളാം നല്ല തമാച്ച. ആ ചുവന്ന പൂവ് എനിക്ക് തരാമൊ?'

കാവലാൾ: 'ഇല്ല! നീ എന്ത് ചെയ്യും? കരയുമൊ?' (ചിരിക്കുന്നു) (കാവലാൾ കടിച്ചോണ്ടിരുന്ന മാങ്ങയുടെ

ബാക്കി, കുട്ടിയുടെ കാലിന്റെ അടുത്തേക്കെറിഞ്ഞു, കുട്ടി അനങ്ങാതെ നിന്നു)

കുട്ടി: 'എന്തിനാ ഇങ്ങനെ നോക്കുന്നത്? ചിരിക്കണൊ?'

കാവലാൾ: 'അല്ല. പേടിക്കണം'

കുട്ടി: 'ഒന്നും തോന്നിയില്ല. ഒന്നൂടെ ശ്രമിച്ചു നോക്ക്. ഞാൻ തന്റെ ശരീരത്ത് നിൽക്കുന്ന ആ ചുവന്ന പൂവ് പറിക്കാൻ പോകുവാ'

കാവലാൾ: 'ടാ ചെറുക്കാ! നിന്നെ അവൻ അയച്ചതല്ലേ! ആ മുതുക്കുകാള! അവന്റെ കയ്യീന്ന് രക്ഷപ്പെട്ടോ. ഇനി അടുത്ത വർഷം കാണാം, ശരി'

കാവലാളുടെ കൈകൾ കുട്ടിക്ക് നേരെ ചെറുതായി ഒന്നുവീശി, മലയുടെ അടിഭാഗത്ത് കുട്ടി പ്രത്യക്ഷനായി. തന്റെ നെറ്റിയിൽ ഒരു പേപ്പർ കഷ്ണം ഒട്ടിച്ചു വച്ചിരിക്കുന്നത് ശ്രദ്ധിച്ച കുട്ടി അതെടുത്തു വായിച്ചു. "കാവലാളിൽ നിന്ന്: ഇനി എന്റെ മുമ്പിൽ വരുമ്പോൾ ആളാവാൻ ശ്രമിച്ചാൽ നിന്റെ മുമ്പിൽ കാണുന്ന ആവി പറക്കുന്ന കുഴിയുടെ മുകളിലായിരിക്കും നീ അടുത്തതായി പ്രത്യക്ഷപ്പെടാൻ പോകുന്നത്! ഒരുപദേശം തരാം; ആയിരം വർഷങ്ങൾ കിടന്ന് മരവിച്ച അവന്റെ കൂട്ട് ഉപേക്ഷിച്ചാൽ നിനക്ക് കൊള്ളാം" കാവലാളുടെ നിർദ്ദേശം ചെവി കൊള്ളാതെ കുട്ടി മല കയറി ബിനമൈലിന്റെ അടുത്തെത്തി.

കുട്ടി: 'ബിനമൈൽ, ഞാനാ വാതിലിനപ്പുറം കണ്ടു!'

ബിനമൈൽ: 'എന്ത്! വിവരിക്കാൻ ഞാൻ ഇനി പ്രത്യേകിച്ച് പറയണൊ? പെട്ടെന്ന് പറ' (ചാടി എഴുന്നേറ്റു)

കുട്ടി: 'അതിനപ്പുറം ഇതുപോലെ ഒരു മലയാ, പക്ഷേ ഇത്ര കുത്തനെയുള്ളതല്ല. അത്രേയുള്ളൂ'

ബിനമൈൽ: 'എന്ത്? നീ കള്ളം പറയുവല്ലേ? ഈ ആയിരം വർഷങ്ങൾ ഞാൻ എന്നെത്തന്നെ പഴിച്ചതെല്ലാം വെറുതെ ആയിരുന്നൊ?'

കുട്ടി: 'നിങ്ങൾ പിന്നെ അതിനപ്പുറം എന്തുവാണെന്നാ വിചാരിച്ചു വെച്ചിരുന്നത്?'

ബിനമൈൽ: 'അറിയില്ല. എന്തായാലും ഈ സ്ഥലത്തെക്കാൾ നല്ലതാവും എന്ന് പ്രതീക്ഷിച്ചു. അകത്ത് പ്രവേശിക്കാൻ ഞാൻ യോഗ്യനല്ലെന്ന് കാവലാൾ പറഞ്ഞതൊ?'

കുട്ടി: 'എല്ലാം വെറും നാടകമായിരുന്നു. അയാൾക്ക് നിങ്ങളെ കളിയാക്കണം, കാരണം നിങ്ങൾ അതിശക്തനാണ്. ആർക്കും നിങ്ങളോട് എതിർത്ത് ജയിക്കാൻ കഴിയില്ല, പ്രത്യേകിച്ച് ആ പൂക്കാരന്'

ബിനമൈൽ: 'ഞാനിനി എന്ത് ചെയ്യും! ഈ കണ്ട വർഷങ്ങൾ അത്രയും ആ വാതിലിന്റെ അപ്പുറത്തുള്ളത് അറിയാനുള്ള സ്വപ്ന നിമിഷത്തിനായി കാത്തിരുന്നു. ഇനി എനിക്ക് സ്വപ്നങ്ങളില്ല. ആ തീ-കുഴിയിലേക്ക് ചാടുക മാത്രം പരിഹാരം'

കുട്ടി: 'അങ്ങനെ പറയാതെ. എന്റെ കൂടെ, ഞങ്ങളുടെയൊപ്പം നിൽക്കണം. എന്തിനാണ് സ്വപ്നങ്ങൾ കണ്ട് ജീവിക്കുന്നത്? ഉള്ളത് കൊണ്ട് സമാധാനിക്ക്'

ബിനമൈൽ: 'ഞാൻ ഒന്നും അല്ല എന്ന് തോന്നുന്നു. വെറും ചോരയും മാംസവും മാത്രം, വർഷങ്ങളായി മണ്ണിൽ കിളച്ച് കിളച്ച് കാലിനടിയിൽ വേരുകിളിച്ച ഒരു വയസ്സൻ! ഈ മലയുടെ ഒരു ഭാഗമായി ഞാനും മാറിയിരിക്കുന്നു. എന്നോട് കൂട്ട് കൂടാതെ ഇവിടുന്ന് രക്ഷപ്പെടു കുട്ടി'

കുട്ടി: 'ഇങ്ങനെ കാട് കയറി ചിന്തിക്കാതെ. ഒന്നുമല്ലാതെ ജീവിക്കുന്നതിന് അതിന്റേതായ പ്രധാന്യമുണ്ട്. നിങ്ങൾക്കൊരു ശാന്തമായ ജീവിതം നയിക്കാം. നിങ്ങൾ വളരെ വലിയ മനുഷ്യനാണ്; ഈ മിട്ട്റോറി മലവാസികളെ മുഴുവൻ വർഷങ്ങളായി നിസ്വാർത്ഥനായ നിങ്ങൾ തീറ്റി പോറ്റുന്നില്ലേ, ഒരു പ്രതിഫലവും പ്രതീക്ഷിക്കാതെ. അതിനെ പറ്റി

ആലോചിക്ക്. ഈ കല്ലുമലയെ സഹവാസത്തിന് യോഗ്യമാക്കി എടുക്കാൻ നിങ്ങൾക്ക് കഴിഞ്ഞു'

ബിനമൈൽ തന്റെ വിഷാദപ്രസംഗം നിർത്തി, കുട്ടിയോടൊപ്പം ചേർന്നു. അവർ ഒരുമിച്ച് പുതിയ അതിഥികളുമായി കൂട്ടായ്മകൾ ഉണ്ടാക്കി. ഒന്നിനെ പറ്റിയും വിഷമിക്കാത്ത ബിനമൈൽ ഒരു സംരക്ഷകനായി, കഠിന ജോലികൾ ചെയ്യ്തു പുതിയ വിളവുകളും മറ്റ് ഉപകരണങ്ങളും ഉണ്ടാക്കി. ആയിരം വർഷത്തെ കഥകൾ മനസ്സിലുള്ള അയാൾ എല്ലാവരുടേയും പ്രിയങ്കരനായി. അങ്ങനെ മുപ്പത് വർഷം കഴിഞ്ഞപ്പോൾ; പുരുഷനായി മാറിയ ആ കുട്ടി ബിനമൈലിനോട് പറഞ്ഞു;

പുരുഷൻ: 'ബിനമൈൽ, കാവലാളിനെ ഒരിക്കൽകൂടി കാണുന്നതിന് എന്താ അഭിപ്രായം?'

ബിനമൈൽ: 'അങ്ങനെയെങ്കിൽ നീ ആദ്യം ചെല്ല്?'

പുരുഷൻ: 'എനിക്ക് പുറത്തു പോകേണ്ട. ഞാൻ ഇവിടെ നിന്നോളാം. അങ്ങ് പോയി നോക്ക്, വർഷം കുറേയായില്ലേ'

ബിനമൈൽ മലയുടെ മുകളിലേക്ക് ചെന്നു, ഒരു മാറ്റവുമില്ല. പ്രതീക്ഷിച്ചത് പോലെ, കാവലാൾ ബിനമൈലിന്റെ സാന്നിധ്യം മനസ്സിലാക്കുന്നു.

കാവലാൾ: 'ഞാൻ കരുതി നീ മരിച്ചു പോയെന്ന്. കഷ്ടമായി പോയി. ഓരോ വർഷവും നിന്റെ അഭംഗി വർദ്ധിപ്പിക്കാൻ എന്ത് മായവിദ്യയാണ് നിന്റെ പക്കലുള്ളത്?'

ബിനമൈൽ ശാന്തമായി നിന്നു, ദേഷ്യം വന്നില്ല. പകരം തറയിൽ നോക്കിനിന്നു, എന്തോ തെറ്റ് ചെയ്തതു പോലെ.

കാവലാൾ: 'ഓഹ്, കളിയാക്കുന്നൊ? നിന്റെ സമയം കഴിഞ്ഞു, തിരിച്ച് പോ, അടുത്ത വർഷം കാണാം. പോയി ഈ വർഷം നശിപ്പിക്ക്'

ബിനമൈൽ തലയാട്ടി തിരികെ നടക്കാൻ തുടങ്ങി

കാവലാൾ: 'എന്നെ കളിയാക്കി നടന്ന് പോകാൻ മാത്രം ധൈര്യം? എണീക്കാൻ ആരാ നിനക്ക് അനുവാദം തന്നത്? തവളച്ചാട്ടം ചെയ്യടാ'

ഒന്നും മിണ്ടാതെ, ചോദിക്കാതെ ബിനമൈൽ തവളച്ചാട്ടം ചെയ്യാൻ ആരംഭിച്ചു. അയാളുടെ മുഖത്ത്, ഒരു ഭാവ വ്യത്യാസവും ഇല്ലായിരുന്നു. മുകളിലേക്ക് നടന്നുവന്ന സമയത്തും ഇതേ മരവിച്ച ഭാവമായിരുന്നു അയാൾക്ക്.

കാവലാൾ: 'എനിക്ക് എത്ര വയസ്സായി?'

ബിനമൈൽ: 'അറിയില്ല, ആയിരം?'

കാവലാൾ: 'എന്നെ കളിയാക്കാൻ വളർന്നൊ! മനസ്സിൽ ചീത്ത പറയുന്നോടാ! നിന്നെ തീ കുഴിയിൽ എറിയാൻ പോകുവാടാ! പോ!'

ബിനമൈൽ തിരിഞ്ഞ് മലയിറങ്ങി പോയി. പക്ഷേ കാവലാൾ അവനെ തിരികെ വിളിച്ചു. ബിനമൈൽ തിരിഞ്ഞു നോക്കി; അടഞ്ഞ് കിടന്ന മായാജാല വാതിൽ തുറന്നു കിടക്കുന്നു. വാതിൽ കടക്കാൻ കാവലാൾ കൈകൊണ്ട് നിർദ്ദേശം നൽകി. പക്ഷേ ബിനമൈൽ മലയിറങ്ങി തന്റെ സ്നേഹ കൂട്ടായ്മയുടെ അടുത്ത് ചെന്നു (ഗുരുജി വിവരണം നിർത്തി)

ഞാൻ: 'അങ്ങ് ഒന്നും വിചാരിക്കരുത്. എന്തായിരുന്നു ആ കഥ? അയാൾക്ക് എന്ത് സംഭവിച്ചു? അവിടെ എന്താ ചെയ്യുന്നത് എന്ന് മറന്നുപോയൊ അയാൾ?'

ഒന്നാമൻ: 'ഇല്ല. കാവലാളുമായി ഉണ്ടായിരുന്ന അഭിമുഖം ജയിക്കാൻ യാതൊരു താത്പര്യവും അയാൾക്കില്ലായിരുന്നു. തന്റെ സ്വന്തം മാറ്റങ്ങൾ പരീക്ഷിക്കാൻ മാത്രമാണ് അയാൾ കാവലാളെ കാണാനായി ചെന്നത്'

ഞാൻ: 'എന്ത് മാറ്റങ്ങൾ? ജീവിതം? ഉയരാനുള്ള അവസരം അയാൾക്ക് കിട്ടിയതല്ലേ, അടുത്ത സ്ഥലത്തേക്ക് പോയാൽ മതിയായിരുന്നല്ലോ. എന്ത് പറ്റി?'

ഒന്നാമൻ: 'ആ കുട്ടി അയാളോട് വാതിലിന്റെ അപ്പുറം എന്താണെന്ന് കള്ളം പറഞ്ഞത് ഓർക്കുന്നൊ?'

ഞാൻ: 'അതെ, ഞാൻ ഓർക്കുന്നു. എന്താണ് കാര്യം? ആ കള്ളം കേട്ട ശേഷം അയാൾ ഒരു സ്വപ്നമില്ലാ മനുഷ്യനായി മാറിയത് ഞാൻ ഓർക്കുന്നു'

ഒന്നാമൻ: 'അയാൾ ആയിരം വർഷങ്ങളിൽ ആസ്വദിക്കാതെയിരുന്ന കാര്യങ്ങൾ പിന്നീട് ആസ്വദിക്കാൻ തുടങ്ങി. അയാൾ മിട്ട്റ്റോറി വാസികൾക്ക് ഒരു വലിയ സഹോദരനായി'

ഞാൻ: 'വ്യക്തിസത്ത ധർമ്മസങ്കടം?'

ഒന്നാമൻ: 'അതെ, മനുഷ്യരെന്നും എന്തിന്റെ എങ്കിലും പിറകെ ആയിരിക്കും. അവർ എന്നും ഇല്ലായ്മകളിൽ നിന്നുയരാൻ ശ്രമിച്ചു കൊണ്ടിരിക്കും, അതിനി എത്ര പുരോഗതി ഉണ്ടെങ്കിലും ശരി'

ഞാൻ: 'അതിനെന്താ കുഴപ്പം? നമ്മുക്ക് എല്ലാർക്കും എന്നും പൂർവികർ ജീവിച്ചതുപോലെ ജീവിക്കാൻ കഴിയുമോ? ഇനി പൂർവികത ഇഷ്ടമുള്ളവർ ഉണ്ടെങ്കിൽ അവരെ അലസതയുടെ പട്ടം അണിയിക്കണ്ടെ?'

ഒന്നാമൻ: 'ബിനമൈൽ ഒരു അലസനാണെന്ന് തോന്നുന്നൊ? ഞാൻ ഒരിക്കലും മനുഷ്യർ പൂർവിക ജീവിതം നയിക്കണമെന്ന് പറഞ്ഞിട്ടില്ല'

ഞാൻ: 'ബിനമൈൽ നല്ലവനാണ്. ഗുരുജി അവസാനം പറഞ്ഞത് വ്യക്തമായില്ല'

ഒന്നാമൻ: 'നോക്കു, ബിനമൈൽ തന്റെ സ്വപ്നമായ, മലമുകളിലെ വാതിലിന്റെ അപ്പുറം എന്താണ് എന്നതിന്റെ പിന്നാലെ ആയിരുന്നു. അതിനായി ആയിരം വർഷത്തോളം കാവലാളിന്റെ കളിയാക്കൽ സഹിച്ചു. വ്യക്തിസത്ത വിഷമത്തിൽ എത്തിയതിനു പിന്നാലെ അയാൾ കാവലാളിന്റെ ശക്തമായ അഭിമുഖം ജയിച്ചു'

ഞാൻ: 'മ്മ്, എനിക്ക് മനസ്സിലായി. ബിനമൈലിന്റെ സ്വപ്നം നിറഞ്ഞ മനസ്സിൽ ദേഷ്യവും അഹങ്കാരവും ആയിരുന്നു, അത് അയാളെ, കാവലാളിന്റെ വാക്കുകൾ കേട്ട് നിൽക്കാൻ അനുവദിച്ചില്ല. പക്ഷേ കാവലാൾ ഉപയോഗിച്ച വാക്കുകൾ, ആരേയും വേദനിപ്പിക്കാൻ മൂർച്ചയേറിയത് ആയിരുന്നു'

ഒന്നാമൻ: 'അയാൾക്ക് കാവലാളിന്റെ പെരുമാറ്റത്തെ ചോദ്യം ചെയ്യാമായിരുന്നു. എന്തുകൊണ്ട് ചെയ്തില്ല? വാക്കിന് വാക്ക് കൊണ്ട്, വാള് കൊണ്ടല്ല. പകരം അവൻ തന്റെ ദേഷ്യം ആ മലയോട് തീർത്തു'

ഞാൻ: 'അപ്പോൾ അയാൾ വ്യക്തിസത്ത വിഷമത്തിൽ പെട്ടപ്പോൾ എന്താ സംഭവിച്ചത്? ദേഷ്യവും മനസ്സും എല്ലാം കൈവിട്ടൊ?'

ഒന്നാമൻ: 'അതെ, അങ്ങനെയുള്ള സന്ദർഭങ്ങളിൽ നമ്മളും അങ്ങനെ തന്നെ ചെയ്യും. ഞാൻ വ്യക്തമാക്കി പറയാം; മനുഷ്യർ ജനിച്ചുവീഴുന്ന നിമിഷം തന്നെ അവർക്ക് ചുറ്റും ഒരു വലയം നിർമ്മിതമാകും; സ്വയബോധം, വിദ്യാഭ്യാസം, ബന്ധങ്ങൾ, മതം, സംസ്കാരം, ഭാവി തുടങ്ങിയവ കൊണ്ട് നിർമ്മിച്ച വലയം. ഈ വലയത്തെ അനുസരിച്ച് ജീവിതം കൊണ്ടുപോയില്ല എങ്കിൽ, പരാജയപ്പെട്ടു എന്ന് മുദ്രകുത്തും. അഹങ്കാരം, അസൂയ, രോക്ഷം തുടങ്ങിയവ ഒരു വ്യക്തിയെ, ആ വലയത്തെ ജയിക്കാൻ സഹായിക്കും. സ്ഥലങ്ങൾ, രാജ്യങ്ങൾ അനുസരിച്ച് ഈ വലയത്തിൽ മാറ്റം വരും'

ഞാൻ: 'അപ്പോൾ, ബിനമൈൽ ഈ വലയം ഭേദിച്ച് പുറത്തുകടന്നു. വ്യക്തിസത്ത വിഷാദത്തിൽ പ്രവേശിച്ചു, എന്ത് ചെയ്യണം എന്നറിയാതെ. അങ്ങനെ, വലയത്തിൽ നിന്ന് ലഭിക്കാവുന്ന മോശം ഊർജ്ജങ്ങളിൽ നിന്നും സ്വാതന്ത്ര്യം നേടി. ശരിയല്ലേ ഗുരുജി?'

ഒന്നാമൻ: 'അതെ... എനിക്കറിയാം നിങ്ങൾ എന്താ വീണ്ടും ആലോചിച്ചു വിഷമിക്കുന്നതെന്ന്. വലയത്തിൽ നിന്ന് രക്ഷപ്പെട്ടാൽ, മനുഷ്യർ ലക്ഷ്യബോധം ഇല്ലാത്തവരും അലസരുമായി മാറില്ലെ, അത് അവരുടെ വംശനാശം സൃഷ്ടിക്കില്ലെ. അതല്ലെ?'

ഞാൻ: 'അതെ. ഒന്നും ചെയ്യാൻ ഇല്ലെങ്കിൽ ജീവിതം ഒരു ഭാരമാകും. എന്റെ കഴിഞ്ഞ വിവരണ ജോലി തീർന്നപ്പോൾ, ഇങ്ങനെ തന്നെ ആയിരുന്നു ഞാനും, ഒന്നും ചെയ്യാതെ ആ കുപ്പിയിൽ ഇരുന്നപ്പോൾ ചിന്തിച്ചത്'

ഒന്നാമൻ: 'അതാ നോവൽ പരമ്പരയിലെ അവസാന പുസ്തകം ആയിരുന്നില്ലെ?'

ഞാൻ: 'അതെ, കഥാകൃത്ത് വാക്ക് പറഞ്ഞതാണ് എനിക്കും, അയാൾ കഥയിൽ നിർമ്മിച്ച "വിശ്രമ കേന്ദ്രത്തിൽ" ഒരു സ്ഥാനം തരാമെന്ന്. പക്ഷേ ഞാൻ, മനോഹരമായ പടങ്ങൾ കൊണ്ടലങ്കരിച്ച ഒരു പെട്ടിക്കൂട്ടിൽ വെച്ചിരുന്ന കുപ്പിയിൽ എത്തിപ്പെട്ടു. എനിക്കും വ്യക്തിസത്ത ധർമ്മസങ്കടം വന്നിരുന്നു. ഞാൻ ആത്മഹത്യയെ പറ്റി പോലും ചിന്തിച്ചിട്ടുണ്ട്'

ഒന്നാമൻ: 'അങ്ങനെ ഒറ്റയ്ക്ക് ഇരുന്നപ്പോൾ താൻ എന്തൊക്കെ ചെയ്തു?'

(നിശബ്ദത)

ഞാൻ: 'ഞാൻ എന്നെ പറ്റി തന്നെ ചിന്തിച്ചു, ഒരു കഥാകൃത്ത് പറഞ്ഞുതന്ന ജീവിത ചരിത്രമാണ് എന്റേത്, ആ ജീവിതത്തെ പറ്റി ചിന്തിച്ചു'

ഒന്നാമൻ: 'അങ്ങനെ ചിന്തിച്ചപ്പോൾ സ്വന്തം മനസ്സിനെ പറ്റി എന്തൊക്കെ മനസ്സിലായി?'

ഞാൻ: 'എന്റെ സ്വഭാവത്തെ പറ്റി നന്നായി മനസിലാക്കി. കഥാകൃത്തിന് എന്നെ പോലുള്ളവരെ നിയന്ത്രിക്കാനുള്ള കരുത്തിൽ എനിക്ക് അസൂയ ഉണ്ടായിരുന്നു എന്ന് ഞാൻ

തിരിച്ചറിഞ്ഞു. ആ കുപ്പിയിൽ അന്ന് ഒറ്റയ്ക്കിരുന്ന് ആലോചിച്ച് പിന്നീട്, എന്നെ തിരഞ്ഞെടുത്തതിൽ ഞാൻ കഥാകൃത്തിനോട് നന്ദി രേഖപ്പെടുത്തി'

ഒന്നാമൻ: 'ശരി. മനുഷ്യജീവിതം എന്നാൽ എന്തെങ്കിലും നേടാനുള്ള ഓട്ടമാകരുത്. ഒരു മനുഷ്യന് ചിന്തിക്കാനുള്ള ശേഷി കിട്ടിയാൽ, ഉടൻ തന്നെ അയാൾ ചെയ്യേണ്ടത് സ്വന്തം അവബോധത്തെ പറ്റി ചിന്തിക്കുകയാണ്. അവരുടെ ഇഷ്ടങ്ങൾ, ആഗ്രഹങ്ങൾ, ബലങ്ങൾ, വൈകല്യങ്ങൾ, പേടികൾ, വിനോദങ്ങൾ തുടങ്ങിയവ. അതിന് ശേഷം മറ്റുള്ളവരുടെ ജീവിതങ്ങൾ പഠിക്കാൻ ശ്രമിക്കണം; അതും പുസ്തകം, നിരീക്ഷണം, മറ്റ് മാധ്യമങ്ങൾ എന്നിവയിലൂടെ. ഒളിഞ്ഞുനോട്ടം ആവരുത്. ഒരിക്കലും മറ്റുള്ളവരെ പോലെയാകാൻ ശ്രമിക്കരുത്, മറിച്ച്, അവരുടെ നല്ലതും അല്ലാത്തതുമായ വശങ്ങൾ, കഴിവുകൾ പഠിച്ച് അത് സ്വയം വിലയിരുത്തി നോക്കണം, അങ്ങനെ സ്വന്തം വ്യക്തിത്വത്തെ ഉയർത്തണം'

ഞാൻ: 'പക്ഷെ ഗുരുജി, ഈ നല്ലതും അല്ലാത്തതും എങ്ങനെ അറിയും? എന്താണ് ഗുണങ്ങൾ?'

ഒന്നാമൻ: 'അത് സ്കൂൾ, രക്ഷിതാക്കൾ, പുസ്തകങ്ങൾ, ബന്ധുക്കൾ. അതെന്ത് ചോദ്യമാ? ഞാൻ പിഞ്ചു കുഞ്ഞുങ്ങളുടെ കാര്യമല്ല പറയുന്നത്! ചിന്തിക്കാനുള്ള കഴിവ് കിട്ടുന്ന പ്രായം'

ഞാൻ: 'രക്ഷിതാക്കൾ തിരക്കിൽ, ബന്ധുക്കൾ ശത്രുക്കൾ, പുസ്തകം വായിച്ചാൽ ഉറക്കം വരും; ഇനി എന്താ മാർഗ്ഗം?'

ഒന്നാമൻ: 'സ്കൂളുകൾ. കുട്ടികൾ ഒരു ദിവസം കൂടുതൽ ഉണർന്നിരിക്കുന്ന സമയവും ചിലവഴിക്കുന്നത് അവിടെയല്ലെ! ജ്ഞാനം ലഭിക്കാൻ പറ്റിയ സ്ഥലം'

ഞാൻ: 'അടിപൊളി. സ്കൂളുകൾ "മനുഷ്യർ" എന്ന വിഷയം പഠിപ്പിക്കില്ല. മനുഷ്യ ശരീരത്തിൽ എത്ര

അസ്ഥിയുണ്ടെന്ന് പഠിപ്പിക്കും. അപ്പോഴൊ?'

ഒന്നാമൻ: 'എന്നാൽ പഠിപ്പിക്കണം, അത്ര തന്നെ. വ്യായാമം ചെയ്യുന്നത് ശരീരത്തിലെ മാലിന്യം നീക്കം ചെയ്യുന്നതുപോലെ, സ്വന്തം വ്യക്തിത്വത്തെ പറ്റി ചിന്തിക്കുന്നത്, മനസ്സിൽ അടിഞ്ഞുകൂടുന്ന പാപ മാലിന്യങ്ങൾ പുറത്തുകളയാൻ സഹായിക്കും. നല്ല ചിന്തകൾ മനസ്സിൽ നിറച്ച് വച്ചിരുന്നാൽ; അതിന് മടിപിടിച്ച മനസ്സുകളെ വേട്ടയാടുന്ന ദുഷ്ടചിന്തകളെ എതിർക്കാൻ സാധിക്കും. ബിനമൈൽ കുട്ടിയുടെ കള്ളക്കഥ വിശ്വസിച്ചത് മുതൽ അയാളുടെ മനസ്സിൽ നിന്നും ദുഷിച്ചചിന്തകൾ മാഞ്ഞുപോയി. അയാൾക്ക് മറ്റൊന്നും ചിന്തിക്കാൻ ഇല്ലായിരുന്നു, അങ്ങനെ തന്റെ നല്ല മനസ്സും ശക്തിയും ബാക്കിയുള്ളോർക്ക് നൽകാൻ അയാൾ തീരുമാനിച്ചു. മിട്ടോറി എന്ന ആ സ്ഥലം ഒരു ജയിൽ പോലെ ആയിരുന്നു, തെറ്റ് ചെയ്ത മനുഷ്യർക്ക് സ്വയം ചിന്തിച്ച് നന്നാവാനുള്ള സമയവും അവസരവും അവിടെ എത്തുന്നവർക്ക് ലഭിച്ചു. അവർ അവിടെ എത്തിപ്പെടാനുള്ള കാരണം തന്നെ അവരുടെ വിവേകമില്ലാത്ത മനസ്സായിരുന്നു'

ഞാൻ: 'ആധുനിക മനുഷ്യർ എപ്പോഴും തിരക്കുകളിൽ പെട്ട് മുറുകുകയാണ്. ഇനി അവർക്കല്പം വിശ്രമം ലഭിച്ചാൽ തന്നെ, സ്വന്തം മനസ്സിനെ പറ്റി ചിന്തിക്കാതെ, കിട്ടിയ സമയം കളയാൻ, മറ്റനവധി ഉപാധികൾ അവർക്ക് ചുറ്റിനുമുണ്ട്. തമാശ എന്തെന്നാൽ, സ്വയം ശിക്ഷിച്ച് മറ്റുള്ളവരെ പഴിചാരി അവർ ആശ്വസിക്കും'

ഒന്നാമൻ: 'ജീവിതം എത്ര ചുരുങ്ങിയതാണ് എന്ന സത്യം മനുഷ്യർ അവഗണിക്കുന്നു, അതുപോലെ ജീവിതത്തിൽ സംഭവിക്കുന്ന നല്ല കാര്യങ്ങൾ മറന്ന്; ചിരഞ്ജീവ രഹസ്യം കണ്ടെത്താനും, ഭൂമിയേയും ജീവജാലങ്ങളിലും മാറ്റം വരുത്താനും, മനുഷ്യമനസ്സിൽ പുതിയ ഘടന വരുത്താനും

ഓടി നടക്കുന്നു. എല്ലാം ചെയ്യ്തിട്ട് എന്ത് കാര്യം; മനുഷ്യർക്ക് സന്തോഷവും സമാധാനവും ഇല്ല. മനുഷ്യർ തന്നെ അവരവർക്ക് വേണ്ടി സ്വയം ചിന്തിക്കട്ടെ, അതിനായി ഓരോ മനുഷ്യനും മുൻകൈ എടുക്കണം'

ഞാൻ: 'ഗുരുജി, പ്രഭാതം വന്നെത്തി. ഈ മണ്ടന്മാരെ പഠിപ്പിക്കാൻ സമയമായയല്ലോ. പിന്നെ കാണാം'

(നിശബ്ദത)

8

പരിശുദ്ധ സംവാദം: ഭാഗം മൂന്ന്

ടീച്ചർ: 'ശരി. പുതിയ ഘട്ടം. അങ്ങ് തന്നെ തുടങ്ങിക്കൊ'

ഒന്നാമൻ: 'കുട്ടികളെ, തുടങ്ങിക്കൊ'

കുട്ടി: 'എളിമയായി ജീവിക്കുന്നതിലെ പ്രധാന്യം'

വിദ്യാർത്ഥി: 'ക്ഷമിക്കണം, എന്തുവാ ചോദ്യം? എന്താണ് എളിമ?'

ടീച്ചർ: 'വിനയം, വിനയത്തോടെയുള്ള പെരുമാറ്റം, അഹങ്കാരമില്ലാത്ത പെരുമാറ്റം'

രക്ഷിതാവ്: 'അഹങ്കാരം, ഏറ്റവും മോശം. എന്തായാലും എനിക്കതില്ല'

വിദ്യാർത്ഥി: 'നിങ്ങൾക്ക് നാല് വീടില്ലെ, അഞ്ച് കാറ്, നിങ്ങൾ ജാഡയുടെ ആൾരൂപമാണ്, കൂടുതൽ നല്ലവൻ ചമയല്ലെ!'

രക്ഷിതാവ്: 'നിനക്ക് ഇതൊക്കെ എങ്ങനെ അറിയാം?'

വിദ്യാർത്ഥി: 'അതിൽ കാര്യമില്ല. ഗുരുജി, ഇയാൾക്ക് അഹംഭാവം ഇല്ലെ?'

ഒന്നാമൻ: 'ഉണ്ട്. കൂടുതൽ ഭൂമി കയ്യിലാക്കാനുള്ള ആഗ്രഹം അഹംഭാവമുള്ള ചിന്തയാണ്. തന്റെ കുടുംബവും തലമുറയും എന്നും ഉയർന്ന് നിലനിൽക്കണം എന്നുള്ള

സ്വാർത്ഥ ചിന്തയാണ്, ഒരാളെക്കൊണ്ട് കൂടുതൽ ഭൂമി കൈക്കലാക്കാൻ പ്രേരിപ്പിക്കുന്നത്

രക്ഷിതാവ്: 'എനിക്കീ ഭൂമി മുഴുവൻ വേണ്ട! ഞാൻ വേറൊരു രാജ്യത്ത് പോലും പോയിട്ടില്ല. ഭൂമിയുടെ നാഥനാകാൻ താൽപ്പര്യമില്ല!'

ടീച്ചർ: 'വസ്തു വാങ്ങിക്കൂട്ടുന്ന കാര്യമാ ഗുരുജി പറഞ്ഞത്. അല്ലാതെ ഭൂമി മൊത്തം ഒറ്റയ്ക്ക് വിഴുങ്ങാനല്ല!'

രക്ഷിതാവ്: 'ഓഹ് അങ്ങനെ. പക്ഷേ പത്തിൽ കൂടുതൽ വീടുകളുള്ളവർ ഉണ്ടല്ലോ, അവരോ? എനിക്ക് നാലല്ലെയുള്ളൂ, അതും എന്റെ രണ്ട് ആൺ മക്കൾക്ക് കൊടുക്കാനാ'

കുട്ടി: 'അവർക്ക് ഒരു വീട്ടിൽ കഴിയാൻ പറ്റില്ലെ?'

രക്ഷിതാവ്: 'അതെങ്ങനെ, അവർക്ക് സ്വകാര്യത വേണ്ടെ? വിവാഹ ജീവിതം നന്നായി പോകാൻ സ്വകാര്യത അനിവാര്യമാണ്. ഇതൊക്കെ എല്ലാവർക്കും അറിയാവുന്ന കാര്യമാണ്'

വിദ്യാർത്ഥി: 'ഗുരുജി, ഇദ്ദേഹം ഇപ്പോഴും ആ ഇര-വേട്ട സിദ്ധാന്തവും മനസ്സിൽ വെച്ചാണ് സംസാരിക്കുന്നത്. ഇയാൾക്ക് എന്താണ് പ്രശ്നം?'

വിദ്യാർത്ഥി: 'കൂടാതെ വിവാഹ ജീവിത കരാർ ചിട്ടകൾക്കും പ്രോത്സാഹനം നൽകുന്നു'

ഒന്നാമൻ: 'ശാന്തരാകൂ കുട്ടികളെ. അദ്ദേഹം തന്റെ വിശ്വാസങ്ങൾ കൈവശം വെച്ച് കഴിയട്ടെ. അമ്പത് വയസ് പ്രായമുള്ള അദ്ദേഹത്തിന് വർഷങ്ങളായി സ്വരൂപിച്ച് വെച്ചിരിക്കുന്ന അറിവുകൾ, അതേത് തരമാണെങ്കിലും, മാറ്റാൻ പ്രയാസമാണ്. പ്രധാനം എന്തെന്നാൽ നിങ്ങൾ കുട്ടികൾ നിങ്ങളായി ജീവിക്കുക എന്നതാണ്, നമ്മൾ പറഞ്ഞതെല്ലാം ഓർമ്മയിൽ സൂക്ഷിച്ച് വെയ്ക്കുക. നമ്മൾ വീണ്ടും വിഷയത്തിൽ നിന്നും വിട്ടുപോയിരിക്കുന്നു'

വിദ്യാർത്ഥി: 'ക്ഷമിക്കണം ഗുരുജി, ഈ ഒറ്റപ്പെടൽ അഹംഭാവം കൊണ്ട് ഉണ്ടാകുന്നതാണൊ?'

ഒന്നാമൻ: 'ഒറ്റപ്പെടൽ ഒരാളുടെ സ്വന്തം തീരുമാനമാണ്. മനുഷ്യരെ അവരുടെ പരിശുദ്ധ സത്തയിൽ നിന്ന് പിറകോട്ട് വലിക്കുന്ന പ്രധാന ഘടകം അഹംഭാവമാണ്'

വിദ്യാർത്ഥി: 'ദയവായി വിശദീകരിക്കൂ ഗുരുജി'

ഒന്നാമൻ: 'അഹംഭാവം കാരണം ചതി, വിഷാദം, ഒറ്റപ്പെടൽ എന്നിവ ഉണ്ടായി. സ്വാർത്ഥതയുടെ ആൾരൂപമാണ് അഹംഭാവം. വിനയം കൈവരിക്കുന്നത് അത്ര എളുപ്പമല്ല. അതിന് ഏറ്റവും ആവശ്യം ബാക്കി മനുഷ്യർ അനുഭവിക്കുന്ന അവസ്ഥകൾ മനസ്സിലാക്കാനുള്ള കഴിവ് നേടുക എന്നതാണ്. മനുഷ്യർ അവരുടെ വേദനകൾ മറ്റുള്ളവരിൽ നിന്നും മറച്ചു പിടിക്കാൻ മിടുക്കരാണ്, അത് അഹംഭാവത്തിൽ നിന്ന് ഉണ്ടാകുന്നതാണ്'

ടീച്ചർ: 'അഹംഭാവം, അഹംഭാവം! എന്താണിത്!'

ഒന്നാമൻ: 'ശാന്തനാകു മോനെ. നിന്നിലെ അഹംഭാവമാണ് എനിക്കെതിരെ ദേഷ്യപ്പെടാൻ പ്രേരിപ്പിച്ചത്. താങ്കളുടെ വിദ്യാർത്ഥികളുടെ ഇടയിൽ അവഗണിക്കപ്പെട്ടു എന്ന് തോന്നിയതാണ് അങ്ങനെ ചെയ്യാൻ നിങ്ങളെ പ്രേരിപ്പിച്ചത്'

(നിശബ്ദത)

ഒന്നാമൻ: 'ആദ്യമായി നമ്മുക്ക് എളിമ എന്ന പരിശുദ്ധ ഊർജ്ജത്തെ പറ്റി സംസാരിക്കാം'

കുട്ടി: 'ഒരാൾക്ക് കഴിവും സമ്പത്തും ഉണ്ടായിട്ടും, അഹങ്കാരം ഇല്ലാതെ പെരുമാറുന്നത് എളിമയുടെ സൂചനയാണ്, കൂടാതെ തന്റെ നല്ല ജീവിതം മറ്റുള്ളവരെ കാണിച്ച് ആസ്വദിക്കാതെ നടക്കുന്നതും എളിമയാണ്'

ടീച്ചർ: 'അതെന്തുവാ "കാണിച്ച് ആസ്വദിക്കൽ?'

വിദ്യാർത്ഥി: 'ഈ കുട്ടി പറഞ്ഞത് എനിക്ക് മനസ്സിലായി. അഹംഭാവം കാണിക്കാൻ വേണ്ടി മാത്രം ചില വഴികൾ

ലോകത്തുണ്ട്; ഉപയോഗമൂല്യം കുറവുള്ള ആഡംബര വസ്തുക്കൾ. ഇത്തരം വസ്തുക്കൾ മേടിച്ച് അവരുടെ പ്രൗഢി കാണിക്കാതെ, ആ പാഴാക്കുന്ന പണം മറ്റ് ചെറുകിട വ്യവസായങ്ങളിലും വസ്തുക്കളിലും ഉപയോഗിച്ചുകൂടെ എന്നതാണ് ചോദ്യം'

ഒന്നാമൻ: 'വളരെ നല്ല വിവരണം. ധനികർ അവരുടെ സമ്പത്ത് ആഡംബര വസ്തുക്കളിൽ ചിലവഴിക്കാൻ തീരുമാനിക്കുന്നത്, മാനുഷീക ഓത്തൊരുമയുടെ അഭാവം കാരണമാണ്. ഒത്തൊരുമിച്ചുള്ള പ്രയത്നം മനുഷ്യരെ എന്നും ഉയർച്ചകളിൽ എത്തിച്ചിട്ടുണ്ട്, ശക്തമായ പ്രകൃതിദുരന്തങ്ങളിൽ നിന്നുപോലും രക്ഷതരാൻ അതിന് കഴിഞ്ഞിട്ടുണ്ട്. ഈ ഒത്തൊരുമയുടെ നാശം സ്വാർത്ഥത, അഹംഭാവം എന്നിവ വർദ്ധിപ്പിച്ചു'

വിദ്യാർത്ഥി: 'ഗുരുജി, ഈ അഹംഭാവത്തിന് ബാക്കി പ്രശ്നങ്ങളുമായിയുള്ള ബന്ധം വിവരിക്കാമൊ!'

ഒന്നാമൻ: 'ശരി. എന്താണ് ഒറ്റപ്പെടൽ? കാരണം?'

ടീച്ചർ: 'ഏകാന്തത. മനുഷ്യർ ഏകാന്തമായിരുന്ന് അവരുടെ ജീവിതം മെച്ചപ്പെടുത്താനുള്ള കാര്യങ്ങൾ ചെയ്യും. മുഖ്യമായും പഠനം'

ഒന്നാമൻ: 'അതിന് വിഷാദവുമായിയുള്ള ബന്ധം എന്താണ്? വിഷാദം എന്ന രോഗം ഉയരാനുള്ള കാരണം എന്താണ്?'

ടീച്ചർ: 'വിഷാദം എന്നത് മറ്റുള്ളവരുടെ അവഗണനയിൽ നിന്നുണ്ടാകുന്ന ഒരു അനുഭവമാണ്. ജീവിതം തന്നെ സ്വയം അവഗണിക്കുന്ന അവസ്ഥ, പ്രതീക്ഷ എന്ന വാക്കിന് യാതൊരു പ്രസക്തിയും നൽക്കാത്ത അവസ്ഥ. ഒറ്റപ്പെടൽ ഈ അവസ്ഥയുടെ മൂർച്ച കുട്ടുന്നു, കാരണം അത്തരം അവസ്ഥകളിൽ അയാൾക്ക് സമാശ്വാസം ലഭിക്കേണ്ടത് അത്യാവശ്യമാണ്"

വിദ്യാർത്ഥി: 'ഗുരുജി, മനുഷ്യരെ ചതിക്കാൻ പ്രേരിപ്പിക്കുന്നത് എന്താണ്?'

ഒന്നാമൻ: 'മോനേ, നിന്റെ മുഖം കണ്ടിട്ട് വേദനാജനകമായ ഒരു സംഭവം നീ നേരിട്ടിട്ടുണ്ട് എന്ന് നിസ്സംശയം പറയാം... കരയാതെ മോനേ, ഏറ്റവും ക്രൂരമായ പാപമായി "ചതി" മാറിയത് അതിന്റെ ആഘാതം കൊണ്ടാണ്. സ്വാർത്ഥതയാണ് ചതികളുടെ പിന്നിലും; മറ്റുള്ളവരെ മറികടക്കാൻ എന്തും ചെയ്യാൻ മടിയില്ലാത്തവർക്കുള്ള ഉപാധിയാണിത്. കരച്ചിൽ നിർത്തൂ മോനേ...'

വിദ്യാർത്ഥി: 'ക്ഷമിക്കണം ഗുരുജി, എന്നെ ചതിച്ചത് എന്റെ പ്രിയ കൂട്ടുകാരനായിരുന്നു. രണ്ടാം ക്ലാസ് മുതൽ ഞങ്ങൾ കൂട്ടുകാർ ആയിരുന്നു; എപ്പോഴും ഞങ്ങൾ ഒരുമിച്ചായിരുന്നു. പിന്നെ ഞങ്ങൾ ഒരുമിച്ച് കോളേജിൽ ചേർന്നു; അവൻ ഒരു കുട്ടിയുമായി പ്രണയത്തിലായി. അവൾ സുന്ദരിയും അഹങ്കാരിയും ആയിരുന്നു; ഞങ്ങളുടെ സൗഹൃദം അവൾക്ക് ഇഷ്ടമല്ലായിരുന്നു. അവർ രണ്ട് പേരും എന്നെ ഒഴിവാക്കാൻ ആരംഭിച്ചു, ഞാൻ ഒന്നും പറഞ്ഞില്ല. അങ്ങനെ ഒരു മുഖ്യ പരീക്ഷയിൽ; ഞാൻ ഉത്തരത്തുണ്ട് വെച്ച് പരീക്ഷയ്ക്ക് കോപ്പി അടിച്ചോണ്ടിരുന്നപ്പോൾ, എന്റെ കയ്യിലിരുന്ന തുണ്ട് ഞാൻ അവന് നൽകി. അല്പം കഴിഞ്ഞ് പരീക്ഷ അധികൃതർ വന്ന് മുറി പരിശോധിച്ചു; അവന്റെ കാമുകീടെ കയ്യീന്ന് ഉത്തരത്തുണ്ട് പിടിച്ചു, ഉടൻ തന്നെ എന്റെ സുഹൃത്ത് ആ തുണ്ട് എന്റേതാണെന്നും ഞാൻ വലിച്ചെറിഞ്ഞത് കണ്ടെന്നും അവരോട് പറഞ്ഞു. അവളുടെ കള്ള കരച്ചിലും കൂടി ആയപ്പോൾ എന്നെ പൊക്കി, മൂന്ന് വർഷം പരീക്ഷാ വിലക്ക് ലഭിച്ചു' (ദേഷിച്ച് കരയുന്നു)

ഒന്നാമൻ: 'വളരെ വേദനാജനകം തന്നെ. വിഷമിക്കേണ്ട മോനേ, നിന്റെ കഴിവുകളിൽ ശ്രദ്ധിക്കൂ. കുറച്ചു കടലാസ് പരീക്ഷകളെ ഓർത്ത് വിഷമിക്കേണ്ട. യഥാർത്ഥ പരീക്ഷണം

നിന്റെ മനസ്സിലാണ് നടക്കുന്നത്, സ്വയം ചിന്തിക്കുക, നിന്റെ ദേഷ്യത്തെ പ്രയത്ന ഊർജ്ജമാക്കി മാറ്റുക. അതുപോലെ എപ്പോഴും ഒരു കാര്യം ഓർക്കുക, ഒരു മനുഷ്യന് സംഭവിക്കാവുന്ന ഏറ്റവും ക്രൂരമായ പാപം നീ അനുഭവിച്ചു കഴിഞ്ഞു, ഇനി എന്തിനേയും നേരിടാൻ നിനക്ക് സാധിക്കും. എന്ത് വിചാരിക്കുന്നോ അത് നേടി എടുക്കാൻ നിനക്ക് സാധിക്കും. കരച്ചിൽ നിർത്തുക'

വിദ്യാർത്ഥി: 'നന്ദി ഗുരുജി. ഞാൻ ഇനി കരയില്ല. പക്ഷേ രണ്ട് മാസം മാത്രം പരിചയമുള്ള ആ പെൺകുട്ടിക്ക് വേണ്ടി എന്നെ ചതിക്കാൻ അവനെങ്ങനെ സാധിച്ചു! ഹാ എന്തേലും ആവട്ടെ, ഞാനിനി അതൊന്നും ആലോചിച്ചു സമയം കളയില്ല. ഇനി എന്നെ തോൽപ്പിക്കാൻ കഴിയില്ല!'

ഒന്നാമൻ: 'എന്തിനാ ചിരിക്കുന്നത് രക്ഷിതാവെ?'

രക്ഷിതാവ്: 'അതാണോ വലിയ ചതി! ഞാൻ പറയാം. രണ്ട് വർഷം മുമ്പ്, എന്റെ കൂട്ടുകാരൻ ഒരു യാത്ര പോയി, അവൻ അപകടത്തിൽപ്പെട്ടു. മഞ്ഞുമൂടി കിടന്നത് കാരണം വണ്ടിയുടെ നിയന്ത്രണം നഷ്ടപ്പെട്ടു, ഒരു വലിയ പാറയിൽ ഇടിച്ചുനിന്നു. അവന് പരുക്ക് പറ്റി, ആശുപത്രിയിൽ എത്തിച്ചു. അതേ ദിവസം രാത്രി അവൻ ആശുപത്രി മുക്തനായി. കാറിനുള്ളിലെ തന്റെ സാമഗ്രികൾ എടുക്കാൻ അയാൾ കാർ ഇടിച്ച് കിടന്ന സ്ഥലത്തെത്തി, പക്ഷേ കാറ് മാത്രേ കിട്ടിയോള്. പഴ്സ്, മൊബൈൽ, ബാഗ്, ലാപ്ടോപ്പ്, കുടിച്ചോണ്ടിരുന്ന ജ്യൂസ് കുപ്പിയും പോയി. അവന്റെ രേഖകളും ബാങ്ക് കാർഡും ഉപയോഗിച്ച് നിരവധി ലോണുകളും മറ്റും എടുത്തതായി പിന്നീടവന് വിവരം ലഭിച്ചു'

വിദ്യാർത്ഥി: 'ഹോ! എന്ത് മൃഗങ്ങളാണ് അവർ!'

ഒന്നാമൻ: 'ശാന്തനാകു മോനെ. പാപ മത്സരങ്ങൾ നിറഞ്ഞാടുന്ന ഒരു ലോകത്ത്, കോപ ഊർജ്ജം ഒരു മനുഷ്യനെ എന്തും ചെയ്യാൻ പ്രാപ്തനാക്കും,

എല്ലാവരുടേയും രക്തത്തിൽ ജന്മനാ ഈ ഊർജ്ജം ഉള്ളതുകൊണ്ട് ആർക്കും എപ്പോൾ വേണമെങ്കിലും അത് പുറത്തെടുക്കാൻ കഴിയും...

(നിശബ്ദത)

മനുഷ്യർ എല്ലാത്തിലും പ്രൗഢി കണ്ടെത്തുന്ന സ്വഭാവമുള്ളവരാണ്; സൗന്ദര്യം, പ്രശസ്തി, പണം, ഒരു പേന പോലും. ഈ പ്രൗഢി സത്ത മനുഷ്യരെ സഹജീവികളോട് സഹതാപം ഇല്ലാത്തവരാക്കി മാറ്റുന്നു. മറ്റുള്ളവരുടെ പ്രയാസങ്ങൾ ആസ്വദിക്കാനും, ചതിക്കാനും അവരെ പ്രാപ്തരാക്കുന്നു'

വിദ്യാർത്ഥി: 'ഗുരുജി, എന്റെ ക്ലാസിലെ കുട്ടികൾ എന്നെ ഗൗനിക്കുന്നില്ല, എനിക്ക് ഭംഗിയില്ലാത്തത് കൊണ്ടാണോ? സൗന്ദര്യത്തിലും പ്രൗഢി കണ്ടെത്തുന്നവർ ഉണ്ടോ?'

ഒന്നാമൻ: 'ഉണ്ട് മോളെ'

വിദ്യാർത്ഥി: 'അത് കൊണ്ടാണോ ഭംഗി ഉള്ളവർ വിവാഹ ചന്തയിൽ മുന്നിൽ നിൽക്കുന്നത്?'

ഒന്നാമൻ: 'എന്താ മോളെ സംശയം. സൗന്ദര്യം എന്നത് വിവാഹ കരാറുകളിൽ മാത്രമല്ല, ജാതി-വംശ ആക്രമണങ്ങൾ, വേർതിരിക്കൽ, ചൂഷണങ്ങൾ, അവഗണന തുടങ്ങിയ കാര്യങ്ങളിലും ആധിപത്യം പുലർത്തുന്നുണ്ട്'

വിദ്യാർത്ഥി: 'ഞാൻ എന്ത് ചെയ്യണം ഗുരുജി? എന്റെ വീട്ടുകാർക്ക് സൗന്ദര്യവർധക ഉൽപ്പന്നങ്ങൾ വാങ്ങി തരാനും, മറ്റ് ശസ്ത്രക്രിയകൾ ചെയ്യാനും പണമില്ല. ഗുരുജി, അങ്ങ് വിവാഹ സമ്പ്രദായത്തിലെ പ്രശ്നങ്ങൾ ചൂണ്ടിക്കാട്ടിയത് ഞാൻ മനസ്സിലാക്കുന്നു; എന്നാലും എനിക്ക് വിവാഹം ചെയ്യണം. എനിക്ക് കൂട്ടുകാർ ഒന്നുമില്ല'

ഒന്നാമൻ: 'സ്വയം ഇങ്ങനെ ദുർബലം ആകാതിരിക്കൂ മോളെ. നിന്റെ കഴിവുകളിൽ ശ്രദ്ധ കൊടുക്കൂ. ഇത് കുറേ തവണ ഞാൻ പറഞ്ഞെന്നറിയാം, അതിനൊരു കള്ള കോട്ടാ

ഇടണ്ട കാര്യമില്ല രക്ഷിതാവെ. മോളെ നീ ഇത്തരം കാര്യങ്ങളോർത്ത് വിഷമിക്കേണ്ട കാര്യമില്ല, നിനക്ക് നല്ല ഒരു ബന്ധം കിട്ടും. ഒരു കാര്യം ഓർക്കുക; ജ്ഞാനം എല്ലാത്തിനെക്കാളും വലുതാണ്, യഥാർത്ഥ ജ്ഞാനം കൈവരിച്ചവർ പ്രൗഢിയെ ഗൗനിക്കില്ല'

ടീച്ചർ: 'വിവാഹ കച്ചവടത്തിൽ ജ്ഞാനത്തിന് പ്രധാന്യമില്ല, അവിടെ ഭംഗിക്കാണ് പ്രാധാന്യം. തന്റെ പങ്കാളിയുടെ സൗന്ദര്യം ബാക്കിയുള്ളോരെ കാണിച്ച് അവരിൽ അസൂയ സൃഷ്ടിക്കാനാണ് മിക്കവർക്കും പ്രിയം, അല്ലാതെ കുറേ ജ്ഞാനവും വെച്ച് നമ്മൾ ദിവസങ്ങളായി ചെയ്യുന്ന ഈ സംവാദം സൃഷ്ടിക്കാനല്ല!'

ഒന്നാമൻ: 'എന്താ മോനെ ഇത്ര ദേഷ്യം? വിശ്രമം ആവശ്യമെങ്കിൽ എടുക്കൂ. രാത്രി ആകാൻ കുറച്ച് സമയം അല്ലേയുള്ളൂ. നമ്മുക്ക് തൽക്കാലം നിർത്താം'

(നിശബ്ദത)

അവരെല്ലാം കിടക്കാൻ പോയി, ഗുരുജി ഒഴികെ. എന്ത് മനുഷ്യനാണിദ്ദേഹം!

ഞാൻ: 'ഗുരുജി, അങ്ങേയ്ക്ക് കുഴപ്പം എന്തേലും? വിഷമം ഉണ്ടല്ലോ മുഖത്ത്'

ഒന്നാമൻ: 'അതെ, കഴിഞ്ഞ സംവാദം അത്ര നന്നായി അവസാനിച്ചില്ല. ആ കുട്ടി ഇപ്പോഴും ശാന്തമായിട്ടില്ല'

ഞാൻ: 'അതോർത്ത് വിഷമിക്കേണ്ട ഗുരുജി. എല്ലാം ശരിയാവും. ഞാൻ ഒന്ന് പറയട്ടെ; ഈ സൗന്ദര്യം മാത്രം നോക്കി വിവാഹം കഴിക്കുന്നവരും നന്നായി ജീവിക്കുന്നുണ്ട്. അവരുടെ സന്തോഷ ചിത്രങ്ങൾ ഞാൻ ഒരുപാട് കണ്ടിട്ടുണ്ട്'

ഒന്നാമൻ: 'അവർ പിന്നെ എന്താ ചെയ്യേണ്ടത്? വിഷമിച്ച, കരയുന്ന ചിത്രങ്ങൾ ഇടണോ? സൗന്ദര്യ പ്രൗഢിയിൽ നടത്തുന്ന വിവാഹം തകരുക തന്നെ ചെയ്യും, പക്ഷേ അങ്ങനെ തകർന്നാലും അവരുടെ മനസ്സിനെ നിയന്ത്രിക്കുന്ന

പ്രൗഢി, അവരുടെ തകർച്ച മറ്റുള്ളവരെ അറിയിക്കാതെ നോക്കാൻ ഏതറ്റവും സഞ്ചരിക്കും'

ഞാൻ: 'ഓഹ്, അതിനാണല്ലേ മറ്റെ പ്രശസ്ത വിവരണങ്ങളുള്ളത്; വിവാഹ ജീവിതം നന്നായി മുന്നോട്ടു പോകാൻ ക്ഷമ, സഹനം, തിരിച്ചറിവ് തുടങ്ങിയവ വേണം. പക്ഷേ മനുഷ്യർ എന്തിനാ സൗന്ദര്യത്തിന് ഇത്ര പ്രാധാന്യം കൊടുക്കുന്നത്?'

ഒന്നാമൻ: 'മനുഷ്യർ സൗന്ദര്യത്തെ പരിശുദ്ധിയുടെ അടയാളമായി കാണുന്നു. സൗന്ദര്യമുള്ളവർക്ക് നല്ല മനസ്സ്, ആത്മാവ്, വ്യക്തിത്വം എന്നിവ ഉണ്ടെന്ന് ആദ്യ ദൃഷ്ടിയിൽ തന്നെ ഉറപ്പിക്കുന്നു. അതുകൊണ്ടു തന്നെ സൗന്ദര്യം ഉള്ളവരുടെ കൂടെ ജീവിക്കാൻ എല്ലാവരും ഇഷ്ടപ്പെടുന്നു, ഒരു "നല്ല മനസ്സുള്ള" വ്യക്തിയെ കിട്ടിയതിൽ പ്രൗഢി കാണിക്കാൻ സാധിക്കുന്നു'

ഞാൻ: 'അതൊരു വല്ലാത്ത വിചാരം തന്നെ! ഈ വിചാരം മനുഷ്യരെ അവർ കഷ്ടപ്പെട്ട് അധ്വാനിച്ച് ഉണ്ടാക്കുന്ന ധനവും, സമയവും നശിപ്പിക്കാൻ സഹായിക്കുന്നു! മറ്റൊരു പ്രശ്നം എന്തെന്നാൽ ഈ വിചാരം സൗന്ദര്യം കുറഞ്ഞവരെ വിഷാദത്തിൽ എത്തിക്കാൻ ഇടവരുത്തുന്നു. എന്താണിതൊക്കെ!'

ഒന്നാമൻ: 'വിവാഹ കരാറിന്റെ കാര്യങ്ങൾ ഞാൻ നേരത്തെ പറഞ്ഞിരുന്നു. പ്രൗഢിയിൽ പൊതിഞ്ഞ് കിടക്കുന്ന സൗന്ദര്യം ഈ കരാറിനെ ഒരു കച്ചവട രീതിയിൽ എത്തിച്ചു, സൗന്ദര്യം പോലെ പലതിന്റെയും അടിസ്ഥാനത്തിൽ വില നിശ്ചയിക്കപ്പെട്ട് മനുഷ്യർ കഴിയുന്നു'

ഞാൻ: 'ഗുരുജി, എനിക്കാകെ ദേഷ്യം വരുന്നു. അങ്ങ് ഒന്നും വിചാരിക്കരുത്; ഞാൻ ഒന്ന് ചുറ്റി കറങ്ങിയിട്ട് വരാം. ഉടനെ പോയി വരാം...

(നിശബ്ദത)

(നിശബ്ദത)

(നിശബ്ദത)

ശ്ശെടാ! എന്താണിത്, മൂന്ന് നിശബ്ദത എന്തിനാ! എനിക്ക് വിശ്രമിക്കാനും പറ്റില്ലേ. ഗുരുജി എവിടെ? ഉറങ്ങിയൊ? ധ്യാനത്തിലാണൊ അതൊ ഉറക്കമാണൊ? വിളിച്ച് ഉണർത്തിയേ മതിയാകൂ, ഇനിയും നിശബ്ദത കേറ്റാൻ കഴിയില്ല. ഗുരുജി ഉണരൂ...

ഒന്നാമൻ: 'എന്ത് പറ്റി? എന്താ മോനെ'

വിദ്യാർത്ഥി: 'ഗുരുജി, ഇത് ഞാനാ, വിവരണൻ. ഞാൻ ഒരു കാര്യം ചോദിക്കാൻ വിട്ടുപോയി; ആ ചെക്കനെ മറ്റേ കൂട്ടുകാരൻ ചതിക്കാൻ കാരണം എന്തായിരുന്നു?'

ഒന്നാമൻ: 'താൻ എന്താ ഈ വേഷത്തിൽ? ഈ വസ്ത്രം എവിടുന്ന് കിട്ടി? എന്തേലും പ്രശ്നമുണ്ടൊ?'

ഞാൻ: 'പറയുന്നതിൽ വിഷമമമുണ്ട്; ഒരു വിദ്യാർത്ഥി കഴിഞ്ഞ രാത്രിയിൽ ചുറ്റിക്കറങ്ങാൻ ഇറങ്ങി, മഞ്ഞിൽ പൊതഞ്ഞ അവന്റെ ശരീരം ഞാൻ കണ്ടു, എന്നാൽ രക്ഷിക്കാനായി തൊട്ടപ്പോൾ അവന്റെ ശരീരം മാഞ്ഞുപോയി, ഈ ഉടുപ്പ് മാത്രം ശേഷിച്ചു. ഞാൻ എടുത്തു'

ഒന്നാമൻ: 'തനിക്ക് ഇപ്പോൾ എന്ത് വേണം?'

ഞാൻ: 'മരണ വാർത്തയിൽ വിഷമം ഇല്ലെ?'

ഒന്നാമൻ: 'അതിനെ പറ്റി ചിന്തിക്കേണ്ട, അവൻ നന്നായി ഇരിപ്പുണ്ടാവും. തനിക്ക് അറിയേണ്ടത് എന്താ?'

ഞാൻ: 'ആ കുട്ടിയെ കാമുകിയുള്ള കൂട്ടുകാരൻ ചതിച്ചത് എന്തിനാണ്?'

ഒന്നാമൻ: 'ഓഹ് അതൊ. ആണുങ്ങൾ പൊതുവെ അവർക്ക് ഒരു പങ്കാളിയെ കിട്ടുന്നത് പ്രൗഢിയായി കാണുന്നു. പച്ചയായ മനുഷ്യമനസ്സിന്റെ ഒരു പ്രധാന നേട്ടമാണ് ഇണയെ കണ്ടെത്തുന്നത്. ആ കൂട്ടുകാരൻ അങ്ങനെ ചെയ്യാൻ പ്രത്യേകം ചിന്തയുടെ ആവശ്യമൊന്നും ഇല്ലായിരുന്നു'

ഞാൻ: 'അടുത്ത കഥ തുടങ്ങിയാലൊ?'

ഒന്നാമൻ: 'ഇത് അവസാനത്തെ കഥയാണ്, ഈ പുസ്തകം അടുത്ത ദിവസം വൈകിട്ട് അവസാനിക്കും. മനസിലായി എന്ന് വിശ്വസിക്കുന്നു'

ഞാൻ: 'ങ്ങേ! പക്ഷേ നൂറ് പേജ് കഷ്ടിച്ച് ഉണ്ടെന്നല്ലെയുള്ളു. പോരാത്തതിന് വലിയ രസവുമില്ല. അങ്ങ് ക്ഷമിക്കണം'

ഒന്നാമൻ: 'താങ്കളുടെ സംശയമെല്ലാം അവസാനം മാറും. കാത്തിരിക്കൂ'

ഞാൻ: 'ശരി ഗുരുജി. അവസാനത്തെ കഥ പറഞ്ഞാലും'

9

ഐതീഹ്യകഥ: ഭാഗം മൂന്ന്

ഒന്നാമൻ: 'പണ്ട് പണ്ട് ഒരിടത്ത്, കാനോയി എന്ന് പേരുള്ള ഒരു ഗ്രാമം ഉണ്ടായിരുന്നു, സന്തോഷവും നന്മയും നിറഞ്ഞാടി നിന്ന അവിടെ പുഴകൾ, പൂന്തോട്ടങ്ങൾ, കൃഷിപ്പാടങ്ങൾ, കുന്നുകൾ, ചെറിയ കെട്ടിടങ്ങൾ എന്നിവ കൊണ്ട് സമൃദ്ധമായിരുന്നു. ജലദേവതകളെ അവിടെ കാണാൻ കഴിയുമായിരുന്നു. അതിശക്തനായ "കീത്ത്" എന്ന് പേരുള്ള പുരുഷൻ, ആ ഗ്രാമത്തിന് കാവലായി നിന്നിരുന്നു. ദൈവം കീത്തിനെ നിയമിച്ചതാണ് എന്ന് അവിടെയുള്ളോർ വിശ്വസിക്കുന്നു. കാനോയി ഗ്രാമവാസികൾ തെറ്റുകളിൽ നിന്ന് മുക്തരായിരുന്നു, കീത്ത് ആയിരുന്നു അതിനുപിന്നിൽ. അയാൾ ഗ്രാമവാസികളുടെ ജീവിതത്തിൽ ഇടപ്പെട്ടിരുന്നു, നല്ല ഉപദേശങ്ങളും നൽകിയിരുന്നു. അവിടെയുള്ളോർ എല്ലാരും വെളുത്ത ജുബ്ബ മാത്രം ധരിച്ചിരുന്നു. കീത്ത് അവർക്ക് പരിശുദ്ധ ഗുണങ്ങൾ എല്ലാം പഠിപ്പിച്ചു കൊടുത്തിരുന്നു, ആവശ്യങ്ങൾ നിറവേറ്റി കൊടുത്തു. ഇതൊക്കെ ചെയ്തിരുന്നു എങ്കിലും ദുഷിച്ച ഊർജ്ജങ്ങൾ ഗ്രാമത്തിന്റെ പല സ്ഥലങ്ങളിലും ഉടലെടുത്തിരുന്നു, അതിനെയെല്ലാം കീത്ത് തന്റെ ദൈവീക ആയുധമായ 'വെള്ളം കൊണ്ട് നിർമ്മിച്ച വാൾ' ഉപയോഗിച്ച് നശിപ്പിച്ചു കൊണ്ടിരുന്നു.

മനുഷ്യർ അവിടെ ജനിച്ചിരുന്നില്ല, എല്ലാവിധ ശാരീരിക ബന്ധങ്ങളും കീത്ത് അനുവദിച്ചിരുന്നില്ല. കീത്ത് എഴുതി തയ്യാറാക്കി നൽകിയ നാല് കടലാസ് നീളമുള്ള നിയമ കടലാസിൽ; ഒരാളെ സ്പർശിക്കുന്നത് പോലും അനുവദിച്ചിരുന്നില്ല. ഒരു മൊട്ടക്കുന്നിന്റെ താഴെ ഉണ്ടായിരുന്ന അത്ഭുത വാതിൽ തുറന്നാണ് പുതിയ മനുഷ്യർ അവിടെ പ്രവേശിച്ചിരുന്നത്, ആ വാതിൽ അവിടെയുള്ളോർക്ക് തുറക്കാൻ കഴിഞ്ഞിരുന്നില്ല. അകത്തേക്ക് എത്തുന്നവരെ സ്വാഗതം ചെയ്ത് അപ്പോൾ തന്നെ നിയമ കടലാസ് അവർക്ക് കൈമാറും കീത്ത്. സ്വകാര്യ ഭൂമി നയം കീത്തിന് ഇഷ്ടമല്ലായിരുന്നു; ആകെ കുറച്ചു കെട്ടിടങ്ങൾ മാത്രം അങ്ങും ഇങ്ങും ഉണ്ടായിരുന്ന അവിടെ, എവിടേയും ആർക്കും പോകാനുള്ള അനുവാദം ഉണ്ടായിരുന്നു. അങ്ങും ഇങ്ങുമായി, നടന്നും വിശ്രമിച്ചും അവർ അവിടെ കഴിഞ്ഞിരുന്നു. ഭക്ഷണം മുഴുവൻ കീത്തിന്റെ മായശക്തികൾ കൊണ്ട് ഉണ്ടാക്കിയിരുന്നു എങ്കിലും; അവിടെയുള്ളോർ ദിവസം അഞ്ച് മണിക്കൂർ എന്തെങ്കിലും ജോലി ചെയ്തിരിക്കണം എന്ന് നിയമം ഉണ്ടായിരുന്നു.

കീത്ത് അവരെ കൊണ്ട് അങ്ങനെയൊക്കെ ചെയ്യിച്ചിരുന്നത് ഒരു ഒത്തൊരുമ സൃഷ്ടിക്കാൻ ആയിരുന്നു, അവർ ഒരു തരത്തിലും വിഷമിക്കരുത് എന്ന് ദൈവത്തിന്റെ പക്കൽ നിന്ന് കീത്തിന് നിർദ്ദേശം ഉണ്ടായിരുന്നു. അലസത സൃഷ്ടിക്കാതിരിക്കാനാണ് കീത്ത് അഞ്ച് മണിക്കൂർ ജോലിനയം കൊണ്ടുവന്നത്. ദൈവാരാധന ചെയ്യണം എന്ന് നിയമം ഉണ്ടായിരുന്നു എങ്കിലും, അവർക്കതിന് യാതൊരു പ്രശ്നവും ഇല്ലായിരുന്നു. കീത്ത് വളരെ സൗമ്യമായ പെരുമാറ്റം ആയിരുന്നു അവരോട്. തേങ്ങാ ചകിരി കൊണ്ട് ഉണ്ടാക്കിയ നെഞ്ചിൻ കവചവും, കല്ല് ചെത്തിയെടുത്ത തല സംരക്ഷിണിയും, ചക്കയുടെ പുറം തൊലി കൊണ്ടുണ്ടാക്കിയ

നിക്കറുമായിരുന്നു കീത്തിന്റെ വസ്ത്രം. പുതുതായി വരുന്നവർ കീത്തിനെ കണ്ട് ഞെട്ടിയിരുന്നു. തന്റെ "കുട്ടികൾ" എന്ന് അവിടുത്തെ മനുഷ്യരെ വിളിച്ചിരുന്ന കീത്തിന്, അവരുമായി സമയം ചിലവഴിക്കുന്നത് വളരെ ഇഷ്ടമായിരുന്നു. പുതിയ ആൾക്കാരും പഴയവരും തമ്മിൽ ചേർക്കാൻ കീത്ത് ശ്രമിച്ചിരുന്നു. കാനോയി ഗ്രാമത്തിലെ ഏറ്റവും വലിയ പ്രത്യേകത എന്തെന്നാൽ; അവിടെ ഉള്ളവർക്ക് വയസ്സ് കൂടില്ല, അതുകൊണ്ട് തന്നെ മരണം അവിടെയില്ലായിരുന്നു.

ഒരു ദിവസം, ഒരു നീല പുക പുഴയുടെ അടുത്ത് ജനിച്ചു. ആ ദുഷിച്ച ഊർജ്ജത്തെ നശിപ്പിക്കാൻ കീത്ത് അവിടേക്ക് ചെന്നു. മുഴുവൻ വളർന്ന ആ ദുഷിച്ച ഊർജ്ജം ഒരു സാത്താൻ ആയിരിക്കുന്നു. കൂർത്ത ചെവികളുള്ള ഒരു സാത്താൻ, പുകയുടെയുള്ളിൽ നിന്നു. വെള്ളംവാൾ എടുത്ത് അതിന്റെ കഴുത്ത് നോക്കി വീശാനാഞ്ഞ കീത്തിന്റെ കണ്ണുകളിലേക്ക്, അത് ഭയമില്ലാതെ തുറിച്ചു നോക്കിക്കൊണ്ട് നിന്നു. കീത്ത് സ്തംഭിച്ചു പോയി, അതിനോട് ചോദിച്ചു;

കീത്ത്: 'നിന്നെ ഇല്ലാതാക്കാൻ പോവുകയാണ് ഞാൻ. അടുത്ത തവണ നന്നായി ശ്രമിക്ക്'

സാത്താൻ: 'ശരി, എന്നെ കൊല്ലൂ മണ്ടാ! പാവങ്ങളെ കുറ്റം ചാർത്തി കൊന്ന് രസിച്ചൊ!'

കീത്ത്: 'പാവമൊ! (ചിരിക്കുന്നു) എല്ലാ നല്ല ബന്ധങ്ങളുടേയും അന്ധകനായ നീയൊ? എന്തിനാ ഇങ്ങനെ ജനിച്ചു കോമാളി പോലെ എന്റെ വാളിനിരയാകുന്നത്!'

സാത്താൻ: (ചിരിക്കുന്നു) 'ഞാൻ ജനിച്ചതല്ല, ഉണ്ടാക്കിയതാ, അതും ഇവിടെ കഴിയുന്ന നിങ്ങളുടെ പ്രിയ മനുഷ്യർ. അവർ ചെയ്യുന്ന അല്ലെങ്കിൽ ചിന്തിക്കുന്ന പാപങ്ങളെല്ലാം അവിടേം ഇവിടേം ചിതറിക്കിടന്ന്, പിന്നീട് ഒലിച്ചുവന്ന് കൂമ്പാരമായി എന്നെ പോലെയുള്ള ജീവികൾ

ഉണ്ടാകുന്നു. നിന്റെ കുട്ടികൾ നിന്നെ പറ്റിക്കുവാ! "നിശ്കളംഗത" എന്ന വാക്ക് എങ്ങനെ എഴുതണം എന്നുപോലും അവർക്ക് അറിയില്ല'

കീത്ത്: 'എനിക്കെതിരെ സംസാരിക്കാൻ ധൈര്യം? എന്റെ വാളിന്റെ ചൂടറിയാൻ തയ്യാറായിക്കൊ!'

സാത്താൻ: 'എന്ത് പരാജയം ആണെടൊ താൻ! അവിടെ ഒരു അക്രമം നടക്കുന്നു, എന്നിട്ട് താൻ നിന്ന് വീരവാദം മുഴക്കുന്നു'

കീത്ത്: 'നിന്ന് കള്ളങ്ങൾ പറയാതെ, അപകീർത്തി ജന്മമെ! ചാകാൻ തയ്യാറായിക്കൊ'

സാത്താൻ: 'ഞാൻ തയ്യാറാണ്, ഇയാൾക്ക് എന്താ പാട്. നിങ്ങളുടെ കുട്ടികൾ തിന്മ ചെയ്യുന്നു എന്ന് നിങ്ങളും കരുതുന്നു'

കീത്ത്: 'എന്റെ ആൾക്കാരെ ചൊറിഞ്ഞത് നിർത്തിക്കൊ! അവർ നല്ലത് മാത്രം ചിന്തിച്ച് ജീവിക്കുന്ന മനുഷ്യരാണ്'

സാത്താൻ: 'നിങ്ങളെ പറ്റിച്ച് ഇവിടെ പാപങ്ങൾ പെരുപ്പിച്ചു കൂട്ടുന്നത് നന്മയാണൊ! എന്നെ പെട്ടെന്ന് ഇല്ലാതാക്കു, ഇല്ലെങ്കിൽ'

കീത്ത്: 'ഇല്ലെങ്കിൽ എന്തുവാ? ഒരു കുന്തവുമില്ല!'

സാത്താൻ: 'താനും ഭയപ്പെടുന്നു ഞാൻ തന്റെ കുട്ടികളെ നശിപ്പിക്കുമൊ എന്നോർത്ത്. അവർ ഇപ്പോൾ തന്നെ ഒളിച്ചും പാത്തും പാപം ചെയ്ത് തളർന്നു. എന്റെ ഒരു സ്പർശം മാത്രം മതി അവരെ തന്റെ വാളിന്റെ മുമ്പിൽ എത്തിക്കാൻ!'

കീത്ത്: 'എന്നാ പിന്നെ അതൊന്ന് കാണണമല്ലൊ! നിനക്കവരെ കൊണ്ട് തിന്മ ചെയ്യിക്കാൻ കഴിഞ്ഞാൽ, നിന്നെ വെറുതെ വിടും. പക്ഷേ മറിച്ച് ഞാൻ ജയിച്ചാൽ, തീയിൽ പുകയുന്ന തടവറയിൽ നീ ശിഷ്ടകാലം നരകിക്കും. ഓർത്തു കൊൾക, മരണം തന്നെയാണ് തടവറ ജീവിതത്തെക്കാൾ നല്ലത്'

സാത്താൻ: 'സമ്മതിച്ചു. അധികം സമയം വേണ്ട. ഞാൻ എന്റെ പൂർണ്ണരൂപത്തിൽ അവരുടെ മുമ്പിൽ പ്രത്യക്ഷപ്പെടില്ല. ഇവിടെ നിന്ന് കണ്ടാസ്വദിക്ക്'

സാത്താൻ ഗ്രാമത്തിന്റെ ഉള്ളിലേയ്ക്ക് ഇറങ്ങിച്ചെന്നു, അതിന്റെ ഓരൊ ചുവടും കീത്ത് നോക്കിനിന്നു. ഗ്രാമവാസികൾക്ക് സാത്താനെ കാണാൻ കഴിഞ്ഞിരുന്നില്ല. സാത്താൻ ആദ്യം ഒരു ജനക്കൂട്ടത്തിന്റെ അടുത്തുചെന്നു, ഒരു വലിയ തിളങ്ങുന്ന രത്നകല്ലായി മാറി. കീത്തിന്റെ മുഖത്ത് ഒരു കളിയാക്കൽ ചിരി വിടർന്നു, തന്റെ നിരീക്ഷണം അവസാനിപ്പിച്ചു. മണിക്കൂറുകൾ അവിടെ കിടന്നിട്ടും ആരും വന്ന് തൊട്ടില്ല. അങ്ങനെ അവസാനം ഒരാൾ തൊട്ടു. സാത്താൻ തന്റെ തനി രൂപത്തിലായി, ഒരു നിമിഷം ജയിച്ച മുഖം. എന്നാൽ കീത്തായിരുന്നു ആ സ്പർശി.

കീത്ത്: 'രാത്രിയായി. ഈ കോപ്രായം നിർത്തിക്കൊ. കീഴടങ്ങി ശിക്ഷ വാങ്ങിക്കൊ'

സാത്താൻ: 'ഇല്ല. ഒരു അവസരം കൂടി തരൂ, എനിക്കറിയാം എന്ത് ചെയ്യണമെന്ന്'

കീത്ത്: 'നീ എത്ര അവസരം വേണമെങ്കിലും എടുത്തൊ, നീ തോറ്റു എന്ന് നീ സ്വയം പറയുന്നത് വരെ ഞാൻ ക്ഷമിക്കും'

സാത്താൻ: 'ഈ പറഞ്ഞതിൽ താൻ ഖേദിക്കും'

പ്രഭാതം എത്തി. ഗ്രാമവാസികൾ ദിനചര്യ കാര്യങ്ങൾ ആരംഭിച്ചു; തെക്ക്-വടക്ക് നടക്കുക, പ്രാർത്ഥന തുടങ്ങിയവ. ഒരു കൂട്ടം ആളുകൾ ചുറ്റും നിൽക്കുന്ന ഒരു കുന്നിന്റെയടുത്ത് സാത്താൻ ചെന്നു. ഒരു മുഖം നോക്കുന്ന കണ്ണാടിയായി മാറി; കുന്നിന്റെ ഒരു വശത്ത് ഒട്ടിപ്പിടിച്ചു. വൈകാതെ, അവരുടെ ശ്രദ്ധയിൽ കണ്ണാടി പെട്ടു, മുഖങ്ങൾ നോക്കി, തമാശകൾ പറഞ്ഞ് ചിരിച്ചു, എന്നിട്ട് പോയി. കുറച്ചു കഴിഞ്ഞ് കീത്ത് അവിടെയെത്തി, വീണ്ടും ആ കളിയാക്കൽ ഭാവം അയാളുടെ മുഖത്തുണ്ടായിരുന്നു. കീത്ത് കണ്ണാടിയിൽ മുഖം നോക്കി,

എന്നിട്ട് കൈകൊണ്ടൊരു തട്ടുകൊടുത്തിട്ട് പോയി. രാത്രി വന്നു, സാത്താൻ അഭിനയം നിർത്തി പുഴയുടെ തീരത്തെത്തി നന്നായി ആലോചിച്ചു.

അടുത്ത രാവിലെ, കീത്ത് വന്ന് സാത്താനെ ഉണർത്തി, കോമാളിത്തരം തുടങ്ങാൻ നിർദ്ദേശം നൽകി. സാത്താൻ ക്ഷുഭിതനായി, കുറച്ച് ആളുകൾ കൂടിനിൽക്കുന്ന ഒരു താഴ്വാരത്ത് ചെന്നു. ദുഷ്ടശക്തികളെ പറ്റി സംവദിച്ചിരുന്ന അവരുടെയടുത്ത് ഒരു വലിയ തടികഷ്ണമായി മാറി തറയിൽ കിടന്നു. അവർ അവിടുന്ന് പോകാൻ നേരം, തടികഷ്ണം സ്വയം ഉരുണ്ട്, അതിന്റെ ഉണങ്ങിയ ചെറിയ ശിഖരം ഉപയോഗിച്ച്, നടന്നുനീങ്ങിയ ഒരു പെൺകുട്ടിയുടെ ജുബ്ബയുടെ അറ്റത്ത് പിടിച്ചു. ആ കുട്ടി നിലത്ത് വീണു, പൂർണ നഗ്നയായി മാറിയിരുന്നു. പക്ഷേ ഒരു ആൺകുട്ടി, ആ തടികഷ്ണത്തിൽ നിന്നും ജുബ്ബ എടുത്തു കുട്ടിയെ അണിയിച്ചു കൊടുത്തു. ഒന്നും സംഭവിച്ചില്ല എന്ന മട്ടിൽ അവർ നടന്നുനീങ്ങി.

(ചുള്ളിക്കമ്പ് ഒടിയുന്ന ശബ്ദവും നിലവിളിയും; സാത്താൻ പൂർണ്ണ രൂപത്തിലായി)

സാത്താൻ: 'അയ്യോ എന്നെ വേദനിപ്പിക്കല്ലേ! നിങ്ങൾ വാക്ക് തന്നതല്ലെ'

കീത്ത്: 'എന്റെ കുട്ടിയെ വേദനിപ്പിക്കാൻ നിനക്കാരാ അധികാരം തന്നത്. ഇനിയിത് ആവർത്തിച്ചാൽ!'

സാത്താൻ: 'ശരി. വാക്ക് തെറ്റിച്ചതിന് ക്ഷമിക്കണം. ഞാൻ ഒരു ദുഷ്ടസന്തതിയായി പോയില്ലേ'

അടുത്ത ദിവസം, മലയുടെ മുകളിൽ നിൽക്കുന്ന കൂട്ടത്തെ കണ്ട സാത്താൻ, മല കയറാതെ, താഴെ ഒരു വലിയ കട്ടിലായി മാറി, കണ്ടാൽ ആരെയും ഉറങ്ങാൻ കൊതിപ്പിക്കും. എന്നാൽ മലയിറങ്ങി വന്നവർക്കും അല്ലാത്തവർക്കും അതിൽ കിടക്കാൻ താൽപ്പര്യമില്ലായിരുന്നു, അവർ അതിന് ചുറ്റും

ഇരുന്നു. രാത്രി വരെ സാത്താൻ തന്റെ കട്ടിൽ രൂപത്തിൽ കാത്തുകിടന്നു. കീത്ത് ആ കട്ടിലിലേക്ക് ഉയർന്ന് ചാടിവീണു, മുറിഞ്ഞ് പോകുന്ന രീതിയിൽ കട്ടിൽ. സാത്താൻ പൂർണ്ണ രൂപത്തിലായി, ഓടി പോയി. കീത്ത് അലറി ചിരിച്ചു. ആ രാത്രി; സാത്താൻ കീത്തിനെ വന്ന് കണ്ടു;

സാത്താൻ: 'സാർ, ഞാൻ കീഴടങ്ങുന്നു. തോറ്റു. പക്ഷേ എന്നെ കൊല്ലും മുമ്പ്, എനിക്ക് അങ്ങയുടെ പ്രിയ കുട്ടികൾക്ക് എന്റെ ആദരവ് അർപ്പിക്കണം. അവർക്കായി ഒരു വലിയ വിരുന്ന് കൊടുക്കാൻ എന്നെ അനുവദിക്കണം'

കീത്ത്: (ചിരിക്കുന്നു) 'ശരി, ഈ മാന്ത്രിക വടി എടുത്തൊ, ഇതിന് ഭക്ഷണം ഉണ്ടാക്കാനുള്ള ശക്തിയുണ്ട്. നാളെ ചാകാൻ തയ്യാറായിക്കൊ'

ഉടൻ തന്നെ, സാത്താൻ മാന്ത്രിക വടി ഉപയോഗിച്ച് ആരും കൊതിക്കുന്ന ഭക്ഷണ സാധനങ്ങൾ തലങ്ങും-വിലങ്ങും പ്രത്യക്ഷപ്പെടുത്താൻ ആരംഭിച്ചു. രാത്രി മുഴുവൻ അതിനായി ഉപയോഗിച്ചു. രാവിലെ, ഭക്ഷണത്തിന്റെ രൂക്ഷമായ മണം അവിടെ മുഴുവൻ പരന്നു. എല്ലാവരും ഒത്തുകൂടി, കീത്ത് എല്ലാവരോടും കഴിക്കാൻ നിർദ്ദേശം നൽകി. അവർ കഴിക്കാൻ ആരംഭിച്ചു, ഒരു നിശ്ചിത അളവ് കഴിച്ചശേഷം, അവരെല്ലാം കഴിപ്പ് നിർത്തി. പ്രശ്നം എന്തെന്നാൽ; നിരവധി ഭക്ഷണം വീണ്ടും ബാക്കിയായിരുന്നു.

കീത്ത്: 'ഇത്രയും ഭക്ഷണം എന്തിനാ ഉണ്ടാക്കിയത്?'

സാത്താൻ: 'ഞാൻ തിന്മയായി പോയില്ലേ, അധികം ഉണ്ടാക്കുന്നത് ശീലമായിപ്പോയി'

കീത്ത്: 'മനസിലായി. എന്നാലും ഭക്ഷണം പാഴാക്കി കളയാൻ കഴിയില്ല. കുട്ടികളെ, നിങ്ങൾ വയറുനിറച്ച് കഴിച്ച് ഇതെല്ലാം തീർക്ക്'

സാത്താൻ: (സ്വയം പറഞ്ഞു) 'പ്രശ്സതമായ അവസാന വാക്കുകൾ'

ഗ്രാമവാസികൾ എല്ലാവരും ഓടിക്കൂടി രണ്ടാം ഭക്ഷണം കഴിപ്പ് ആരംഭിച്ചു, കൂടുതൽ അക്രമ മനോഭാവത്തോടെ. വായിൽ കുത്തിനിറച്ചു കഴിച്ച അവർ ആദ്യമായി കഴിക്കാൻ വേണ്ടി ജീവിക്കുന്ന പോലെ ഭക്ഷണം കഴിച്ചു. കീത്തിന്റെ മുഖത്ത് സന്തോഷം നിറഞ്ഞു, സാത്താന്റെ നേരെ തിരിഞ്ഞു, വെള്ളംവാൾ കയ്യിലെടുത്തു

കീത്ത്: 'അങ്ങനെ നിന്റെ സമയമെത്തി. അവസാനമായി എന്തെങ്കിലും പറയാനുണ്ടോ?'

സാത്താൻ: 'ദേ അങ്ങോട്ട് നോക്കൂ, അയാൾ ആ സ്ത്രീയെ ഉപദ്രവിക്കുന്നു'

കീത്ത്: (ദീർഘ ശ്വാസം എടുത്തു) 'എന്താണ് സംഭവിക്കുന്നത്? എടാ, അവളെ വെറുതെ വിടൂ. നിനക്ക് എന്ത് ധൈര്യം...'

അവൻ: 'നീയാരെടാ ഞങ്ങളെ ഭരിക്കാൻ? മുതു കിഴവാ! നിന്റെ കളിപ്പാവകൾ അല്ല ഞങ്ങൾ'

കീത്ത്: 'നിങ്ങളും എന്നോട്...'

സാത്താൻ അലറി ചിരിക്കാൻ തുടങ്ങി. കീത്തും ഗ്രാമവാസികളും തല കുനിച്ചുനിന്നു. പെട്ടെന്ന്, ആകാശത്ത് ഒരു വെളിച്ചം ഉദിച്ചു, ഒപ്പം ഉഗ്രശബ്ദത്തോടെ ഇടിയും മിന്നലും. ഒരു ഭീകരമായ മിന്നൽ സാത്താന്റെ ദേഹത്ത് പതിച്ചു, ഉടൻ തന്നെ ചാമ്പലായി. മറ്റൊരു ഭീകര മിന്നൽ കാനോയി ഗ്രാമത്തിന്റെ തറയിൽ ഒരു വലിയ കുഴി സൃഷ്ടിച്ചു, ചുട്ടുപൊള്ളുന്ന ആവി അതിൽനിന്നും പുറത്തു വന്നോണ്ടിരുന്നു.

വെളിച്ചം: 'കീത്ത് ഒഴികെ മറ്റെല്ലാവരും ഈ കുഴിയിൽ ചാടു'

അവർ അനങ്ങാതെ നിന്നു. പെട്ടെന്ന് ഒരു ചുഴലിക്കാറ്റ് അവിടെ പ്രത്യക്ഷപ്പെട്ടു, അവരെയെല്ലാം കറക്കിയെടുത്ത് കുഴിയിൽ എറിഞ്ഞു. കീത്ത് തലകുനിച്ച് നിന്നു.

വെളിച്ചം: 'ഇങ്ങോട്ട് നോക്കൂ കീത്ത്, നീ കാരണം എന്താ സംഭവിച്ചതെന്ന് കണ്ടോ?'

കീത്ത്: 'എന്റെ കുട്ടികൾ ഇങ്ങനെ മാറുമെന്ന് ഞാൻ കരുതിയില്ല. എന്റെ അഹംഭാവം എനിക്ക് വിപത്ത് സമ്മാനിച്ചു. ക്ഷമിക്കണം, എന്നെ തടവറയിലേക്ക് അയച്ചാലും'

വെളിച്ചം: 'ആദം ഈവ -യ്ക്ക് പോലും കഴിയാത്ത കാര്യം നിനക്ക് പറ്റും എന്ന് കരുതാൻ മാത്രം മണ്ടനാണ് നീയെന്ന് നാം അറിഞ്ഞിരുന്നില്ല. സാത്താനുമായി മത്സരം തുടങ്ങിയ നിമിഷം തന്നെ നീ തോറ്റു, നിനക്ക് വാൾ തന്നിരിക്കുന്നത് എന്തിനാണെന്ന് നീ മറന്നുപോയി'

കീത്ത്: 'അൽപ്പം ഭക്ഷണം കാരണം അവർ നശിക്കും എന്ന് ഞാൻ കരുതിയില്ല! അവരെ അധികം കഴിക്കാൻ അനുവദിച്ചത് എന്റെ മാത്രം തെറ്റ്. അധികം വന്ന ഭക്ഷണം ആയതോണ്ട് മാത്രമാണ് ഞാൻ അങ്ങനെ പറഞ്ഞത്. ഭക്ഷണം കളയാതിരിക്കാൻ കഴിക്കുന്നത് പാപം അല്ലല്ലോ'

വെളിച്ചം: 'മറ്റുള്ളവർക്ക് വേണ്ട ഭക്ഷണമെടുത്ത് കഴിക്കുന്നതല്ല പാപം. ഭക്ഷണം അമിതമായി കഴിക്കുന്നതാണ് പ്രശ്നം, അങ്ങനെ ചെയ്യുമ്പോൾ മനുഷ്യമനസ്സിൽ ഒരു ത്വര ഉണ്ടാകും, അത് അവരെകൊണ്ട് കൂടുതൽ ഭക്ഷണം കഴിക്കാൻ പ്രേരിപ്പിക്കും, ഒപ്പം ഈ ആർത്തി; ധനം, കോപം, കാമം, അഹംഭാവം തുടങ്ങിയ പലതിലേക്കും മാറും'

കീത്ത്: 'എന്നോട് ക്ഷമിക്കണം. എനിക്ക് അതൊന്നും അറിയില്ലായിരുന്നു'

കീത്തിനെ തടവറയിൽ അയച്ച്, കാനോയി ഗ്രാമത്തിന് പുതിയ സംരക്ഷകനെ നിയമിച്ചു (ഒന്നാമൻ വിവരണം നിർത്തി)

ഞാൻ: 'ഗുരുജി, ശരിക്കും ഈ അമിതാഹാര പാപം എന്തുവാ? അമിതമായി ഭക്ഷണം കഴിക്കുന്നത് മറ്റ് പാപങ്ങളും

തമ്മിൽ എന്ത് ബന്ധമാണുള്ളത്? മറ്റുള്ളവരെ ചിന്തിക്കാതെ ഭക്ഷണം കഴിച്ച് നിറയ്ക്കാനുള്ള കൊതി ഭക്ഷണ ക്ഷാമത്തിന് ഇടയാക്കും എന്നെനിക്ക് അറിയാം, അല്ലാതെ എന്തുവാ പ്രശ്നം?'

ഒന്നാമൻ: 'നിങ്ങൾക്ക് അറിയാലോ ആവശ്യത്തിൽ അധികം ഭക്ഷണം പ്രകൃതിയുടെ സഹായത്താൽ മനുഷ്യർ ഉണ്ടാക്കുന്ന കാര്യം. പിന്നെങ്ങനാ കുറച്ച് മനുഷ്യർ അധികം കഴിച്ചാൽ അത് ഭക്ഷണ ക്ഷാമത്തിൽ എത്തിക്കുന്നത്?'

ഞാൻ: 'ഞാൻ ഉദ്ദേശിച്ചത്... ഉദാഹരണത്തിന്, ഞാനൊരു ഭക്ഷണശാല നടത്തുന്നു എന്ന് വിചാരിക്ക്. രാത്രിയിൽ, ബാക്കിവരുന്ന ഭക്ഷണം വീടില്ലാത്ത പാവം മനുഷ്യർക്ക് കൊടുക്കുന്നത് പതിവ്. അങ്ങനെ ഇരിക്കെ ഒരു ഭക്ഷണത്തോട് ആർത്തിയുള്ള വ്യക്തി വന്ന് അധികം കഴിച്ച് രാത്രി ഭക്ഷണം കാലിയാക്കിയാൽ, ആ പാവങ്ങൾ പട്ടിണിയാവില്ലെ. അങ്ങനെ... ചിലർ അങ്ങനെ ചെയ്യാറുണ്ട്, കേട്ടിട്ടുണ്ട്'

ഒന്നാമൻ: 'താങ്കളുടെ ഉദാഹരണം കൊള്ളാം. പക്ഷേ അമിതാഹാരം എന്ന പാപത്തിന്റെ ഉത്തരം അതല്ല. ജീവിക്കാൻ ഭക്ഷണം ആവശ്യമാണ്, ആ ഭക്ഷണത്തോട് ബഹുമാനമുള്ളവർ കൊതി കാണിക്കില്ല. എന്നാൽ ബഹുമാനമില്ലാത്തവർ അധികം കഴിച്ച്, അതേ ആർത്തി അയാളുടെ മറ്റ് കാര്യങ്ങളിലും എത്തിക്കും, കീർത്തിനോട് വെളിച്ചം പറഞ്ഞത് പോലെ'

ഞാൻ: 'അപ്പോൾ, ഭക്ഷണം കഴിപ്പ് നിയന്ത്രിച്ചാൽ അസുഖങ്ങൾ കൂടാതെ പാപങ്ങളിൽ നിന്നും രക്ഷ കിട്ടുമൊ? അങ്ങനെയെങ്കിൽ എല്ലാവരും ഭക്ഷണം കുറച്ചാൽ നന്നാവുമല്ലൊ?'

ഒന്നാമൻ: 'ആരെയും നിർബന്ധിച്ച് ചെയ്യിക്കാൻ കഴിയില്ല. അവരത് അനുസരിക്കില്ല, പകരം ഇത്തരം കാര്യങ്ങളെ കുറിച്ച്

അവബോധം വളർത്തുക. ഭക്ഷണത്തിനുള്ള വിശപ്പാണ് മനുഷ്യരുടെ പ്രധാന വിശപ്പ്. അത് കഴിഞ്ഞാണ് പദവി, അധികാരം, സമ്പത്ത്, കാമം, പ്രൗഢി തുടങ്ങിയവ. ഭക്ഷണം അധികം കഴിക്കുന്നവർ അതിന്റെ പ്രധാന്യത്തെ അവഗണിച്ച്, പകരം മറ്റ് കാര്യങ്ങളിലേക്ക് വിശപ്പ് മാറ്റുന്നു. ആധുനികകാലം ഭക്ഷണത്തിനും അതിനോടുള്ള ആർത്തിയേയും കയ്യടിച്ചു പ്രോത്സാഹിക്കുന്ന കാലമാണ്. സന്തോഷം സൃഷ്ടിക്കാൻ എന്ന അബദ്ധധാരണ മനസ്സിൽവെച്ച് അവരുടെ വിഷാദ മനസ്സിനെ ഭക്ഷണം കൊണ്ട് നിറയ്ക്കാൻ ശ്രമിക്കുന്നു. എന്നിട്ടും ലക്ഷക്കണക്കിന് മനുഷ്യർ പട്ടിണി കിടന്ന് നരകിക്കുന്നു എന്നത് ആശ്ചര്യം'

ഞാൻ: 'നന്ദി ഗുരുജി. പ്രഭാതത്തിന് ഇനിയും സമയമുണ്ടല്ലോ, അങ്ങ് വിശ്രമിക്ക്. ഞാൻ പോയി വരാം'

(നിശബ്ദത)

10

അന്ത്യമ പരിശുദ്ധ സംവാദം

സൂര്യൻ ഉദിച്ചു, മത്സരവും;

വിദ്യാർത്ഥി: 'ഗുരുജി, മദ്യം, പുകയില തുടങ്ങിയ ലഹരി വസ്തുക്കൾ എത്രമാത്രം അപകടമാണെന്ന് വിവരിക്കാമൊ'

ഒന്നാമൻ: 'ലഹരി വസ്തുക്കളുടെ അപകടത്തെ പറ്റി സംസാരിക്കാൻ എനിക്ക് താല്പര്യമില്ല. പക്ഷേ ലഹരി വസ്തുക്കളുടെ കണ്ടുപിടുത്തം മനുഷ്യകുലത്തിന് താങ്ങാൻ കഴിയുന്നതിനപ്പുറം നാശം വിതച്ചു'

രക്ഷിതാവ്: 'ആളുകൾ ലഹരി വസ്തുക്കൾ ഉപയോഗിക്കുന്നത് അവരുടെ മാനസീക ഭാരങ്ങൾ കുറയ്ക്കാനും, മോശം അവസ്ഥകൾ മറക്കാനും വേണ്ടിയാണ്. സമാധാനം ലഭിക്കാൻ. വെറുതെ അതിൽ കയറി മേയാൻ നിൽക്കണ്ട!'

ടീച്ചർ: 'ലഹരി ഉപയോഗിക്കുന്ന വ്യക്തി മറ്റ് ആൾക്കാരെ ഉപദ്രവിക്കാതെ നടക്കുന്നോളം കാലം കുഴപ്പമില്ല. ലഹരി ഉപയോഗം തീർത്തും വ്യക്തിപരം. സ്വബോധം നഷ്ടപ്പെടുത്തി ആനന്ദം കണ്ടെത്താൻ ലഹരി മനുഷ്യനെ സഹായിക്കുന്നു. പക്ഷേ പൈസയ്ക്കൊപ്പം അവർ അവരുടെ ആയുസ്സും ബലി കൊടുക്കുന്നു'

ഒന്നാമൻ: 'ആളുകൾ എന്തിനാ സ്വയം അവരുടെ ബോധം നഷ്ടപ്പെടുത്താൻ ഇത്ര കഷ്ടപ്പെടുന്നത്? അതാണ് പ്രധാന അപകടം'

രക്ഷിതാവ്: 'ജീവിതം വളരെ പ്രയാസം നിറഞ്ഞതാണ്. കുടുംബമൊ നികുതിയെ പറ്റിയോ ഒരു ആശങ്കയുമില്ലാത്ത തനിക്ക്, ഇതിനെപറ്റി സംസാരിക്കാൻ യാതൊരു പ്രശ്നവും കാണില്ല'

ഒന്നാമൻ: 'ശരി. ജീവിതം അത്രയ്ക്ക് കഠിനമാണെങ്കിൽ, അതിനെ അനായാസമാക്കി എടുക്കാൻ ശ്രമിക്കണം. അല്ലാതെ ലഹരി ഉപയോഗിച്ച് സ്വബോധ ഊർജ്ജം നശിപ്പിക്കാൻ ശ്രമിക്കരുത്'

ടീച്ചർ: 'അങ്ങ് ഒരു പഴഞ്ചൻ തന്നെ. യഥാർത്ഥ ജീവിതം എന്താണെന്ന് അറിയില്ല!'

ഒന്നാമൻ: 'ലഹരിയെ പുകഴ്ത്താതിരിക്കൂ. ലഹരി ഉപയോഗിച്ച് ഒരാളുടെ ഊർജ്ജം നശിപ്പിക്കുന്നത് വലിയ തെറ്റാണ്. അതിന് പകരം, ആ നഷ്ടപ്പെടുത്തുന്ന ഊർജ്ജം മറ്റ് പ്രവർത്തനങ്ങളിൽ മാറ്റണം, സ്വന്തം കുടുംബത്തിനും സമൂഹത്തിനും അത് ഗുണം ചെയ്യും'

രക്ഷിതാവ്: 'എന്തൊക്കെ കോമാളിത്തരം ആടൊ ഈ പറയുന്നത്? ഈ സമൂഹം എന്ന വാക്ക് പറയുന്നത് ഒന്ന് നിർത്താമൊ? എന്റെ സന്തോഷമാണ് എനിക്ക് വലുത്. മനുഷ്യരാശിയുടെ സന്തോഷത്തിനല്ല! തൊണ്ണൂറു ശതമാനം മനുഷ്യരും ഇങ്ങനാ. ഓരൊ കാര്യം ചെയ്യുമ്പോഴും ലോകത്തുള്ള മനുഷ്യരെ എല്ലാരെയും ഓർക്കണം എന്ന് പറഞ്ഞാൽ അൽപ്പം കൂടുതലാണ്! എന്റെ കുടുംബത്തിന് സന്തോഷം നൽകാൻ പോലും എനിക്ക് കഴിഞ്ഞിട്ടില്ല!'

കുട്ടി: 'ശാന്തനാകൂ സാർ. ഗുരു ലഹരി വസ്തുക്കളെ പറ്റിയാണ് സംസാരിച്ചത്. എല്ലാ ചലനങ്ങൾ ചെയ്യുമ്പോഴും മനുഷ്യരെ ഓർക്കണം എന്നല്ല അദ്ദേഹം പറഞ്ഞത്. മനുഷ്യർ

ജനിക്കുന്ന നിമിഷം മുതൽ അവനിൽ ഒരു ദൈവീക ഊർജ്ജം പൊതിഞ്ഞ് നിൽക്കും, മനുഷ്യരുടെ ഇതുവരെയുള്ള വളർച്ചയുടെ കാരണം ആ ഊർജ്ജമാണ്. ഗുരു പറഞ്ഞത് ആ ഊർജ്ജത്തെ പറ്റിയാണ്, ലഹരി ഉപയോഗിച്ച് ആ അസാധാരണ ഊർജ്ജം നശിപ്പിക്കാൻ ശ്രമിക്കരുത് എന്നാണ് ഗുരുജി ഉദ്ദേശിച്ചത്, പകരം ആ ഊർജ്ജം അവരവരുടെ നന്മയ്ക്കും സമൃദ്ധിക്കും ഉപയോഗിക്കണം'

വിദ്യാർത്ഥി: 'ഗുരുജി, അങ്ങ് പറയുന്നത് മനുഷ്യർ എല്ലാ ദിവസവും, മണിക്കൂറും ജോലി ചെയ്യണം എന്നാണൊ? അങ്ങ് തന്നെയല്ലേ നേരത്തെ ഈ അഭിപ്രായത്തിന് എതിര് പറഞ്ഞത്... അതെന്താ അങ്ങനെ?'

ഒന്നാമൻ: 'ഞാൻ അങ്ങനെ പറഞ്ഞിട്ടില്ല. ലഹരിയിൽ സ്വയം കഴിവുകൾ നശിപ്പിച്ചു കളയരുത് എന്നാണ് ഞാൻ പറഞ്ഞത്. മോന്റെ സംശയം എനിക്ക് മനസ്സിലായി, ഈ ജോലി എന്ന് ഉദ്ദേശിച്ചത് എന്തൊക്കെയാണ്?'

വിദ്യാർത്ഥി: 'നമ്മൾ നേരത്തെ പറഞ്ഞത് പോലെ, ഒരു വ്യക്തിയുടെ ബുദ്ധി ശക്തിയും ശാരീരിക ശക്തിയും ഉപയോഗിച്ച് അയാൾക്കും സമൂഹത്തിനും നല്ലത് ചെയ്യുക. ഇനി ഞാൻ പറഞ്ഞത് എന്താന്ന് വച്ചാൽ; ശാന്തമായി ഇരിക്കാനും ഉല്ലാസിക്കാനും അൽപ്പം സമയം ആവശ്യമല്ലേ?'

ഒന്നാമൻ: 'മോൻ ചെയ്യുന്ന ഉല്ലസിക്കൽ പ്രവർത്തികൾ എന്തൊക്കെയാണ്?'

വിദ്യാർത്ഥി: 'യാത്രകൾ പോകാൻ എനിക്ക് ഇഷ്ടമാ. പിന്നെ സിനിമ, പാർക്ക്, ഭക്ഷണം കഴിക്കും. എന്തായാലും ഇവയൊന്നും ജോലി എന്ന തലക്കെട്ടിൽ ഉൾപ്പെടുത്താൻ കഴിയില്ല'

ഒന്നാമൻ: 'അതെന്താ പറ്റാത്തത്? നമ്മൾ ഒരു യാത്രയ്ക്ക് പോകുമ്പോൾ നമ്മൾ സഞ്ചരിക്കുന്ന പാതകളിൽ നമ്മുടെ ഊർജ്ജം അവിടെ വിതറുന്നുണ്ട്, ഇത് ആ സ്ഥലം

ഒപ്പിയെടുക്കും. ഒരു സിനിമ കാണാൻ പോകുമ്പോൾ അത് കണ്ടിരിക്കുമ്പോൾ, നിരീക്ഷിക്കുമ്പോൾ ഊർജ്ജം ഉപയോഗിക്കും, കൂടാതെ കലയെ പ്രോത്സാഹിക്കുന്നു. ലഹരിയിൽ ഉപയോഗിച്ച് വെറുതെ കളയരുത് എന്നാണ് ഞാൻ പറഞ്ഞത്, അത് തെറ്റാണ്!'

രക്ഷിതാവ്: 'ഉറങ്ങുന്നത് തെറ്റാണൊ? അതും ഊർജ്ജം കളയക്കമല്ലെ?'

ഒന്നാമൻ: 'അല്ല. ഉറക്കം മനുഷ്യശരീരത്തിന് ആവശ്യ ഘടകമാണ്. ഞാൻ പറയുന്ന ദൈവീക ഊർജ്ജം ഒരാളുടെ ആത്മാവിൽ അടങ്ങിയ സത്താണ്, ശരീരം ആത്മാവിനെ കൊണ്ടുനടക്കുന്ന ഒരു ഉപകരണം മാത്രം'

രക്ഷിതാവ്: 'എന്റെ ദൈവമേ! ഈ വക സംസാരങ്ങൾ കേട്ട് കേട്ട് വയ്യാതായയല്ലൊ!'

ഒന്നാമൻ: 'രാത്രി അടുക്കാറായി, നമ്മുക്ക് ചർച്ചകൾ നിർത്തി അൽപ്പം വിശ്രമിക്കാം'

രക്ഷിതാവ്: 'ഞങ്ങൾ ഇവിടെ എത്തിയിട്ട് മൂന്ന് ദിവസമായി, ഇനിയും എത്ര നാൾ? ഞങ്ങളെ വിട്ടേക്കൂ'

വിദ്യാർത്ഥി: 'അങ്കിള് വേണേല് പൊക്കൊ, ഞങ്ങൾ ഗുരുവിന്റെയൊപ്പം നിൽക്കാൻ തീരുമാനിച്ചു. അങ്ങയുടെ ജ്ഞാനം ഞങ്ങൾക്കും വേണം'

രക്ഷിതാവ്: 'ചുമ്മാതെ ഇയാളെ പുകഴ്ത്തി പറയാതിരി, നമ്മളെയെല്ലാം ഈ ഗുഹയിൽ കുടുക്കാനുള്ള ശ്രമമാണ്! ഞങ്ങൾക്കിത് ഇനിയും സഹിക്കാൻ കഴിയില്ല'

ഒന്നാമൻ: 'സമാധാനിക്കൂ, എന്തായാലും പിരിയുന്നതിന് മുമ്പ്, ഒരു അവസാനഘട്ടം കൂടി കളിക്കാം. നിങ്ങൾക്ക് ദൈവത്തിൽ വിശ്വാസം ഉണ്ടൊ?'

രക്ഷിതാവ്: 'പിന്നില്ലാതെ, ഞങ്ങളെല്ലാരും വിശ്വസിക്കുന്നു. ദൈവം നമ്മളെ സൃഷ്ടിച്ചു, എപ്പോഴും കാത്തുരക്ഷിക്കുന്നു'

ഒന്നാമൻ: 'എന്താ ദൈവത്തിൽ വിശ്വസിക്കാൻ കാരണം?'

രക്ഷിതാവ്: 'ദൈവത്തിന്റെ കടാക്ഷം കൊണ്ടാണ് എനിക്ക് ജോലി, കുടുംബം, മറ്റ് വിജയങ്ങൾ കിട്ടിയത്

ടീച്ചർ: 'താങ്കളുടെ കഠിന പ്രയത്നവും മനസ്സും കൊണ്ടാണ് അതൊക്കെ നേടിയത്. ശാസ്ത്രമാണ് സത്യം. സ്വാമി, ഞാൻ പറഞ്ഞത് ശരിയല്ലേ?'

വിദ്യാർത്ഥി: 'സാർ എന്താ അങ്ങനെ പറഞ്ഞത്? ശാസ്ത്രജ്ഞർക്ക് മനുഷ്യ ശരീരത്തിന്റെ എല്ലാ പ്രവർത്തനങ്ങൾ പോലും ഇതുവരെ മുഴുവൻ കണ്ടെത്താൻ കഴിഞ്ഞിട്ടില്ല! പിന്നെ എങ്ങനാ ദൈവത്തിനെ വിമർശിക്കുന്നത്?'

ടീച്ചർ: 'ഈ ഭൂമി നിർമ്മിച്ചത് ദൈവമാണെന്ന് എന്താ ഉറപ്പ്?'

വിദ്യാർത്ഥി: 'എന്തായാലും ശാസ്ത്രജ്ഞർ അല്ലെന്ന് ഉറപ്പാ'

ടീച്ചർ: 'ബിഗ് ബാംഗ് തിയറി, എല്ലാം ഒറ്റ നിമിഷത്തിൽ സംഭവിച്ചു! ഇപ്പോൾ വ്യക്തമായയൊ?'

വിദ്യാർത്ഥി: 'അതൊരു വിവരണം മാത്രമല്ലേ! മനുഷ്യർ ദൈവം എന്ന ശക്തിയെ ലോകം മുഴുവൻ ആരാധിക്കുന്നുണ്ട്, അതെങ്ങനെ കണ്ടില്ലാന്നു നടിക്കും സാർ?'

ഒന്നാമൻ: 'നിങ്ങൾ ദയവായി ശാന്തരാകു. വഴക്ക് കൂടണ്ട, ദൈവത്തെ ആരാധിക്കുന്നതിനെ പറ്റി എന്താണ് അഭിപ്രായം?'

ടീച്ചർ: 'മനുഷ്യർക്ക് അവരുടെ തെറ്റ് കുറ്റങ്ങൾ, വിശ്വാസത്തിലും ദൈവത്തിലും കൊണ്ടിടാതെ, സ്വന്തം തെറ്റുകൾ മനസ്സിലാക്കി അതിന് പരിഹാരവും, ഇനി ആവർത്തിക്കാതെ ഇരിക്കാനുള്ള കരുതലുകളും എടുക്കണം. കഷ്ടതകൾ ദൈവപദ്ധതി എന്ന് കരുതി സമാധാനിക്കും, എന്നാൽ വിശ്വാസം വളർത്താൻ എടുക്കുന്ന ആ സമയം അൽപ്പം ജോലി ചെയ്യാൻ എടുത്താൽ ഈ കഷ്ടതകൾ ഒന്നും വരില്ല'

ഒന്നാമൻ: 'ദൈവം എന്താണെന്ന് ചോദിച്ചാൽ എങ്ങനെ ഉത്തരം പറയും?'

(നിശബ്ദത)

രക്ഷിതാവ്: 'നമ്മുടെ സംരക്ഷകൻ, ഐശ്വര്യം നൽകുന്നവൻ?'

ഒന്നാമൻ: 'ദൈവം എന്നാൽ; സ്നേഹം, കരുണ, എളിമ, സഹതാപം തുടങ്ങിയ നല്ല ഊർജ്ജങ്ങളുടെ ഒരു ആൾരൂപമാണ്. പാപത്തിന്റെ കറ ലേശം പോലും തീണ്ടാത്ത ഏക രൂപം. ദൈവത്തെ ആരാധിക്കുക എന്ന് വച്ചാൽ അദ്ദേഹത്തിന്റെ ഈ സവിശേഷതകൾ ഉൾക്കൊള്ളാൻ ശ്രമിക്കുക എന്നതാണ് പ്രധാനം. എല്ലാം നേടിത്തരുന്നവൻ എന്ന അർത്ഥത്തിൽ ദൈവത്തെ കാണുന്നത് തെറ്റാണ്. മനുഷ്യർക്ക് ഒരിക്കലും ദൈവത്തെ പോലെ പരിശുദ്ധമാകാൻ കഴിയില്ല, പക്ഷേ അവർ ശ്രമിച്ച് കൊണ്ടിരിക്കണം. മനുഷ്യരിൽ വളരെ ചുരുക്കം ശതമാനം മാത്രമാണു പകുതി പാപങ്ങളിൽ നിന്നെങ്കിലും മുക്തി നേടിയിട്ടുള്ളത്'

വിദ്യാർത്ഥി: 'ഗുരുജി, കഴിഞ്ഞ ഘട്ടത്തിൽ ദയയെ പറ്റി ഞാൻ ചോദിച്ച ചോദ്യത്തിന് അങ്ങ് ഉത്തരം പിന്നീട് പറയാം എന്ന് പറഞ്ഞിരുന്നു. ചോദ്യം ഞാൻ ഓർക്കുന്നില്ല'

ഒന്നാമൻ: 'എനിക്ക് ഓർമ്മയുണ്ട് മോനേ. ആ ചോദ്യം; മനുഷ്യർ ജനിക്കുന്നത് പരിശുദ്ധ ഗുണങ്ങളോട് മാത്രം കൂടിയാണോ അതൊ മോശം തിന്മകളും കൂടെ കാണുമൊ. ഉത്തരം, രണ്ടും ചേർന്നാണ്; അതുകൊണ്ടാണ് കുട്ടികൾ നിഷ്കളങ്കരും ഒപ്പം, നാശത്തിലേക്ക് പോകാനുള്ള വലിയ സാധ്യതയിലും പെട്ടുപോകുന്നത്. അങ്ങനെ തിന്മയ്ക്ക് അവരെ സ്വാധീനിക്കാൻ കഴിഞ്ഞാൽ അവരുടെ പരിശുദ്ധിയെ അത് ബാധിക്കും. ഒരു കുഞ്ഞ് എവിടെ ജനിക്കുന്നു, അതിന് ചുറ്റിനും ഉള്ളവരുടെ പരിശുദ്ധ ഗുണങ്ങൾ, ഇതെല്ലാം ആ കുഞ്ഞിന്റെ വളർച്ചയെ ബാധിക്കും. മോശം രക്ഷിതാക്കൾക്ക്

ജനിക്കുന്ന കുഞ്ഞുങ്ങൾ തിന്മയിലേക്ക് തിരിയുന്നത് ഇതുകൊണ്ടാണ്, കാരണം അവരുടെ മോശവശം ആയിരിക്കും ഇങ്ങനത്തെ ഒരു അവസരത്തിൽ മുന്നിൽ വരുന്നത്"

ടീച്ചർ: 'എന്താണ് സ്വാമി, അങ്ങ് എപ്പോഴും ഇങ്ങനെ തൊട്ടു-തൊട്ടില എന്ന രീതിയിൽ കാര്യങ്ങൾ വിവരിക്കുന്നത്, അത് ശരിയല്ല. മനുഷ്യർ നന്മ മാത്രമായി ജനിച്ചാൽ മറ്റ് പ്രശ്നങ്ങൾ ഒന്നും വരില്ലല്ലൊ! എന്തിനാ രണ്ട് വശങ്ങളും?'

ഒന്നാമൻ: 'വളരെ നല്ല ചോദ്യം. മനുഷ്യർ നന്മ മാത്രമായി ജനിച്ചാൽ; അവർ ഒരിക്കലും മുന്നേറില്ല, എന്നേ വംശനാശം സംഭവിച്ച് പോയേനെ. അനുയോജ്യമായ ജീവിതഘടനയ്ക്ക്; പരിശുദ്ധവും അല്ലാത്തതുമായ ഊർജ്ജം മനുഷ്യർക്ക് ആവശ്യമാണ്, അതും ചില പ്രത്യേക അളവുകളിൽ മാത്രം. കാരണം വിശദമാക്കാം; സ്നേഹം ഒരു പരിശുദ്ധ ഊർജ്ജമാണ്, എന്നാൽ കാമം അങ്ങനെയല്ല. സ്നേഹം മനുഷ്യ ജീവിതത്തിലെ ഏറ്റവും പ്രധാന ഘടകമാണ്, എല്ലാവരുടേയും മനസ്സിൽ സ്നേഹമുണ്ട്, പക്ഷെ സ്നേഹം പ്രകടിപ്പിക്കാൻ പലർക്കും ബുദ്ധിമുട്ടാണ്, അത് മറ്റൊരാൾക്ക് കൊടുക്കാനുള്ള അവസരങ്ങൾ അവർ ഉണ്ടാക്കില്ല. അങ്ങനെ പ്രകടിപ്പിക്കാത്ത അവരുടെ സ്നേഹം, മൃഗങ്ങൾക്കും മറ്റ് വസ്തുക്കൾക്കും നൽകാൻ തുടങ്ങും. അതുപോലെ, കാമം ഇല്ലെങ്കിൽ മനുഷ്യരുടെ പ്രത്യുൽപാദനം നടക്കാതെ അവർക്ക് വംശനാശം സംഭവിക്കുമായിരുന്നു. ഏറ്റവും പ്രധാനമായ കാര്യം എന്തെന്നാൽ; അവരവരുടെ മനസ്സിൽ വിരിയുന്ന ഓരോ ചിന്തകളും എങ്ങനെ, എന്തിനുണ്ടായി എന്ന് തിരിച്ചറിയാനുള്ള കഴിവ് നേടിയെടുക്കുക എന്നതാണ്. ലോകത്തിലെ ഭൂരിപക്ഷം ജനങ്ങൾക്കും, ഇന്നത്തെ ആധുനിക ഉപകരണങ്ങളുടെ നടുവിൽ കിടന്ന് വിയർക്കുമ്പോൾ, അവരുടെ മനസ്സ് എന്താണെന്ന് പോലും

ചിന്തിക്കാൻ കഴിയാതെ പോകുന്നു'

ടീച്ചർ: 'ഞങ്ങൾക്ക് കുടുംബമുണ്ട്, അവർക്ക് ഭക്ഷണം എത്തിക്കണം. ചുമ്മാ കുത്തിയിരുന്ന് എന്തൊക്കെ ചിന്തകൾ മനസ്സിൽ വരുന്നു എന്ന് പുസ്തകത്തിൽ എ(ഴ)ുതി വച്ചോണ്ടിരുന്നാൽ ഭക്ഷണം കിട്ടില്ല'

ഒന്നാമൻ: 'നിങ്ങളുടെ മാനസിക അവസ്ഥ എനിക്ക് മനസ്സിലാകും, എന്നാൽ അതൊരു നല്ല ഉത്തരമല്ല. നിങ്ങൾക്ക് അറിയാമല്ലോ ഒരു ദിവസം എത്ര സമയം വെറുതെ പാഴാക്കുമെന്ന്; അതിൽ ഒരഞ്ചു മിനിറ്റ് സ്വന്തം മനസ്സിന് കൊടുക്കാൻ കഴിയില്ലേ?'

വിദ്യാർത്ഥി: 'ഇവര് പറയുന്നത് ശ്രദ്ധിക്കേണ്ട ഗുരുജി. അങ്ങ് അങ്ങയുടെ വിവരണം തുടർന്നോളു, പരിശുദ്ധ-മോശം സത്ത മനുഷ്യന് എന്തിനാ'

ടീച്ചർ: 'നീയേതാ? നിന്നെ ഇതിനുമുമ്പ് കണ്ടിട്ടില്ലല്ലൊ'

വിദ്യാർത്ഥി: 'മഞ്ഞടിച്ച് സാറിന്റെ പിള്ളേരേം മറന്ന് പോയൊ?' 'ഗുരുജി ഇത് ഞാനാ വിവരണൻ, വിവരണം തുടർന്നൊ' (വിവരണൻ ചെറിയ ശബ്ദത്തിൽ പറഞ്ഞു)

ഒന്നാമൻ: 'ശരി. കരുണ ഒരു പരിശുദ്ധ ഊർജ്ജമാണ്, കോപം മോശവും. മനുഷ്യർ കരുണയുമായി ജനിച്ചവരാണ്, എന്നാൽ കോപം അവരെ കൊണ്ട് ഒരിക്കലും കരുണയെ വെറുതെയങ്ങ് പ്രയോഗിക്കാൻ അനുവദിക്കില്ല. കോപം, കരുണ കാണിക്കേണ്ട സാഹചര്യം മനസ്സിലിട്ട് പഠിച്ച ശേഷം, ആ വ്യക്തിക്ക് അത്തരമൊരു കരുണ തേടുന്ന അനുഭവം ഉണ്ടായാൽ എങ്ങനെ പ്രതികരിക്കും എന്ന് ചിന്തിപ്പിക്കും. അയാൾക്ക് കരുണ ലഭിച്ച ഒരു സംഭവം ജീവിതത്തിൽ ഉണ്ടായിട്ടില്ല എങ്കിൽ; ആ ചിന്തകൾ അയാളെ കഷ്ടത്തിൽ എത്തിക്കും, താൻ തെറ്റുകാരനോട് ക്ഷമിക്കുന്നത് പിന്നീട് കുറ്റബോധത്തിൽ എത്തിക്കും എന്നയാൾ ഭയപ്പെടും. ഇനിയിപ്പോൾ മനുഷ്യർ കോപം എന്ന ഊർജ്ജം

ഇല്ലാതെയാണ് ജനിച്ചിരുന്നത് എങ്കിൽ; അയാൾക്ക് കരുണയുടെ വില മനസ്സിലാക്കാൻ സാധിക്കാതെ വരും. മനുഷ്യർ തെറ്റ് ചെയ്യുന്നത് സർവ്വ സാധാരണം, എന്നാൽ അയാൾ ചെയ്യ്ത തെറ്റ് വീണ്ടും ആവർത്തിക്കാതെ തടയാൻ കോപം ആവശ്യമാണ്. കോപം ഒരാളുടെ മനസ്സിനെ കുറ്റബോധം കൊണ്ട് നിയന്ത്രിക്കും, പ്രധാന ഘടകം എന്തെന്നാൽ കോപം പിടിച്ച് നിർത്താൻ അറിഞ്ഞിരിക്കണം, അതുപോലെ നമ്മുക്ക് എന്തിനാണ് കോപം വരുന്നതെന്നും'

(നിശബ്ദത)

അടുത്ത വിവരണത്തിലേക്ക് കടക്കാം. കഠിനാധ്യാനം ചെയ്യാനുള്ള കഠിനപ്രയത്ന ഊർജ്ജം ഒരു പരിശുദ്ധ ഊർജ്ജമാണ്, എന്നാൽ അലസത ഒരു മോശം ഊർജ്ജമാണ്. മനുഷ്യരുടെ പ്രയത്ന ഊർജ്ജം അവനേയും ലോകത്തിനേയും ഉയർച്ചയിൽ എത്തിക്കാൻ സഹായിക്കും. ഈ ഊർജ്ജം അവരെ ഭൂമിയുടെ പുറത്ത് ഒളിഞ്ഞിരുന്ന രഹസ്യങ്ങൾ പോലും ചോർത്തിയെടുക്കാൻ സഹായിച്ചു. പക്ഷേ കൂടുതൽ കഠിനപ്രയത്ന ഊർജ്ജം ഒട്ടും നല്ലതല്ല, അത് ഭൂമിയുടെ ഘടന തന്നെ നശിപ്പിക്കാൻ തക്കവിധ അനിയന്ത്രിതമായ പരീക്ഷണങ്ങൾ, പഠനങ്ങൾ എന്നിവയ്ക്ക് കാരണമാകും. അൽപ്പം അലസത ഊർജ്ജം ഈ കഠിനതയെ ശമിപ്പിക്കുന്നതിൽ പ്രധാന പങ്ക് വഹിക്കും. ഇവിടെ ശ്രദ്ധിക്കേണ്ട പ്രധാനകാര്യം എന്തെന്നാൽ; അലസതയും കഠിനപ്രയത്ന ഊർജ്ജവും തുല്യതയിൽ തന്നെ നിലകൊള്ളണം എന്നതാണ്. അലസത ഊർജ്ജം അധികമായാൽ മനുഷ്യരെല്ലാരും അവരുടെ കഠിനമായ പ്രയത്നങ്ങൾ ഉപേക്ഷിച്ച്, ആദിമ മനുഷ്യരെ പോലെ കൃഷി മാത്രം ചെയ്ത്, നിലനിൽപ്പ് മാത്രം മുന്നിൽ കണ്ട് ജീവിക്കാൻ തുടങ്ങും, മറ്റ് ഉയർച്ചകളെ പറ്റി ചിന്തിക്കാതെ'

(നിശബ്ദത)

വീണ്ടും അടുത്ത വിവരണത്തിലേക്ക് കടക്കാം. എളിമയുള്ള പെരുമാറ്റം ഒരു പരിശുദ്ധ ഊർജ്ജമാണ്, എന്നാൽ അഹംഭാവം ഒരു മോശം ഊർജ്ജമാണ്. മറ്റുള്ളവരോട് എളിമയോടെ പെരുമാറുമ്പോൾ അവർ ഏത് മരവിച്ച അവസ്ഥയിൽ ആണെങ്കിലും ആശ്വാസം ലഭിക്കും. പക്ഷേ അഹംഭാവം, ഒരു മനുഷ്യനെ സ്വയം ഉയർത്താൻ സഹായിക്കും. കേട്ടാൽ സ്വാർത്ഥതയായി തോന്നുമെങ്കിലും ഒരാൾ സ്വയം ഉയരുന്നത് വളരെ പ്രധാനമാണ്. അതുപോലെ, കൂടുതൽ എളിമയോടെയും വിനയത്തോടെയും പെരുമാറുന്നത് ഒട്ടും തെറ്റല്ല, എന്നാലും അഹംഭാവം ആ വ്യക്തിക്ക് ഒരു മത്സര മനോഭാവം നൽകികൊടുക്കും, നല്ല അർത്ഥത്തിൽ. ചുരുക്കത്തിൽ പറഞ്ഞാൽ; അഹംഭാവം ഒരു വ്യക്തിയെ കുറച്ചു കൂടി കഠിനപ്രയത്നം ചെയ്യാൻ പ്രേരിപ്പിക്കും. തുല്ല്യതയാണ് പ്രധാനം; കാരണം കൂടുതൽ അഹംഭാവ ഊർജ്ജം ഒരു വ്യക്തിയെ ഈ ലോകം മുഴുവൻ സ്വന്തം കൈപ്പടയിൽ എത്തിക്കാൻ മാത്രം സ്വപ്നം കാണിക്കും'

(നിശബ്ദത)

വീണ്ടും അടുത്ത വിവരണത്തിലേക്ക് കടക്കാം. സഹതാപം ഒരു പരിശുദ്ധ ഊർജ്ജമാണ്, എന്നാൽ അസൂയ ഒരു മോശം ഊർജ്ജമാണ്. നമ്മൾ നേരത്തെ പറഞ്ഞതുപോലെ; ഒരു മനുഷ്യനോട് സഹതാപം കാണിക്കുന്ന മനസ്സാണ് മനുഷ്യന്റെ ഏറ്റവും പ്രധാന ഘടകം. സഹതാപം കാണിക്കാതെ നടക്കേണ്ട യാതൊരു കാര്യവുമില്ല. എല്ലാ ജീവികളെയും പോലെ മനുഷ്യർക്കും ഭൂമിയിൽ പരിമിതമായ സമയം മാത്രമേ ജീവിക്കാൻ അവസരമുള്ളൂ. അതുപോലെ ജീവിതം എവിടെയൊ എത്താനുള്ള മത്സരയോട്ടമല്ല. ഒരു മനുഷ്യന് ഏറ്റവും അത്യാവശ്യം സമാധാനമാണ്. പക്ഷേ ഈ സമാധാനം നേടാൻ ഒരുപാട്

കടമ്പകൾ കടക്കേണ്ടത് അത്യാവശ്യമാണ്. ഒരു വ്യക്തിക്ക് സഹതാപ ഊർജ്ജം ഉണ്ടെങ്കിൽ; അയാൾക്ക് സമാധാനവും തീർച്ചയായും ഉണ്ടാകും, കൂടാതെ മറ്റുള്ളവരെ സമാധാനം എന്ന സമ്മാനത്തിൽ എത്തിക്കാനും അവർ സഹായിക്കും. സഹതാപം സ്വാർത്ഥത തീരെയില്ലാത്ത പ്രവർത്തികൾ പെരുകാൻ സഹായിക്കും. അസൂയ ഒരു വ്യക്തിയെ സ്വയം നിരീക്ഷിച്ച്, അയാളിൽ തന്നെ മോശം ഊർജ്ജം കുത്തിവച്ച്, തന്നെ കഴിവില്ലാത്തവൻ എന്ന് സ്വമേധയാ മുദ്രകുത്തും. ഒരു വ്യക്തിക്ക് സഹതാപ ഊർജ്ജമുണ്ട്, എന്നാൽ ബാക്കി മനുഷ്യരെ സഹായിക്കാനുള്ള പണമൊ സാമഗ്രികളൊ ഇല്ലാതെ വന്നാൽ അയാൾ സ്വയം കടുത്ത വിഷാദത്തിൽ പ്രവേശിക്കും... അസൂയ ഒരാളെ മറ്റുള്ളവരെ പറ്റി പഠിക്കാനും അതുപോലെ ഉയരാനുമുള്ള മനസ്സ് സമ്മാനിക്കും. എന്നാൽ കൂടുതൽ അസൂയ ഊർജ്ജമായാൽ അതാ അസൂയപ്പെടുന്ന വ്യക്തിയെ ഇല്ലാതാക്കാൻ പോലും ചിന്തിക്കും'

(നിശബ്ദത)

വീണ്ടും, വീണ്ടും അടുത്ത വിവരണത്തിലേക്ക് കടക്കാം. ദാന ഊർജ്ജം ഒരു പരിശുദ്ധ ഊർജ്ജമാണ്, എന്നാൽ ആർത്തി ഊർജ്ജം മോശം ഊർജ്ജമാണ്. ദാന ശീലം മനുഷ്യരെ സഹജീവികളെ സഹായിക്കാൻ ഇഷ്ടപ്പെടുന്ന ഒരു മനസ്സ് നൽകുന്നു. സമ്പത്ത് ദാനം കൊടുക്കുന്നത് കൂടാതെ, മനുഷ്യരാശിയുടെ നല്ല ഭാവിക്ക് വേണ്ടി അനേകം മേഖലകളിൽ; ശാസ്ത്രം, ഫിലോസഫി, മെഡിക്കൽശാസ്ത്രം, ആർക്കിടെക്ചർ തുടങ്ങിയവയിൽ വലിയ സംഭാവനകൾ നൽകാൻ കാരണമാകും. ദാന ഊർജ്ജം ഒരാൾക്ക് എപ്പോഴും പ്രോത്സാഹനം നൽകികൊണ്ടിരിക്കും. അതേസമയം ആർത്തി ഒരു മനുഷ്യനെ കഠിനമായ കാര്യങ്ങൾ നേടിയെടുക്കാൻ തക്ക ഊർജ്ജം നൽകി സഹായിക്കും. ആർത്തി ഒരാളെ അയാൾ

ചെയ്യുന്ന എല്ലാ പ്രവർത്തനങ്ങളും, ആരൊ നിരീക്ഷിക്കുകയും, സമ്മാനം കിട്ടുമെന്നും വിശ്വസിപ്പിക്കുന്നു. ആ സമ്മാനം - സമാധാനവും സന്തോഷവും ആയിരിക്കണം, അല്ലാതെ പണവും തീരാത്ത ജീവിതവുമാവരുത്.

(നിശബ്ദത)

എന്റെ പരിശുദ്ധ-മോശ ഊർജ്ജ കൂട്ടായ്മ വിവരണം അവസാനിച്ചു. ഇനി എന്താ അറിയേണ്ടത്?'

രക്ഷിതാവ്: 'ഞങ്ങളെ ഇവിടുന്ന് പുറത്തെത്തിക്ക്. ഞങ്ങളെ വീട്ടിൽ കൊണ്ട് വിട്'

ടീച്ചർ: 'സ്വാമി, അങ്ങ് ഇപ്പോൾ വല്ല മായ പാതയും ഉണ്ടാക്കുമൊ? കാണാൻ കൊതിയുണ്ട്'

വിദ്യാർത്ഥി: 'ഞാൻ തിരികെ പോകുന്നില്ല. ഗുരുജീ, ദയവായി എന്നെ ഇവിടെ ശിഷ്ടകാലം തങ്ങാൻ അനുവദിക്കണം'

കുറച്ചു വിദ്യാർത്ഥികൾ ഗുരുവിനൊപ്പം അവിടെ നിൽക്കാൻ തീരുമാനിച്ചു. അതേസമയം മറ്റുള്ളവർ ഈ മരവിച്ച സ്ഥലത്ത് നിന്നും രക്ഷപെടാൻ പോകുന്ന സന്തോഷത്തിൽ ആയിരുന്നു. ടീച്ചർ ഗുരുവിന്റെ കൂടെ നിൽക്കാൻ തീരുമാനിച്ച വിദ്യാർത്ഥികളെ പറഞ്ഞ് തിരുത്താൻ ശ്രമിക്കുന്നു, പരാജയപ്പെട്ടു.

ഒന്നാമൻ: 'എനിക്ക് ഒന്നും ചെയ്യാൻ സാധിക്കില്ല. എനിക്ക് മായശക്തികൾ ഒന്നും തന്നെയില്ല, നിങ്ങളുടെ മനസ്സിൽ അതിയായ ആഗ്രഹം കുത്തിനിറച്ചതിന് ക്ഷമിക്കണം'

രക്ഷിതാവ്: 'എന്ത്! ഞങ്ങളെ വെറും പൊട്ടന്മാർ ആക്കാൻ മാത്രം ധൈര്യമൊ! ഇനി ഒരു നിമിഷം ഞങ്ങൽ സഹിക്കില്ല. എല്ലാവരും വരിൻ, നമ്മുക്ക് ഇവിടുന്ന് പോയി രക്ഷനേടാം'

ടീച്ചർ: 'ശരിയാ. വരൂ വിദ്യാർത്ഥികളെ, ധൈര്യം പുറത്തെടുക്കൂ. നമ്മൾ ഉടൻ തന്നെ നാട്ടിലെത്തും'

അവർ പതുക്കെ മുമ്പോട്ടു നടന്നുനീങ്ങി, അധികദൂരം മറികടന്നു, എന്നാൽ പ്രതീക്ഷ തരുന്ന ഒന്നും അവർക്ക് കണ്ടെത്താൻ കഴിഞ്ഞില്ല, എങ്ങും മരവിച്ച മഞ്ഞുഭൂമി മാത്രം അവരെ തുറിച്ചുനോക്കി. അവരുടെ തെറ്റ് തിരിച്ചറിഞ്ഞ്, ഗുരുവിന്റെ ഗുഹ ലക്ഷ്യം വച്ച് അവർ തിരിച്ച് നടന്നുനീങ്ങി, പക്ഷെ അവരുടെ കാൽപ്പാടുകൾ മാഞ്ഞ് പോയിരുന്നു, വഴിയറിയാതെ ഭയന്ന് വിറച്ചു. എന്തൊ മൃഗത്തിന്റെ ശബ്ദം കേട്ട് പേടിച്ച അവർ എങ്ങോട്ടെന്നില്ലാതെ ഓട്ടം തുടങ്ങി; പക്ഷേ അവരിൽ ഒരാൾക്ക് പോലും ഗുരുവിന്റെ ഗുഹ കണ്ടെത്താൻ സാധിച്ചില്ല. അവശതയുടെ കരങ്ങളിൽപെട്ട അവർ മഞ്ഞിൽ പൊതിഞ്ഞ തറയിൽ നിലംപൊത്തി, കുറച്ചു കഴിഞ്ഞു മാഞ്ഞുപോയി.

അവരുടെ കാര്യം കഴിഞ്ഞു. എനിക്ക് തിരിച്ച് ഗുരുവിന്റെ അടുത്തെത്താൻ സമയമായി... ഞാൻ ഒരു മണിക്കൂറോളം പറന്നു പക്ഷേ, ആ ഗുഹ കണ്ടെത്താൻ എനിക്കും സാധിച്ചില്ല. അങ്ങനെയൊരു സ്ഥലം ഇപ്പോൾ ഇല്ല എന്ന് തോന്നുന്നു, അതും മാഞ്ഞു പോയിട്ടുണ്ടാകും. എന്താണ് സംഭവിക്കുന്നത്? ഈ പുസ്തകത്തിന്റെ അവസാനം ആയിരുന്നോ അത്? ഇതെന്തൊരു അവസാനം! വല്ലാത്ത തീരുമാനം തന്നെ. എന്താണീ പുസ്തകത്തിലുള്ളത് ശരിക്കും? കുറേ ആവർത്തിച്ച് ആവർത്തിച്ച് വരുന്ന വിവരണങ്ങൾ, ഒപ്പം ഒട്ടും പ്രായോഗികമല്ലാത്ത കുറേ ഉപദേശങ്ങളും. എന്തൊക്കെ ആയിരുന്നു അതൊക്കെ? ആരെങ്കിലും അങ്ങനെയൊക്കെ ചെയ്യുമോ? ഞാൻ നിങ്ങളോടാ ചോദിക്കുന്നത് വായനക്കാരെ! നിങ്ങളിൽ ആരേലും ഈ പുസ്തകത്തിൽ പറഞ്ഞിട്ടുള്ള കാര്യങ്ങൾ പരീക്ഷിക്കുമോ, എവിടുന്ന്...

ഞാൻ വെറുതെ മോശം പറഞ്ഞതല്ല. യഥാർത്ഥത്തിൽ എല്ലാ മനുഷ്യർക്കും നല്ലതും ചീത്തയും തിരിച്ചറിയാനുള്ള ബുദ്ധിയൊക്കെയുണ്ട്, മോശം കാര്യങ്ങൾ ചെയ്താൽ എന്താ

സംഭവിക്കുക എന്നവർക്ക് നന്നായി അറിയാം. ഒരു ഉദാഹരണം പറയാം, എല്ലാവർക്കും അറിയാം, വ്യായാമം ചെയ്തില്ലേൽ ആരോഗ്യം നശിക്കുമെന്ന്, അധ്വാനിക്കുന്ന മനസ്സ് ഉണ്ടാക്കിയില്ലെങ്കിൽ പണം ലഭിക്കില്ലെന്ന്, പുകയിലയുടെ ഉപയോഗം ക്യാൻസർ വരുത്തും എന്നതിന്റെ പെട്ടിയിൽ എഴുതി വച്ചിട്ടും അതവർ ഉപയോഗിക്കുന്നു. ഞാൻ എന്ത് പരാജയമാണ്! എന്റെ ഈ വിധി ആർക്കും കാണില്ല. ഈ പുസ്തകം എന്തെങ്കിലും സന്തോഷം കൊണ്ടുതരും എന്ന് കരുതി, എവിടുന്ന്! ... അയ്യോ! എന്താ സംഭവിക്കുന്നത്? എനിക്കൊന്നും കാണാൻ കഴിയുന്നില്ല. ഞാൻ അന്ധൻ ആയൊ? പച്ച പുക! എന്നെ എങ്ങോട്ടൊ കൊണ്ട് പോകുവാ...

11

ഒരു കൈപ്പുസ്തക പരീക്ഷണം

എന്റെ കണ്ണുകൾ വീണ്ടും പ്രവർത്തനം ആരംഭിച്ചു. ഞാൻ ഒരു തടി കവാടത്തിനടുത്ത് നിൽക്കുന്നു, ഒരു വിശാലമായ നെൽപ്പാടം എനിക്ക് ചുറ്റുമുണ്ട്. എന്റെ മുമ്പിൽ കാണുന്ന കവാടം ഒരു ചതുരാകൃതിയിൽ മതിലുകൾ കെട്ടിവച്ച സ്ഥലത്തേക്ക് പ്രവേശനം തരുന്നു, പൂന്തോട്ടം ആണെന്ന് തോന്നുന്നു. ആ തടി കവാടം തുറന്ന് കേറാൻ പറ്റും, പൂട്ടിയിട്ടില്ല. പ്രശ്നം എന്തെന്നാൽ; എനിക്ക് അദൃശ്യനാകാൻ കഴിയുന്നില്ല, അതുകൊണ്ട് പറക്കാനും കഴിയില്ല. ഈ നെൽപ്പാടത്ത് പശ പോലെ ഒട്ടുന്ന ചെളിയാണ്, മറികടക്കാൻ കഴിയില്ല. എങ്ങോട്ടും പോകാൻ കഴിയാതെ ഞാൻ, ആ കവാടം തുറന്ന് അകത്ത് പ്രവേശിച്ചു. അകത്തൊരു പൂന്തോട്ടം ആയിരുന്നില്ല. എന്റെ കണ്ണുകൾ ആദ്യം കണ്ടത് ഒരു കണ്ണാടിക്കൂടാണ്, അതിനകത്ത് എന്തോ അദൃശ്യശക്തി വിഹരിക്കുന്നു. അത് കഥാത്മാവാണോ എന്ന് സംശയമുണ്ട്! ഞാൻ അടുത്തേക്ക് ചെന്നു, എന്റെ സാന്നിധ്യം അതിന് മനസ്സിലാക്കി കൊടുത്തു

ഞാൻ: 'ഹലോ, ഇതിനകത്ത് ആരെങ്കിലും ഉണ്ടോ? ഇതേതാ സ്ഥലം?'

അത്: (വേദനിച്ച് നിലവിളി) 'ഓടിക്കോ! ഇവിടുന്ന് പോകൂ അല്ലെങ്കിൽ നരകിക്കാൻ തയ്യാറായിക്കൊള്ളൂ'

ഞാൻ: 'എന്ത്! നിങ്ങൾ ആരാണ്? എനിക്ക് എങ്ങോട്ടും പോകാൻ കഴിയില്ല, ഈ സ്ഥലം ഒരു കുരുക്കാണ്. എനിക്ക് കഥയിലേക്ക് തിരികെ പോകണം, ഒരു അപൂർണ കഥ തീർക്കാനുണ്ട്. ചിലപ്പോൾ അത് തീർന്ന് കാണും, ഇനി തീർന്നില്ലേലും എനിക്ക് അതിൽ കേറാൻ താൽപ്പര്യമില്ല'

അത്: 'ഓഹ്, താങ്കൾ വിവരണൻ ആണല്ലെ? എന്തെങ്കിലും തെറ്റ് ചെയ്തൊ? പുസ്തകത്തെ കുറിച്ച് മോശം പരാമർശങ്ങൾ നടത്തിയൊ?'

ഞാൻ: 'ഞാൻ ഒന്നും പറഞ്ഞില്ല. അതൊരു വല്ലാത്ത പുസ്തകമാണ്, കുറേ ഉപദേശങ്ങളും കുറേ അലമ്പ് മറുപടികളും. ഒരു വല്ലാത്ത സംഭവം! ഇതൊക്കെ വായനക്കാർ എങ്ങനെ സഹിക്കുമോ എന്തൊ!'

അത്: 'നിങ്ങൾ അങ്ങനെ പറയാൻ പാടില്ലായിരുന്നു! നീ എന്തൊരു മണ്ടനാണ്. നിനക്കറിയോ ഞാൻ ആരാന്ന്? എന്തിനാ ഞാൻ ഇതിൽ കിടന്നു നിലവിളിക്കുന്നതെന്ന്?'

ഞാൻ: 'വല്ല ഭ്രാന്തന്റേയും ആത്മാവാണൊ?'

അത്: 'ഞാൻ കഥാത്മാവാണ്. ഉപദേശ കഥകളുടെ നിയമങ്ങൾ അനുസരിക്കാത്ത കുറ്റത്തിന് എന്നെ ഇവിടെ പൂട്ടിയിട്ടിരിക്കുവാണ്!'

ഞാൻ: 'അങ്ങ് എന്തിനാ അങ്ങനെ ചെയ്തത്? മ്മ്... ഞാനും ഏതാണ്ട് അങ്ങനെയൊരു പുസ്തകം വിവരിച്ചോണ്ടിരിക്കുവായിരുന്നു. ഒരു കാടവർ രാജാവും ബിനമൈലും'

അത്: 'ങേ! എന്ത്! നിങ്ങൾ മറ്റേ ഫിലോസഫി പുസ്തക വിവരണൻ? ഗുരു ഒന്നാമൻ, കോളേജ് ഉല്ലാസയാത്ര പിള്ളേർ, പരിശുദ്ധ ഗുണങ്ങൾ?'

ഞാൻ: 'അതെ ഞാൻ തന്നെ. എന്തൊരു പുസ്തകമാണത്, അല്ലേ? അല്ല, അങ്ങ് എങ്ങനെ ഇതിൽ അകപ്പെട്ടു? അങ്ങയെക്കാൾ ശക്തൻ ആരാണ്? ഞാൻ അപകടത്തിലാണൊ?'

അത്: 'ഒരു സംശയവും വേണ്ട. നീ ഇപ്പോൾ പ്രപഞ്ചാത്മാവിന്റെ അറയിലാണ്. നീ നേരത്തെ പറഞ്ഞ ഫിലോസഫി പുസ്തകത്തിൽ കാടവറിന്റെയും മറ്റു സാങ്കൽപ്പിക കഥകൾ ഉൾപ്പെടുത്തിയതിന്റെ ശിക്ഷയാ ഞാൻ അനുഭവിച്ച് വരുന്നത്!' (നിലവിളി)

ഞാൻ: 'ഓഹ്, ഈ കൂടാരത്തിൽ നിന്ന് എപ്പോൾ ഇറങ്ങും'

അത്: 'അറിയില്ല (നിലവിളി) ആഹ്! ഓടിക്കോ'

എന്ത് ചെയ്യണം എന്നറിയില്ല, കവാട വാതിൽ അടഞ്ഞു! എന്താണീ സ്ഥലം? ഞാൻ കണ്ടതിൽ വെച്ച് ഏറ്റവും ദുരൂഹമായ സ്ഥലം ഇതാണ്. ഞാൻ വിവരിച്ച കഴിഞ്ഞ നോവലിലെ സ്ഥലങ്ങളെക്കാൾ വിചിത്രമായ ഈ സ്ഥലം, എന്നെ ഭയപ്പെടുത്തുന്നു. ഇത് ശരിക്കും ഒരമ്പലം പോലെയുണ്ട്, രണ്ടുപേർക്ക് കഷ്ടിച്ച് നിൽക്കാൻ പറ്റുന്ന ഒരു ചെറിയ കെട്ടിടം, നടുക്ക് നിൽക്കുന്നു. ചുറ്റും മണ്ണല്ല, പകരം വളഞ്ഞ്-പുളഞ്ഞ് കിടക്കുന്ന അനേകം വേരുകൾ, ഈ വണ്ണം കൂടിയ വേരുകൾ ആകെയുള്ള ആ കെട്ടിടത്തെ പൊതിഞ്ഞ് കിടക്കുന്നു. ഒരു ചെറിയ കണ്ണാടിക്കൂട്ടിൽ; തിളങ്ങുന്ന പൊടിപടലങ്ങൾ പറന്ന് കളിക്കുന്നു, തുറക്കാൻ കഴിഞ്ഞില്ല. എന്നാൽ ഇരുമ്പിൽ നിർമ്മിച്ച ഒരു കൂട് തുറക്കാൻ കഴിഞ്ഞു...

(കഠിനമായി ശ്വസിക്കുന്നു) എന്റെമ്മൊ! ആ പെട്ടിയിൽ 'നരകം' ആയിരുന്നു... മറ്റൊരുത്തരം നൽകാൻ കഴിയില്ല. വെള്ളി, സ്വർണ്ണം പെട്ടികൾ തുറക്കാൻ ശ്രമിച്ചെങ്കിലും കഴിഞ്ഞില്ല. എന്റെ ഭാഗ്യം പരീക്ഷിക്കാൻ ഇനി ഒരു പെട്ടി കൂടെ ബാക്കിയുള്ളു; നടുക്ക് സ്ഥിതി ചെയ്യുന്ന പെട്ടി രൂപത്തിലുള്ള ആ ചെറിയ കെട്ടിടം. വീണ്ടും പ്രശ്നത്തിൽ

എത്തിക്കാനായി, ആ കെട്ടിടം തുറക്കാൻ പറ്റും എന്ന് മനസ്സിലായി. അതുവഴി രക്ഷനേടുക എന്ന ഒറ്റ മാർഗ്ഗമാണ് എനിക്കിനിയുള്ളത്. പതുക്കെ വാതിൽ തുറന്നു... വാതിൽ അടച്ചു, പക്ഷേ ഞാൻ പുറത്ത് നിൽക്കുന്നു. എനിക്ക് രക്ഷയില്ല. എന്നോട് ദേഷ്യം വയ്ക്കേണ്ട വായനക്കാരെ, അവിടെ കണ്ടത് ഞാൻ പറയാം... എനിക്കുറപ്പുണ്ട് ഞാൻ കണ്ടത് ഈ പ്രപഞ്ചത്തിനെ തന്നെയാണ്! ഗ്രഹങ്ങൾ, പറന്ന് നടക്കുന്ന കല്ലുകൾ, നക്ഷത്രങ്ങൾ...

എന്തായാലും, കണ്ണാടി കൂട്ടിൽ കിടക്കുന്ന സാമഗ്രികളെ പറ്റി കൂടുതൽ അന്വേഷിക്കാൻ ഞാൻ തീരുമാനിച്ചു. പല പല നിറങ്ങളിൽ പറന്ന് നടക്കുന്ന ആ പൊടികളിൽ നിന്ന് ഒരെണ്ണം എടുത്തു. അതൊരു പൊടിപടലം അല്ല എന്ന് മനസ്സിലായി, മഞ്ഞ നിറമുള്ള ഒരു ചെറിയ പഞ്ഞി പോലെ. ഇതെങ്ങനെ കയ്യിലെടുക്കാൻ സാധിച്ചു എന്നത് അത്ഭുതം തന്നെ. കൂടുതൽ നിരീക്ഷിക്കാൻ കഴിയുന്നതിന് മുമ്പേ; പ്രതീക്ഷിക്കാത്തത് സംഭവിച്ചു. ആ മഞ്ഞ പഞ്ഞി എന്റെ കയ്യിൽ അലിഞ്ഞുചേർന്നു, മനസ്സിൽ എന്തൊ സംഘർഷം അനുഭവിക്കാൻ തുടങ്ങി... വയ്യാതായി... തല വേദനിക്കുന്നു. എന്റെ മനസ്സിലേക്ക് എന്തൊ തിരുകികയറ്റുന്ന പോലെ തോന്നുന്നു...

(നിശബ്ദത)

(പെട്ടെന്ന് ശ്വാസമെടുക്കുന്നു) അത് സംഭവിക്കുന്നു. എന്റെ മനസ്സിൽ ഒരു കഥ ജനിച്ചു, അത് പറഞ്ഞിറക്കാതെ എനിക്ക് സമാധാനം കിട്ടില്ല. അങ്ങനെ അവസാനം, ഞാനും ഒരു കഥാകൃത്തായി. കണ്ണുകൾ അടച്ചു, ശ്വാസം എടുക്കുന്ന അളവ് കുറച്ചു, വിവരിക്കാൻ തുടങ്ങുന്നു; കഥാപശ്ചാത്തലത്തിൽ എത്തിച്ചേർന്നു. ഒരു നീണ്ട നിരയുണ്ട്, നഗ്നരായി നിൽക്കുന്ന മനുഷ്യർ, ഒരു വലിയ ഉരുണ്ട, രത്നങ്ങൾ പതിപ്പിച്ച കൂടാരത്തിന്റെ, രണ്ട്

അറ്റത്തായും ബന്ധിച്ച് നിൽക്കുന്ന ഒരു പാലത്തിലാണ് അവർ നിൽക്കുന്നത്. തീയുടെ നിറമാണ് ആ കൂടാരത്തിന്. പുറത്തേക്കുള്ള വഴിക്കരികെ ഒരു രാജകീയ ഇരിപ്പിടമുണ്ട്; വലിയ ശരീരമുള്ള ഒരു മനുഷ്യൻ അതിലിരിക്കുന്നു, മുഴുവൻ സ്വർണ്ണനിറമുള്ള വസ്ത്രങ്ങൾ ധരിച്ചിരിക്കുന്നു. എന്റെ കഥാനായകൻ ഇവിടെയുണ്ട് എന്ന് എനിക്ക് മനസിലായി, എങ്ങനെ കണ്ടെത്താം എന്നറിയില്ല... നിരയിൽ നിൽക്കുന്നവരെ നന്നായി പഠിച്ച ശേഷം ഞാൻ അയാളെ കണ്ടെത്തി. മറ്റുള്ളവരിൽ നിന്നും വ്യത്യസ്തൻ.

കാഴ്ചയിൽ ഒരുപോലെ, എന്നാൽ ചലനങ്ങൾ വിചിത്രം. കണ്ടാൽ ഭയവും, സ്ഥലകാല ബോധവും തീരെയില്ല എന്ന് ഉറപ്പിക്കാൻ കഴിയും. കൂടാരത്തിന് ചുറ്റും കണ്ണുകൾ ഓടിക്കുകയാണ്. കഥാനായകനെ കണ്ടെങ്കിലും എന്റെ ശ്രദ്ധ ഇരിപ്പിടത്തിൽ ഇരിക്കുന്ന സ്വർണ്ണ മുഖംമൂടി ധരിച്ച രൂപത്തിലേക്ക് മാറി. അവിടെ എന്താണ് നടക്കുന്നത്? നിരയിൽ നിന്ന കുറച്ചു മനുഷ്യർ പുറത്തുകടന്നു, ചിലരെ ഒരു പുകമറ പൊതിഞ്ഞ് അപ്രത്യക്ഷമാക്കി, ചിലരെയാണേൽ പാലത്തിന്റെ ഇരുട്ടുമൂടിയ അടിതട്ടിലേക്ക് എറിയുന്നു. ഇരിപ്പിടത്തിൽ നടക്കുന്ന സംവാദങ്ങൾ കേൾക്കാൻ എനിക്ക് താൽപ്പര്യമില്ല, ഞാൻ കഥാനായകനെ നിരീക്ഷിച്ച് നിന്നു. അവൻ അൽപ്പം പിറകിലാണ്, നിശബ്ദത കൊണ്ട് മൂടാതിരിക്കാൻ ഞാൻ അവിടെയൊന്ന് ചുറ്റി കറങ്ങാൻ തീരുമാനിച്ചു.

ഇരിപ്പിടത്തിന് അപ്പുറം ചെന്നു, പുറത്ത് എന്താണ് അവരെ കാത്തിരിക്കുന്നത് എന്ന് ഞാൻ കണ്ടു. പൂക്കളാൽ അലങ്കരിച്ച മണ്ഡപങ്ങൾ, അവയിൽ ചെത്തി മിനുക്കിയ വെള്ളകല്ലുകൾ ഇരിപ്പിടമാക്കി വെച്ചിരിക്കുന്നു. അവിടെ സ്ഥിതി ചെയ്യുന്ന ചെറിയ ശിൽപ്പങ്ങൾക്കിടയിലൂടെ ശാന്ത ശബ്ദത്തോടെ ഒരു നീരുറവ പോകുന്നു. തെളിഞ്ഞ വെളുത്ത

നിറമുള്ള ആകാശം, അവിടെ വിഹരിക്കുന്ന മനുഷ്യർ സുന്ദരമായ ആ പൂക്കളുടെയെടുത്ത് നിന്ന് സല്ലപിക്കുന്നു. ഞാനീ പറഞ്ഞതിലും കൂടുതൽ അവിടെയുണ്ട്, എന്നാൽ എന്തോ ഒരു മാന്ത്രികവലയം എന്നെ അകത്തേക്ക് പ്രവേശിക്കാൻ അനുവദിക്കുന്നില്ല, ഏതോ അദൃശ്യശക്തി എന്നെ പിടിച്ച് തള്ളിക്കൊണ്ടിരുന്നു. സാരമില്ല, എന്റെ കഥാനായകൻ, രൂപത്തിന്റെ അടുത്തെത്തി. ആ രൂപം ഓരോരുത്തരോടും പലതരം ചോദ്യങ്ങൾ ചോദിച്ച് അവരുടെ വിധി തീരുമാനിക്കും. എന്റെ നായകന്റെ പേര് ഷെനൻ എന്നാണ്.

രൂപം: 'ഷെനൻ, എനിക്ക് നിന്നെ അകത്തേക്ക് വിടാൻ പ്രയാസമുണ്ട്. താഴേക്ക് പതിക്കും മുമ്പ് എന്തെങ്കിലും പറയാനുണ്ടോ?'

ഷെനൻ: 'എനിക്ക് അകത്ത് പ്രവേശിച്ചേ പറ്റു, ഞാൻ മാറി, എന്റെ മാറ്റം തെളിയിക്കാൻ ഒരു അവസരം നൽകൂ...'

രൂപം: 'നിന്റെ സഹജീവികളോട് എന്നും വളരെ ക്ഷുഭിതനായി പെരുമാറിയ നീ, അവരുടെ മാനസീക അവസ്ഥയ്ക്ക് പുല്ല് വില നൽകി. അവരെ കഷ്ടത്തിലാഴ്ത്തി'

ഷെനൻ: 'കഷ്ടമൊ? ഞാൻ ആരുടേയും നേരെ കൈ പൊക്കീട്ടില്ല'

രൂപം: 'നീ വാക്കുകൾ കൊണ്ടും, ഭാവങ്ങൾ കൊണ്ടും ചെയ്യ്തു. ഒരു ദിവസം പോലും നല്ല രീതിയിൽ പെരുമാറാൻ നിനക്ക് കഴിഞ്ഞില്ല'

ഷെനൻ: 'ഞാൻ യോജിക്കുന്നു. ഞാൻ ആൾക്കാരെ വഴക്ക് പറഞ്ഞിട്ടുണ്ട്. പക്ഷേ വാക്കുകൾ ഇത്ര വേദനിപ്പിക്കും എന്നെനിക്ക് അറിയില്ലായിരുന്നു. പന്തയത്തിന് ഞാൻ തയ്യാർ'

രൂപം: 'നീ തോറ്റുപോയാൽ?'

ഷെനൻ: 'എന്നെ അടിത്തട്ടിൽ എന്നന്നേക്കും പൂട്ടിയിട്ടോളു. എനിക്ക് എന്റെ അവസരം തരൂ'

രൂപം: 'ശരി. നിന്നെ ഇപ്പോൾ ഒരു സ്ഥലത്ത് ഞാൻ അയക്കാൻ പോകുവാ; അവിടെ നീ എല്ലാവരോടും സൗമ്യമായി പെരുമാറണം, ഇരുപത്തിനാല് മണിക്കൂറുകൾ'

ഷെനന് ചുറ്റും പച്ച പുക പരക്കാൻ തുടങ്ങി, ഞാനും ആ പുകയിൽ പ്രവേശിച്ചു. ഞാനും ഷെനനും ഒരു ഒഴിഞ്ഞ സ്ഥലത്തെത്തി, അതിരാവിലെയാണ്. ആശ്വാസം എന്തെന്നാൽ ഞാൻ അദൃശ്യനാണ്, ഒപ്പം എനിക്ക് എപ്പോൾ വേണമെങ്കിലും കഥയിൽ നിന്ന് രക്ഷപ്പെടാം. എന്തായാലും ഷെനൻ നഗ്നനല്ല, അവൻ സ്വയം നിരീക്ഷിക്കുന്നു. അവന്റെ വസ്ത്രത്തിൽ നിന്ന് ഒരു കൈപ്പുസ്തകം, പോക്കറ്റിൽ നിന്ന് ഒരു ഘടികാരവും കണ്ടെത്തുന്നു. താൻ ധരിച്ചിരിക്കുന്ന കോട്ട് വസ്ത്രം ഊരാൻ പറ്റില്ല എന്നവൻ മനസ്സിലാക്കി. ചൂട് കാരണം അവൻ വിയർത്ത് കുളിക്കുവാണ്. ഞാനൊരു കാര്യം പറയാൻ വിട്ടുപോയി; അവന്റെ ഉടുപ്പിന്റെ പിറകിൽ എന്തൊ എഴുതിവച്ചിട്ടുണ്ട്– "ഞാൻ ഒരു യോഗ്യനായ സഹായിയാണ്. ആകാശത്ത് നിന്ന് വന്നതാണ്, സഹായം വേണമെങ്കിൽ എന്നെ സമീപിക്കുക, നിങ്ങളുടെ പ്രശ്നത്തിന് പരിഹാരം നൽകും"

ഷെനന് തന്റെ പിറകിൽ എഴുതി വച്ചിരിക്കുന്ന വാക്കുകൾ കാണാൻ സാധിക്കില്ല. അവൻ ആ കൈപ്പുസ്തകം എടുത്ത് വായിക്കാൻ തുടങ്ങി. അവനീ ദൗത്യത്തിൽ ആവശ്യം വന്നേക്കാവുന്ന ചില വിവരണങ്ങൾ ആ കൈപ്പുസ്തകത്തിലുണ്ട്. അതിൽ ആദ്യമുള്ള തലക്കെട്ട് 'കരുണ' ആണ്, താഴെ കുറച്ച് വിവരണങ്ങളും;

മനുഷ്യരുടെ തെറ്റുകൾ പൊറുക്കാനുള്ള മനസ്സ്

ഒരു മനുഷ്യൻ എല്ലാം തികഞ്ഞവൻ അല്ല എന്ന തിരിച്ചറിവ്, അവനിൽ ഇല്ലാത്ത കഴിവുകൾ കാരണം അവൻ തെറ്റുകൾ ചെയ്തേക്കാം എന്ന അവബോധം

മുതിർന്ന മനുഷ്യരോട് നന്നായി പെരുമാറുക, അവരുടെ അറിവുകൾ വ്യത്യസ്തം ആണെങ്കിലും അവരുടെ വയസ്സിന് ബഹുമാനം നൽകുക

ജ്ഞാനത്തിന്റെ കണ്ണിൽ എല്ലാവരും തുല്ല്യരാണ്, വിവരം കുറഞ്ഞ മനുഷ്യരാണ് മറ്റുള്ളവരുടെ വിശ്വാസങ്ങളെ കളിയാക്കുന്നത്.

ഒരാളുടെ ജ്ഞാനം അയാൾക്ക് പ്രായം കൂടുന്തോറും മാറിക്കൊണ്ടിരിക്കും

ഒരാൾക്കും, അവരുടെ ജ്ഞാനം മറ്റുള്ളവരെ അപേക്ഷിച്ച് മികച്ചതെന്ന് പറയാൻ കഴിയില്ല. അത് അഹംഭാവമാണ്. എപ്പോഴും ജ്ഞാനം തേടി നടക്കുന്ന ഒരു കുട്ടിയായി ജീവിക്കു

ഒരു ചെറിയ പുഞ്ചിരി, ഒരാളുടെ വിഷമങ്ങൾ കേൾക്കുക, സ്വന്തം ഉയർച്ച; തളർച്ചയിൽ മുങ്ങി നിൽക്കുന്നവരെ കാണിക്കാതെ ഇരിക്കുക തുടങ്ങിയവ മറ്റുള്ളവർക്ക് ആശ്വാസം സൃഷ്ടിക്കും

ഷെനൻ തന്റെ പോക്കറ്റിൽ ചങ്ങല കൊണ്ട് കെട്ടിയിട്ടിരിക്കുന്ന വാച്ച് എടുക്കുന്നു, അതൊരു സാധാരണ വാച്ചല്ല, തന്റെ ദൗത്യത്തിന്റെ ദൈർഘ്യം പറയുന്ന ഒരു ഉപകരണം മാത്രം, ഇപ്പോൾ അത് "23:34" -ൽ നിൽക്കുന്നു. കൂടാതെ ഓരോ തവണയും ഷെനൻ ആ വാച്ച് പുറത്ത് എടുക്കുമ്പോഴും ഒരു യാന്ത്രിക ശബ്ദത്തിൽ സമയം വിളിച്ച് പറയും (ഇരുപത്തി മൂന്ന് മണിക്കൂറും മുപ്പത്തി മൂന്ന് മിനിറ്റും ബാക്കി) ഷെനൻ ആകെ വിഷമിച്ച് നിന്നു, എന്ത് ചെയ്യണം എന്നറിയില്ല, വഴിയോരത്ത് കൂടി നടക്കാൻ തീരുമാനിച്ചു. ആ പ്രദേശത്തിന് ജീവൻ വച്ചു; മിക്ക ആൾക്കാരും അവനെ ശ്രദ്ധിക്കാൻ തുടങ്ങി. ഷെനൻ തന്റെ പുസ്തകത്തിൽ പറഞ്ഞിട്ടുള്ള കാര്യങ്ങൾ കാണാതെ പഠിക്കാൻ ആരംഭിച്ചു, അൽപ്പംവൈകാതെ തന്നെ ഒരു ഇരുപത് വയസ്സ് പ്രായം തോന്നിക്കുന്ന ചെറുപ്പക്കാരൻ അവനെ സമീപിച്ചു. പയ്യൻ

ആകെ മുഷിഞ്ഞ് ഒരു കോലമായി നിൽക്കുന്നു

പയ്യൻ: 'ഡോ എനിക്ക് തന്റെ സഹായം വേണം. പക്ഷേ തനിക്ക് തരാൻ എന്റെ കയ്യിൽ ഒന്നുമില്ല... ഈ വാച്ച് എടുത്തൊ'

ഷെനൻ: 'സാരമില്ല കുട്ടി, എനിക്ക് ഒന്നും വേണ്ടാ, എന്താണ് ചെയ്യേണ്ടതെന്ന് പറ'

പയ്യൻ: 'എനിക്ക് ജോലീം കൂലിയും ഒന്നുമില്ല. എനിക്ക് ഒരു വരുമാനം കണ്ടെത്തി തരുമോ? ഇവിടെ മത്സരം അല്പം കൂടുതലാണ്. എന്നെ സഹായിക്കൂ സാർ'

ഷെനൻ ഇത്തിരി മാറിനിന്ന് തന്റെ കൈപ്പുസ്തകം എടുത്ത് വായിക്കുന്നു, പേജുകൾ മറിച്ച് മറിച്ച് അവൻ 'സങ്കടം' എന്ന തലക്കെട്ടിൽ 'തൊഴിൽ രഹിതർ' എന്ന ഭാഗത്ത് എത്തുന്നു. അവനത് വായിച്ച് പഠിക്കുന്നു.

ഷെനൻ: 'നിനക്ക് എന്ത് ചെയ്യാനാ കൂടുതൽ ഇഷ്ടം?'

പയ്യൻ: 'അറിയില്ല സാർ, എനിക്ക് വണ്ടി ഓടിക്കാൻ ഇഷ്ടമാണ്, പക്ഷേ ഇവിടെ നിറച്ച് ടാക്സികളാണ്. സഹായിക്കൂ'

ഷെനൻ: 'നിനക്കില്ലാത്ത, എന്നാൽ ഉണ്ടായിരുന്നുവെങ്കിൽ എന്ന് കരുതുന്ന കഴിവ് ഏതാണ്?'

പയ്യൻ: 'പെണ്ണുങ്ങളെ എങ്ങനെ വളക്കാം, ആ കഴിവ് ഉണ്ടായിരുന്നേൽ കിടിലം ആയേനെ. ആയിരം പേജുകൾ ഒരു ദിവസം കൊണ്ട് കാണാതെ പഠിക്കാനുള്ള ശക്തി'

ഷെനന് ദേഷ്യം വന്നുതുടങ്ങി, പുസ്തകം എടുത്തു വീണ്ടും വായന തുടങ്ങി

ഷെനൻ: 'ഒത്തൊരുമയാണ് മനുഷ്യന് വേണ്ട ഏറ്റവും പ്രധാന ഘടകം. നിന്റെ കൂട്ടുകാരുടെ സഹായത്തോടെ എന്തെങ്കിലും സംരംഭം തുടങ്ങൂ, അല്ലെങ്കിൽ കൂട്ടമായിരുന്ന് എന്തെങ്കിലും പഠിക്കൂ'

പയ്യൻ: 'എനിക്ക് ആരുമില്ല. ഒരു പൂച്ചയുണ്ട്'

ഷെനൻ: 'ആരോടെങ്കിലും അസൂയ ഉണ്ടോ?'

പയ്യൻ: 'എനിക്ക് ഒരുപാട് പേരോട് അസൂയയയുണ്ട്. എന്ത് ചെയ്യണം എന്നറിയില്ല. "കൂട്ടത്തെ പിന്തുടരരുത്, ആൾക്കാരെ അനുകരിക്കാൻ ശ്രമിക്കരുത്" ഈ പുസ്തകം ആരാ എഴുതിത്തന്നത്? കഷ്ടം തോന്നുന്നു'

ഷെനൻ: 'ഇതിൽ ഒളിഞ്ഞ് നോക്കാതിരി! എന്റെ പൊന്ന് മോനെ, നിനക്ക് ഇഷ്ടമുള്ള എന്തെങ്കിലും കാര്യം പറ, എന്തെങ്കിലും പ്രവർത്തികൾ?'

പയ്യൻ: 'സാർ, എനിക്കറിയില്ല എനിക്ക് എന്താ ഇഷ്ടമെന്ന്, അതറിയാമായിരുന്നേൽ എന്ത് ചെയ്യണമെന്ന് എനിക്കുമറിയാം. അത് പോലെ എനിക്കിത് കേൾക്കേണ്ട "നിങ്ങൾ ഇഷ്ടപ്പെടാത്ത കാര്യങ്ങൾ ചെയ്യ്ത് സമ്പാദിക്കുന്നത് എത്ര തന്നെ ആണെങ്കിലും; അത് നിങ്ങൾ ഇഷ്ടപ്പെട്ടു ചെയ്യ്തു ലഭിക്കുന്ന ഒരു നാണയത്തിന് പോലും തുല്ല്യമല്ല" നല്ല ബെസ്റ്റ് പുസ്തകം. ഒരു നാണയം കൊണ്ട് ഞാൻ എന്ത് ചെയ്യാനാ? മറ്റൊരു നാണയം വാങ്ങിക്കാം അത്ര തന്നെ! നിങ്ങൾ എന്ത് സഹായിയാണ്? എന്തായാലും എനിക്കൽപ്പം പൈസ തന്ന് സഹായിക്കാമോ?'

ഷെനൻ തന്റെ പോക്കറ്റ് വാച്ചെടുത്തു സമയം നോക്കി (ഇരുപത്തിരണ്ട് മണിക്കൂറും ഇരുപത് മിനിറ്റും)

ഷെനൻ: 'കുട്ടി, ഇന്ന് വൈകിട്ട് നമ്മുക്ക് ഒന്നൂടെ കാണാം'

ആ പയ്യൻ തലയാട്ടി നടന്നുപോയി, അവന്റെ മുഖം കണ്ടാലറിയാം അവൻ വൈകിട്ട് തിരിച്ചെത്തും എന്ന്. ഷെനന് ഒരു താൽക്കാലിക ആശ്വാസം കിട്ടി, അവൻ തിരിഞ്ഞ് നോക്കാതെ നടന്നുനീങ്ങി, ഒരു പൊതു ഇരിപ്പിടത്തിൽ ഇരുന്നു, അപ്പുറത്തെ അറ്റത്തിരിക്കുന്ന സ്ത്രീ കരയുകയാണ്. ഷെനന് വിഷമം തോന്നി, അവർക്ക് മുമ്പിലൂടെ നടന്നുപോയ ആൾക്കാർ അവളുടെ മുഖത്ത് പോലും നോക്കിയില്ല.

ഷെനൻ: 'അല്ലയൊ പെൺകുട്ടി, എന്താണ് പ്രശ്നം?'

അവൾ: 'ഞാൻ ഒറ്റയ്ക്കാണ്. എനിക്ക് കൂട്ടിന് ആരുമില്ല. ആർക്കും എന്നെ ഇഷ്ടമല്ല. ഈ ഭൂമിയിലെ ഏറ്റവും മുരടിച്ച മനുഷ്യൻ ഞാനാ! പണ്ടത്തെ എനിക്കും ഇപ്പോഴത്തെ എനിക്കും എന്ത് സംഭവിച്ചു എന്നെനിക്കറിയില്ല'

ഷെനൻ: 'തൊഴിൽ രഹിതയാണൊ?'

അവൾ: 'അല്ല. എനിക്ക് നല്ലൊരു ജോലിയുണ്ട്, വർഷങ്ങൾ അധ്വാനിച്ച് ലഭിച്ച ജോലി. എന്നാൽ ഇപ്പോൾ എന്റെ സന്തോഷത്തിൽ പങ്കുചേരാൻ ആരുമില്ല'

ഷെനൻ: 'ഇവിടെ ആരേലും കാത്ത് നിൽക്കുകയാണൊ?'

അവൾ: 'എന്ത്! എന്റെ വിഷമത്തിനെ എന്തിനാ കളിയാക്കുന്നത്? ഞാൻ ഇവിടെ പുതിയ കൂട്ടുകാരെ കണ്ടെത്താൻ വന്നതാ, പക്ഷേ എന്നോടാർക്കും സംസാരിക്കാൻ വയ്യ. ഞാൻ ഈ പാലത്തിൽ നിന്ന് ചാടി മരിക്കാൻ തീരുമാനിച്ചിരുന്നു, പക്ഷേ അതിനും എനിക്ക് ധൈര്യം ഇല്ല' (കരയാൻ തുടങ്ങി)

ഷെനൻ തന്റെ പുസ്തകമെടുത്ത് വായിക്കാൻ തുടങ്ങി. 'ഒറ്റപ്പെടൽ' എന്ന ഭാഗം കണ്ടെത്തി. പക്ഷേ അവൻ സംശയത്തിൽപെട്ടു, എന്താണ് പറയേണ്ടത് എന്നവന് കണ്ടെത്താൻ കഴിയുന്നില്ല. അൽപ്പം വൈകി അവനത് കണ്ടെത്തി'

ഷെനൻ: 'നിങ്ങൾ ഒറ്റപ്പെടുന്നത്... നിങ്ങൾ മറ്റുള്ളവരെ അപേക്ഷിച്ച് മികച്ചതാണ് എന്ന് കരുതുന്നുണ്ടോ? അതൊ കൂട്ട്കൂടാൻ പറ്റിയ മനുഷ്യരെ കണ്ടെത്താൻ ഇതുവരെ കഴിഞ്ഞില്ലേ? അതും അല്ലെങ്കിൽ നിങ്ങൾക്ക് മനുഷ്യരെ ഇഷ്ടമല്ലെ?'

അവൾ: 'എനിക്ക് കൂട്ടുകാർ ഉണ്ടായിരുന്നു. ഞാൻ ഒരു രാക്ഷസിയല്ല! മറ്റുള്ളവരെക്കാൾ വലുതാണ് ഞാൻ എന്നും കരുതുന്നില്ല. പ്രശ്നം എന്തെന്നാൽ; ഞാനൊരു തണുത്ത ആളായോണ്ട് ആയിരിക്കാം ഞാൻ ഇങ്ങനെ ഒറ്റപ്പെട്ടത്. ഒരു

മനസ്സുമരവിച്ച വ്യക്തിയുമായി സൗഹൃദം സ്ഥാപിക്കാൻ ആരും ശ്രമിക്കില്ല'

ഷെനൻ: 'ശരി (അടുത്ത പേജിലേയ്ക്ക് പോകുന്നു) ബാക്കിയുള്ളോരുടെ ദൗർബല്യങ്ങൾ സഹിക്കാൻ നിങ്ങൾക്ക് ഇഷ്ടമല്ല, അവരെ തിരുത്താനായി സമയം കളയാൻ നിങ്ങൾ ആഗ്രഹിക്കുന്നില്ല'

അവൾ: 'അവർക്ക് തിരുത്തപ്പെടാൻ താൽപ്പര്യമില്ല. അഹങ്കാരമാണ്!'

ഷെനൻ: 'നിങ്ങൾ സ്വയം ശക്തിവതിയാണെന്ന് വിശ്വസിക്കുന്നു, നിങ്ങളുടെ ഒറ്റപ്പെടൽ ബാക്കിയുള്ളോരുടെ മുമ്പിൽ കാണിക്കാൻ നിങ്ങൾ ആഗ്രഹിക്കുന്നില്ല'

അവൾ: 'അവർ എന്റെ ഒറ്റപ്പെടലിനെ ചൂഷണം ചെയ്യും. പണം, ജോലി, എന്നെ തന്നെ അവർ ചോദിക്കും. അങ്ങനെ എന്നെയൂറ്റി ജീവിക്കാം എന്നാരും കരുതേണ്ട!'

ഷെനൻ: 'നിങ്ങൾ നല്ലത് അർഹിക്കുന്നു, അതുപോലെ ലോകം അംഗീകരിച്ചതും ശരിയുമായ ഒരു കാര്യമാണ്, ഒരു തരത്തിലുള്ള ചേർച്ചകളും ഇഷ്ടങ്ങളുമില്ലാത്ത ഒരാളുടെ ഒപ്പം കഴിയുന്നതിലും നല്ലത് ഒറ്റയ്ക്ക് ജീവിക്കുന്നതാണ് എന്ന്. നിങ്ങൾ വിശന്നിരിക്കുന്നു എന്ന് കരുതി വിഷം ഭക്ഷിക്കരുത്'

അവൾ: 'അല്ല! ഒറ്റപ്പെടൽ ഒട്ടും നല്ലതല്ല. എനിക്ക് സംസാരിക്കാനും പറയാനും ആരുമില്ല, എന്റെ ഈ മരവിച്ച ജീവിതം എന്ത് ചെയ്യണം എന്നും അറിയില്ല. ഒരുപക്ഷെ ഞാൻ എന്റെ ജീവിതം നന്നാക്കാൻ, നല്ലൊരു വരുമാനമാർഗ്ഗം കണ്ടെത്താൻ വേണ്ടി, കടുത്ത മത്സര പരീക്ഷകൾ മറികടക്കാൻ വേണ്ടി, ഒരുപാട് സമയം ഉപയോഗിച്ചിട്ടുണ്ടാകും. എന്റെ രക്ഷിതാക്കൾ പോലും വിഷമിച്ചിരുന്നു'

ഷെനൻ: 'നിങ്ങൾ ഒറ്റയ്ക്കല്ലല്ലോ, നിങ്ങളുടെ രക്ഷിതാക്കളില്ലെ കൂട്ടിന്. അവരുമായി സന്തോഷിക്ക്, അവരെ

നന്നായി നോക്ക്

അവൾ: 'എന്റെ രക്ഷിതാക്കൾ കഴിഞ്ഞ വർഷം മരിച്ചു. എനിക്ക് സഹോദരങ്ങൾ ഇല്ല. നിങ്ങൾ യോഗ്യനായ സഹായിയയല്ലെ, സഹായിക്കു'

ഷെനൻ തന്റെ കൈപ്പുസ്തകം വീണ്ടുമെടുത്ത് വായിക്കുന്നു. കുറച്ചു വിയർക്കുന്നു.

ഷെനൻ: 'ഒറ്റപ്പെടൽ ഉണ്ടാകുന്നത് ചെറിയ ചെറിയ ഭിന്നതകളിൽ നിന്നാണ്. ഈ ചെറിയ ഭിന്നതകൾ ഒരാളുടെ സ്വഭാവത്തിൽ മാറ്റം സൃഷ്ടിക്കും'

അവൾ: 'അതേ ഞാൻ ഇയാളോട് പഠനസഹായി ഒന്നും ചോദിച്ചില്ലല്ലൊ! ഇയാൾക്ക് എന്താ കുഴപ്പം? എനിക്ക് അങ്ങനെ സ്വസ്ഥമായി ബാക്കിയുള്ളോരുമായി സംസാരിക്കാൻ സമയം കിട്ടാറില്ല. ഞാൻ എന്താ ചെയ്യേണ്ടത്?'

(നിശബ്ദത)

ഷെനൻ: 'ആരേലും വിവാഹം ചെയ്യ്തൂടെ? എന്താ തീരുമാനം?'

അവൾ: 'മ്മ്, പക്ഷേ എനിക്ക് പറ്റിയ ആളെ കിട്ടുന്നില്ല! ആ പുസ്തകം ഇങ്ങെടുത്തെ!'

അവൾ ഷെനന്റെ കയ്യിൽ നിന്നും പുസ്തകം തട്ടിപ്പറിച്ചു, വായിക്കാൻ തുടങ്ങി.

അവൾ: 'എന്താണിത്? ഒറ്റപ്പെടുന്നത് ഒരാളുടെ തീരുമാനം ആണെന്നൊ? ആരാണ് നിങ്ങൾ?'

ഷെനൻ: 'ഞാൻ ഷെനൻ, ഏറ്റവും സഹതാപം നിറഞ്ഞ മനുഷ്യൻ. നേരത്തെ കുട്ടി വായിച്ച് അമ്പരന്ന വിവരണത്തോട് ഞാൻ യോജിക്കുന്നു. ദേഷ്യം പ്രകടിപ്പിക്കും മുമ്പ് ഇങ്ങനെ ആലോചിച്ചു നോക്കൂ; നിങ്ങളുടെ ജീവിതം നന്നാക്കാൻ, ഒരു വരുമാനമാർഗ്ഗം ഉണ്ടാക്കാനായുള്ള കഷ്ടപ്പാടിൽ, സുഹൃത്ത് ബന്ധങ്ങൾ നിങ്ങൾ വലിച്ചെറിഞ്ഞു. അത് നിങ്ങളുടെ മാത്രം തീരുമാനം

ആയിരുന്നില്ലേ?'

അവൾ: 'വേറെ എന്താണ് ഞാൻ ചെയ്യേണ്ടത്? മത്സരം ഭയങ്കര കഠിനമാണ്, വരുമാനം ഇല്ലാതെ എങ്ങനെ ജീവിക്കും'

ഷെനൻ: 'ഒരു തുല്യത വരുത്തേണ്ടത് വളരെ അത്യാവശ്യം ആയിരുന്നു, ഇത് കണ്ടില്ലേ (പേജിലേക്ക് വിരൽ ചൂണ്ടി) തുല്യത വളരെ പ്രധാനമാണ്. വരുമാനമാർഗ്ഗം കണ്ടെത്താൻ നന്നായി കഷ്ടപ്പെടുന്ന സമയത്തും നല്ല സുഹൃത്ത് ബന്ധങ്ങൾ നിലനിർത്തുന്നത് അത്യാവശ്യം ആയിരുന്നു. എല്ലാത്തിനും ഒരു പട്ടിക തയ്യാറാക്കി എല്ലാത്തിനും സമയം കണ്ടെത്തണമായിരുന്നു. ഇന്റെർനെറ്റിൽ കിടന്ന് സമയം കളയരുതായിരുന്നു. നിങ്ങളുടെ ഭയങ്ങളെ കുറച്ചും പേടികളെ കുറച്ചും നിങ്ങളുടെ പ്രിയപ്പെട്ടവരോട് പറയണമായിരുന്നു. ദേ കണ്ടാ (പേജിലേക്ക് വിരൽ ചൂണ്ടി) ജീവിതം എങ്ങനെ ആയിരിക്കണമെന്ന്, നേരത്തെ ആസൂത്രണം ചെയ്യണമായിരുന്നു. ഞാൻ ഉദ്ദേശിച്ചത് എന്തെന്നാൽ, നിങ്ങളുടെ ഭാവികാര്യങ്ങൾ പഠിക്കുന്ന കാലത്തേ ആസൂത്രണം ചെയ്താൽ, അതിനായി ഒരുപാട് സമയം നിങ്ങൾക്ക് ലഭിക്കും, ബാക്കി മനുഷ്യരിൽ നിന്ന് ഒളിച്ചോടേണ്ട കാര്യം വരുന്നില്ല. മത്സരങ്ങളെല്ലാം, ആസൂത്രണം ചെയ്യാത്തവർക്ക് ഉള്ളതാ!'

അവൾ: 'നിങ്ങൾ ഇങ്ങനെ പുസ്തക ഉപദേശങ്ങൾ തരാതിരി. എനിക്ക് ഇരുപത്തിയെട്ട് വയസ്സുണ്ട്, സമയത്തെ പിന്നിലേക്ക് കൊണ്ടുപോകാൻ കഴിവില്ല. ഇനി എന്ത് ചെയ്യണം'

ഷെനൻ അവളുടെ കയ്യിൽ നിന്ന് പുസ്തകം തിരികെ വാങ്ങി, അവളോട് വൈകിട്ട് ഇവിടെ വരാൻ നിർദ്ദേശം നൽകി മടങ്ങി. അവൾക്ക് ഷെനനിൽ വിശ്വാസമുണ്ടെന്ന് മുഖം കണ്ടാലറിയാം, ഉറപ്പായും വൈകിട്ട് ഇവിടെയെത്തും. ഷെനൻ അവന്റെ നടത്തം വീണ്ടും ആരംഭിച്ചു, ഇനിയെന്ത് ചെയ്യും

എന്നറിയാത്ത ഭാവം മുഖത്ത് പിടിപ്പിച്ച്, വല്ലാത്ത രീതിയിൽ അവൻ നടന്നു. താൻ വൈകിട്ട് കാണാൻ വാക്ക് നൽകിയവരെ എങ്ങനെ ശാന്തരാക്കും എന്നവനറിയില്ല. ഇനിയും വയ്യാവേലികൾ എടുത്തു തലയിൽ വെയ്ക്കാതിരിക്കാൻ അവൻ ഏതേലും അടഞ്ഞുകിടക്കുന്ന കെട്ടിടത്തിൽ അഭയം തേടാൻ തീരുമാനിച്ചു.

അങ്ങനെ ഒരു കെട്ടിടം കണ്ടെത്തി അതിൽ പ്രവേശിച്ചു, കിടക്കാൻ പാകത്തിന് ഒരു കട്ടിൽ ഒപ്പിച്ച് ഉറങ്ങാൻ കിടന്നു, വാച്ച് എടുത്തുനോക്കി (പത്തൊമ്പത് മണിക്കൂർ ഇരുപത് മിനിറ്റ്) അൽപ്പംകഴിഞ്ഞ് ഷെനൻ ഞെട്ടിയെണീറ്റു, കണ്ണുകൾ ചുവന്നുതുടുത്ത് നിറഞ്ഞൊഴുകി, നൃത്തം ചെയ്യുന്ന പോലെ ചാടിത്തുള്ളാൻ തുടങ്ങി. കരഞ്ഞ് നിലവിളിച്ച് അവൻ പുറത്തുചാടി, നൃത്തം അവസാനിച്ചു. സംഭവം എന്തെന്നാൽ ആ വാച്ച്, അവനെ ഒളിച്ചിരിക്കാൻ സമ്മതിക്കില്ല എന്ന് കരാർ എടുത്തിട്ടുണ്ട്, അതിനാൽ വൈദ്യുതിപ്രഹരം പോലെ എന്തോ നൽകി വീണ്ടും അവനെ പുറത്തുചാടിച്ചു. ഉടൻ തന്നെ ഒരു ചെറുപ്പക്കാരൻ വന്ന് അവന്റെ കയ്യിൽ പിടിച്ചു.

അവൻ: 'എടോ സഹായി, എന്റെയൊപ്പം ബാ! വിശദീകരിക്കാൻ സമയമില്ല'

അവൻ ഷെനന്റെ കയ്യിൽപിടിച്ച് വലിച്ചുകൊണ്ട് പോയി. ഒരു രണ്ട് നില വീടിന് മുൻപിൽ എത്തിനിന്നു.

അവൻ: 'നോക്കു സഹായി, ഈ പൈസ വെച്ചോ, ഈ കമ്പിവടി കയ്യിൽ പിടിക്ക് (തറയിൽ നിന്നും ഒരു കമ്പിവടിയെടുത്ത് ഷെനന് കൊടുത്തു. എന്നിട്ട് അരയിൽ സൂക്ഷിച്ചിരുന്ന തോക്ക് പുറത്തെടുത്തു കയ്യിൽ പിടിച്ചു) ഇനി എന്റെഒപ്പം വരിക, ആ വടി വീശാൻ തയ്യാറായി നിന്നൊ!'

ഷെനൻ: 'എന്താ സംഭവിക്കുന്നത്? നിനക്ക് എന്താ വേണ്ടത്? ഇത് നിന്റെ വീടാണൊ? കള്ളന്മാരുണ്ടൊ അകത്ത്?'

അവൻ: 'ഇതെന്റെ പഴയ കാമുകിയുടെ വീടാണ്, അവൾ എന്നെ ഉപേക്ഷിച്ചു! ഞാൻ അവൾക്ക് പറ്റൂലെന്ന്. എനിക്കവളെ ഒരു പാഠം പഠിപ്പിക്കണം. എന്റെ പദ്ധതി എന്തെന്നാൽ; നമ്മൾ അകത്തുകയറി, അകത്തുള്ളവരെ അടിച്ച് ഒതുക്കി കെട്ടിയിട്ടിട്ട്, അവളെ മാത്രം എന്റെ പാഠം ഞാൻ പഠിപ്പിക്കും. ആരും പോലീസിനെ വിളിക്കാതെ നോക്കണം. ബാ'

ഷെനൻ: 'നിനക്ക് ഭ്രാന്താ! അവൾ ചെയ്യ്തത് തന്നെ ശരി'

അവൻ: 'കൂടുതൽ ചോദ്യം വേണ്ട! കൂടെ വാ, അവളെ പാഠം പഠിപ്പിച്ചിട്ട് ഞാൻ കീഴടങ്ങിക്കോളാം. നീ വന്നില്ലേൽ നിന്നേം വെടിവയ്ക്കും. മര്യാദയ്ക്ക് കൂടെ ബാ!'

ഷെനൻ: 'നീ നിന്റെ പാഠഭാഗം ഒരു പേപ്പറിൽ എഴുതി, ഈ തപാൽ പെട്ടിയിൽ ഇട്ടിരുന്നാൽ പോരെ? അവരെയെല്ലാം ഉപദ്രവിക്കണോ?'

അവൻ: (ചിരിക്കുന്നു) 'തമാശ പറയാതെ സഹായി. ബാ അകത്തുപോകാം. മുറ്റത്ത് കാറില്ലല്ലൊ, അവൾ ഒറ്റയ്ക്കേ കാണു, ഇന്ന് എന്റെ ഭാഗ്യദിനം തന്നെ!'

(പോലീസ് സയറൻ ശബ്ദം) ഷെനനും അവനും ഒരു ചെടിക്കൂട്ടത്തിൽ ഒളിച്ചു. ഷെനൻ തന്റെ കൈപ്പുസ്തകം എടുത്തു, 'ഉപദ്രവം' എന്ന ഭാഗം എടുത്തു

അവൻ: 'ശരി, നമ്മുക്ക് തുടങ്ങാം. പോലീസ് പോയല്ലൊ'

ഷെനൻ: 'അൽപ്പസമയം ഇവിടെ നിൽക്കാം. ചിലപ്പോൾ അവർ സയറൻ അണച്ച് പരിശോധന ആരംഭിച്ചുകാണും... നീ ആ കുട്ടിയെ പീഡിപ്പിക്കാൻ പോവുകയാണൊ?'

അവൻ: 'അതെ. അവളെ ഇന്നൊരു പാഠം പഠിപ്പിക്കും. നിനക്ക് അറിയോ അവളെ സന്തോഷിപ്പിക്കാൻ ഞാൻ എത്ര പൈസ മുടക്കിയെന്ന്? അവൾ എന്നെ വെറും നിശബ്ദത കൊണ്ട് ഒഴിവാക്കി, ഇപ്പോൾ ഒരു പണക്കാരനെ വിവാഹം ചെയ്യാനുള്ള ഒരുക്കത്തിലാണ് അവൾ! ശരിയാണ്, ഞാനൊരു

തൊഴിൽരഹിതനാണ്, പക്ഷെ സ്നേഹത്തിന്റെ മുമ്പിൽ ജോലിയും പണവുമൊക്കെ എന്താണ്!'

(വല്ലാത്തൊരു നിശബ്ദത)

ഷെനൻ: 'ശരി. നിനക്കറിയൊ, ശിക്ഷകൾ കൊണ്ട് മനുഷ്യരെ നന്നാക്കാൻ കഴിയില്ല. നല്ല വിദ്യാഭ്യാസവും മനുഷ്യമൂല്യങ്ങളുടെ അറിവും കൊണ്ട് അവരെ നന്നാക്കാൻ സാധിക്കും. മനുഷ്യർക്ക് അവരവരെ തന്നെ ഉപദ്രവിക്കാനുള്ള അവകാശം പോലുമില്ല, കാരണം അവർ ഭൂമിയുടെ സ്വത്താണ്'

അവൻ: 'എന്ത്! താൻ എന്തുവാ വല്ല പള്ളീൽ അച്ഛരനോ വല്ലോം ആണോ? ശാപം കിട്ടിയവരെ തിരഞ്ഞ് പിടിക്കാൻ ഇറങ്ങിയതാണൊ? ഞാൻ എങ്ങനാ ഭൂമിയുടെ സ്വത്ത് ആകുന്നേ? തന്റെ തിരിച്ചറിയൽ കാർഡ് കാണിച്ചേ!' (ഷെനന്റെ നെറ്റിയിൽ തോക്ക് ചൂണ്ടുന്നു)

ഷെനൻ: 'ശാന്തനാകു കുട്ടീ. ഞാൻ പറയട്ടെ... ഓരൊ മനുഷ്യരുടേം ജനനവും ജീവിതവും ഭക്ഷണത്തിൽ നിന്ന് കിട്ടുന്ന ഊർജ്ജം കൊണ്ടാണ് നിലനിൽക്കുന്നത്. ഭൂമിയാണ് ആ ഭക്ഷണം തരുന്നത്. ഈ പുസ്തകത്തിൽ അത്രേ പറഞ്ഞിട്ടുള്ളു. എന്തായാലും, മടിപിടിച്ച മനസ്സാണ് മറ്റുള്ളവരെ ഉപദ്രവിച്ച് അവന്റെ മോശം പാതിക്ക് തൃപ്തി നൽകുന്നത്, കാരണം നല്ല പാതിയെ തൃപ്തിപ്പെടുത്താൻ അൽപ്പം കൂടുതൽ അധ്വാനിക്കണം'

അവൻ: (ചിരിക്കുന്നു) 'എന്തൊരു തമാശ! എന്റെ നല്ല പാതിയെ എങ്ങനെ തൃപ്തിപ്പെടുത്തും, പറ ചെയ്യ്തു നോക്കാം'

ഷെനൻ: 'നിനക്ക് അങ്ങനെ ചെയ്യണേൽ; ഈ പാഠം പഠിപ്പിക്കൽ ദൗത്യം നീ ആദ്യം ഉപേക്ഷിക്കണം. അതിനുശേഷം അവളുടെ സന്തോഷത്തിനായി പ്രാർത്ഥിക്കണം. ഒരു നല്ല കൂട്ടുകാരൻ ആവുക'

അവൻ: 'എന്ത്! ഇല്ല, അവളാണ് എന്റെ അവസാന പ്രതീക്ഷ. എനിക്ക് മുപ്പത് വയസ്സുണ്ട്, ഈ കഴിഞ്ഞ വർഷങ്ങൾ മുഴുവൻ ഞാൻ അവൾക്ക് വേണ്ടി ചിലവാക്കി, ഹൃദയത്തിന് വേണ്ടി ചിലവാക്കി നശിപ്പിച്ചു. ഞാൻ ആ വർഷങ്ങൾ എന്റെ ശരീരത്തിനും ബുദ്ധിക്കും യുക്തിക്കും വേണ്ടി ഉപയോഗിച്ചിരുന്നേൽ ഈ ഗതി വരില്ലായിരുന്നു. ശരിയാണ്, ഞാനൊരു നല്ല ഭർത്താവല്ല, പക്ഷേ അവൾ എനിക്ക് നല്ലൊരു ഭാര്യ ആകുമായിരുന്നു. എന്നെ ഇനി ആരും വിവാഹം ചെയ്യില്ല! ഞാൻ അത്രയ്ക്ക് പരിതാപകരമായ അവസ്ഥയിൽ എത്തി'

ഷെനൻ: 'ഹൊ! ഈ പുസ്തകം കൊള്ളാം, നീ പറഞ്ഞത് മുഴുവൻ ഇതിലുണ്ട്. നോക്ക്'

അവൻ പുസ്തകം തട്ടിപ്പറിച്ചു വായിക്കാൻ തുടങ്ങി.

അവൻ: 'ഹയ്യാ! ഇത് കൊള്ളാലോ. ആൺ-പെൺ സൗഹൃദങ്ങൾ കുട്ടികാലം മുതൽ ഉണ്ടാക്കാൻ രക്ഷിതാക്കൾ ശ്രമിക്കണം, അവർക്ക് എങ്ങനെ സ്വയം ബഹുമാനിക്കാം, പാലിക്കേണ്ട മര്യാദകളും പരിമിതികളും പഠിപ്പിക്കുക. അവരുടെ പേടികളും പ്രശ്നങ്ങളും സ്വാതന്ത്ര്യത്തോടെ പറയാൻ ഒരു നല്ല അന്തരീക്ഷം സൃഷ്ടിക്കുക. ആരുടേയും നിഷ്കളങ്കത ചൂഷണം ചെയ്യപ്പെടാതെ സൂക്ഷിക്കണം! എന്താണീ പുസ്തകം? ആരാണിത് എഴുതിയത്? — (പുസ്തകം മറിച്ച് കവർ പേജ് നോക്കുന്നു, എഴുത്തുകാരൻ എന്ന് സംശയിക്കാൻ തക്ക ഒരു പേര് മാത്രം കണ്ടു) — ഒന്നാമൻ? ഇതെന്തുവാ ഉദ്ദേശിച്ചത്?'

ഷെനൻ: 'ഒന്ന്, അക്കം?'

അവൻ: 'അല്ല. ഈ വരി "ആരുടേയും നിഷ്കളങ്കത ചൂഷണം ചെയ്യപ്പെടാതെ സൂക്ഷിക്കണം" ഇതെന്തുവാ ഉദ്ദേശിച്ചത്?'

ഷെനൻ: 'അതിങ്ങെടുത്തെ (അവന്റെ കയ്യിൽ നിന്നും പുസ്തകം തട്ടിയെടുത്തു) ഞാൻ നോക്കട്ടെ... നിനക്ക് കണ്ണ് കണ്ടൂടെ? അതിന്റെ വിവരണം താഴെ കൊടുത്തിട്ടുണ്ടല്ലൊ'

അവൻ: 'ഞാനത് കണ്ടായിരുന്നു. വായിക്കാൻ പറ്റിയ സാഹചര്യം അല്ല. ഒന്ന് വായിച്ച് പറ, അല്ലേലും ഇപ്പോൾ ആർക്കാ വായിക്കാൻ പറ്റുന്നേ!'

ഷെനൻ: 'ശരി. ഇത് എന്താന്ന് വച്ചാൽ; നിങ്ങൾ ഒരിക്കലും ഒരാളുടെ നല്ല പാതിയെ മുതലെടുക്കാൻ ശ്രമിക്കരുത്. നിനക്ക് ലഘുവായി പറഞ്ഞ് തരാം, നിന്റെ പഴയ കാമുകി; അവൾക്ക് വളർത്ത് മൃഗങ്ങളോട് വലിയ ഇഷ്ടമാണ് എന്ന് കരുതുക, ഇതറിഞ്ഞ നീ ഒരു മൃഗസ്നേഹി ചമഞ്ഞ്, എന്നാൽ നിന്റെ 'മൃഗങ്ങളെ വിനോദത്തിന് കൊല്ലുന്ന' സ്വഭാവം മറച്ചുപിടിച്ച്, അവളുടെ മതിപ്പ് നേടിയെടുക്കാൻ ശ്രമിക്കുന്ന അവസ്ഥ. ഇപ്പോൾ മനസ്സിലായൊ?'

അവൻ: 'നിങ്ങൾക്ക് എന്നെ അറിയാമൊ? എന്നെ കളിയാക്കിയ പോലെ തോന്നുന്നു മ്മ്... ഞാൻ ഇവളോട് എന്റെ രക്ഷിതാക്കൾ വേർപിരിഞ്ഞു, എന്നെ ആർക്കും വേണ്ട എന്നൊക്കെ കള്ളം പറഞ്ഞിട്ടുണ്ട്. എനിക്ക് അറിയാമായിരുന്നു ആ കള്ളം അവളെ ഒരു കണ്ണീർ തടാകത്തിൽ താഴ്ത്തുമെന്ന്'

ഷെനൻ: 'അതൊരു വല്ലാത്ത കള്ളമായിപ്പോയി! നന്നായി. ഇപ്പോൾ എന്ത് തീരുമാനിച്ചു, ആ കുട്ടിയെ വെറുതെ വിടുകയാണൊ?'

അവൻ: 'അത് പറ്റില്ല, എന്റെ അവസാന വള്ളി അവളാണ്. ബാ സഹായി, നമ്മുക്ക് തുടങ്ങാം'

ഷെനനും അവനും പതുക്കെ ആ വീട്ടിൽ പ്രവേശിച്ചു, അവന്റെ ചുവടുകൾ കണ്ടാൽ തന്നെ വായിക്കാം ഇതവന്റെ ആദ്യവരവല്ല എന്ന്. ഷെനൻ അവനെ പിന്തുടർന്നു, പഴയ കാമുകി മുറിയിൽ ഉറങ്ങുന്നു. ഷെനനെ മുറിയ്ക്ക് പുറത്ത്

നിർത്തി അവൻ അകത്തുകയറി, എല്ലാ ശക്തിയും ഉപയോഗിച്ച് ആ പെൺകുട്ടിയെ അനങ്ങാൻ പറ്റാത്ത രീതിയിൽ കെട്ടി, വായിൽ തുണികൊണ്ട് മൂടി. ഷെനൻ പതുക്കെ മുറിയിൽ പ്രവേശിച്ചു; അവനെ തള്ളി താഴെയിട്ടു, ഉഗ്രശബ്ദത്തോടെ അവൻ കട്ടിലിന് താഴെ വീണു. ഷെനൻ ആ കുട്ടിയെയും എടുത്ത് പുറത്തുപോയി, വാതിൽ അടച്ചു. ഷെനൻ ആ കുട്ടിയെ കൊണ്ട് പോലീസിനെ വിളിപ്പിച്ചു, എന്നിട്ട് അവിടെ നിന്നും ഓടിപ്പോയി.

ഷെനൻ ഒരു പാർക്കിലെത്തി, വാച്ച് എടുത്തു നോക്കി (പതിനാറ് മണിക്കൂർ ഇരുപത്തി മൂന്ന് മിനിറ്റ്) ഇരുട്ട് അതിന്റെ വരവറിയിച്ച് തുടങ്ങി. ഷെനൻ അവന്റെ വാക്ക് എങ്ങനെ പാലിക്കും എന്നാലോചിച്ച് ഇരുന്നു. അവൻ പുസ്തകം എടുത്തു വായിക്കാൻ തുടങ്ങി, എന്നാൽ മൊബൈൽ തറയിൽ വലിച്ചെറിഞ്ഞു കളിക്കുന്ന ഒരു കൊച്ചു കുട്ടിയെ അവൻ ശ്രദ്ധിച്ചു. അരോചകമായ ആ ശബ്ദം അവനെ വല്ലാതെ ഉലച്ചു. ഷെനൻ കുട്ടിയുടെ അടുത്തേക്ക് പോയി

ഷെനൻ: 'എന്താ പ്രശ്നം മോനെ?'

കുട്ടി: 'ജീവിതം വെറുത്തുപോയി. എല്ലാം ഈ സാധനം കാരണം!'

ഷെനൻ പുസ്തകം എടുത്തു പരതി നോക്കി, പക്ഷേ പ്രത്യേകിച്ച് ഒന്നും കണ്ടെത്താൻ കഴിഞ്ഞില്ല.

ഷെനൻ: 'അരാണ് കുട്ടി നീ? തെളിയിച്ച് പറ, എനിക്ക് നിന്നെ സഹായിക്കാൻ കഴിയും'

കുട്ടി: 'എന്റെ പേര് കെവിൻ എന്നാണ്, പതിനാറ് വയസ്സ്, വിദ്യാർത്ഥി. എന്ത് ചെയ്യണമെന്ന് ഒരു പിടിയുമില്ല. ആർക്കും എന്നെ വേണ്ട!'

ഷെനൻ: 'സമാധാനിക്ക് മോനെ. നിനക്കിപ്പോൾ എന്താ തോന്നുന്നത് എന്ന് പറയാമോ?'

കുട്ടി: 'നിസ്സഹായത, വിഷാദം, തിരിച്ചറിവ് ഇല്ലായ്മ...'

ഷെനൻ പുസ്തകം വീണ്ടും വായിക്കുന്നു, കുട്ടിക്ക് ദേഷ്യം വരുന്നു, 'വിഷാദം' എന്ന തലക്കെട്ട് അവൻ കണ്ടെത്തി.

ഷെനൻ: 'ഒരാളുടെ സ്വയം തീരുമാനം... നിനക്ക് പ്രതികാര മനോഭാവം ഉണ്ടോ?'

കുട്ടി: (നന്നായി ആലോചിച്ചിട്ട്) 'ഉണ്ട്, എന്റെ മാതാപിതാക്കളെ ഞാൻ വെറുക്കുന്നു. അവർക്ക് എന്നെ ഇഷ്ടമല്ല! ഞാൻ എപ്പോൾ വിഷമിച്ചു കരഞ്ഞാലും ഈ കുന്ത്രാണ്ടം എടുത്ത് എന്റെ കയ്യിൽ തന്നിട്ട്, ഇരുന്ന് കുത്തിക്കോളാൻ പറയും. എനിക്ക് പഠിക്കുന്നത് ഇഷ്ടമല്ല, എന്റെ രക്ഷിതാക്കൾ എന്നെ ക്രിക്കറ്റ് കളിക്കാനൊ, സൈക്കിൾ ചവിട്ടാനൊ, എങ്ങനെ സന്തോഷം കണ്ടെത്തണം എന്നൊ പഠിപ്പിച്ചിട്ടില്ല. അതൊക്കെ ഇൻറ്റർനെറ്റിൽ തിരഞ്ഞ് കണ്ടു പിടിക്കേണ്ട ഗതികേട് എനിക്ക് മാത്രമെ കാണു. ഇന്റെർനെറ്റ് ജീവിതം എനിക്ക് മതിയായി! ഞാൻ ഇനി വീട്ടിലേക്ക് തിരികെ പോകില്ല; ഈ പാർക്കാണ് എന്റെ പുതിയ വീട്'

ഷെനൻ: 'ജീവിതം വെറുതെ കളയാൻ നിനക്കൊരു കാരണം വേണമായിരുന്നു. കൂടാതെ, മടിയനായി ഇരിക്കാനും. നിന്റെ ജീവിതത്തിൽ നടന്ന ചെറിയ കാര്യങ്ങൾക്കുപ്പോലും മൂല്യം നൽകണം'

കുട്ടി: 'എന്തോന്ന്! ആ ബുക്കിലുള്ളത് വെറുതെ തള്ളിവെയ്ക്കാതെ ഇരിക്കടൊ. ഇത് യഥാർത്ഥ്യം, ഞാൻ ഇതുവരെ സന്തോഷം അനുഭവിച്ചിട്ടില്ല!'

ഷെനൻ: 'വീട്ടിൽ സന്തോഷം ഇല്ലേൽ സ്കൂളിൽ ശ്രമിച്ചൂടെ. സ്കൂൾ എല്ലാവരുടെയും രണ്ടാം ഭവനമല്ലെ. അവിടെ നിനക്ക് സൗഹൃദങ്ങൾ സൃഷ്ടിച്ചൂടെ?'

കുട്ടി: 'പുസ്തക പുഴുവായ തനിക്ക് ഇങ്ങനെ പലതും പറയാം! എന്റെ സ്കൂൾ വളരെ കർശന രീതിയിൽ പ്രവർത്തിക്കുന്ന ഒന്നാണ്. പഠന പ്രവർത്തനങ്ങൾ ചെയ്യാത്തതിന് എന്നും ശകാരം ലഭിക്കും. എന്റെ വീട്ടിലെ

സാഹചര്യം അറിയാൻ അവർക്ക് താൽപ്പര്യമില്ല. ഞാൻ പഠിക്കുന്നൊ ഇല്ലയൊ എന്നത് എന്റെ രക്ഷിതാക്കൾക്ക് ഒരു പ്രശ്നമല്ല. എന്റെ ശല്ല്യം ഒഴിവാക്കാൻ വേണ്ടിയാ എന്നെ സ്കൂളിൽ അയക്കുന്നത്! അവർ വേർപിരിഞ്ഞു ജീവിക്കാൻ തുടങ്ങുകയാണ്, രണ്ടുപേർക്കും എന്നെ വേണ്ട എന്ന് പറയുന്നത് ഞാൻ ഒളിഞ്ഞുകേട്ടു. എന്നെ എവിടേലും കൊണ്ട് പൂട്ടിയിടും അവർ, ഇങ്ങനെ ജീവിച്ച് വയ്യാ! സഹായിക്കൂ സാർ'

ഷെനൻ: 'സാരമില്ല മോനേ, ഇവിടെ നിൽക്കൂ, ഞാൻ പോയി മോന്റെ വീട്ടിൽ സംസാരിക്കാം'

കുട്ടി ഷെനന് തന്റെ വിലാസം നൽകി, അവൻ ഓടി, വാച്ച് എടുത്തു നോക്കി (പത്ത് മണിക്കൂർ ഏഴ് മിനിറ്റ്) കുട്ടി പറഞ്ഞ വിലാസത്തിൽ എത്തി, രണ്ട് നില വീട്. ഒരു മധ്യവയസ്കൻ അവനെ വീടിനുള്ളിലേക്ക് സ്വാഗതം ചെയ്തു, അച്ഛൻ ആയിരിക്കും. ഷെനൻ ഇരുന്നു.

ഷെനൻ: 'കെവിന്റെ അമ്മയ്ക്ക് എങ്ങനെയുണ്ട്?'

അച്ഛൻ: 'അവൾ ഇവിടെയില്ല. എവിടെ ആണെന്ന് അറിയില്ല. നിങ്ങൾ സ്കൂളിൽ നിന്നാണൊ? ആ കുരുത്തംകെട്ട ചെക്കൻ വല്ലോം ഒപ്പിച്ചൊ? നാശം!'

ഷെനൻ പുസ്തകം വായിക്കാൻ ആരംഭിച്ചു, അതേസമയം കെവിന്റെ അച്ഛൻ മൊബൈൽ ഉപയോഗം തുടങ്ങി.

ഷെനൻ: 'ഉത്തരവാദിത്വങ്ങളിൽ നിന്ന് ഒഴിഞ്ഞുമാറി നടക്കുന്നത് ഭീരുത്വമാണ്. നിങ്ങൾ വിവാഹം കഴിച്ചു, ഭൂമിയിലേക്ക് പുതിയ ജീവൻ എത്തിച്ചു, നിങ്ങളുടേം ഭാര്യയുടേം കടമയാണ് ആ ജീവനെ നന്നായി നോക്കുക എന്നത്. പരിമിതമായ ഭൂമിയിലെ ജീവിതം ഇങ്ങനെ വഴക്കുകൂടി കളയാതിരിക്കൂ. നിങ്ങൾ ഒറ്റയ്ക്ക് ശക്തനാണ് എന്ന് കരുതാൻ എന്താ കാരണം? നിങ്ങളുടെ ഭാര്യയ്ക്ക് ദൗർബല്യങ്ങൾ ഉണ്ടെങ്കിൽ അതുമായി പൊരുത്തപ്പെടണം. അവളും നിങ്ങൾക്ക് വേണ്ടി അങ്ങനെ ചെയ്യും'

അച്ഛരൻ: 'ക്ഷമിക്കണം. എന്തോന്ന്!'

ഷെനൻ പറഞ്ഞത് തന്നെ ഒന്നൂടെ ആവർത്തിച്ചു, പുസ്തകത്തിന്റെ സഹായം കൊണ്ട്.

അച്ഛരൻ: 'എനിക്ക് ദൗർബല്യങ്ങൾ ഒന്നും തന്നെ ഇല്ല! അവൾക്ക്, ഒരു കുട്ട നിറയെയുണ്ട്, രണ്ട് കാലിൽ നടക്കുന്ന ഒരു കഴുതയാണവൾ. അവളുടെ കുടുംബം പണക്കാർ അല്ലായിരുന്നുവെങ്കിൽ എന്നേ ഞാനീ ബന്ധം കളഞ്ഞേനെ'

ഷെനൻ: 'കെവിനൊ? അവനാകെ വിഷാദം നിറഞ്ഞ് നടക്കുവാ'

അച്ഛരൻ: 'ഞാൻ എന്ത് ചെയ്യാനാ? സ്കൂൾ കെട്ടി ഇട്ടേക്കുന്നത് എന്തിനാ പിന്നെ? അവനെ അവൾ എടുത്തോട്ടെ, എനിക്കൊരു കുന്തവും ഇല്ല. അവളെപ്പോലെ ആ ചെക്കനും ഒരു മരമണ്ടൻ കഴുത തന്നെ, കഴുതകളെ നോക്കാൻ എനിക്കല്പ്പം ബുദ്ധിമുട്ടുണ്ട്'

ഷെനൻ ദേഷ്യത്തിൽ തിളച്ച് അവിടെ നിന്നിറങ്ങി ഓടി, കുട്ടിയുടെയടുത്ത് എത്രയും വേഗം എത്തണം, വിഷാദത്തിൽ പ്രവേശിച്ച ഒരു കൊച്ചു കുട്ടിയെ, തനിച്ച് പാർക്കിൽ നിർത്തിയിട്ട് പോയതിന്റെ കുറ്റബോധം അവന്റെ മുഖത്തുണ്ട്. തിരക്കുള്ള നടവഴിയിലൂടെയുള്ള ഷെനന്റെ വല്ലാത്ത ഓട്ടം, ഒരാളുമായി കൂട്ടിയിടിക്കാൻ വഴിയൊരുക്കി. രണ്ടുപേരും നിലത്ത് വീണു, ഷെനൻ പെട്ടെന്ന് ചാടിയെണീറ്റു, താഴെ വീണ വ്യക്തിയെ കൈപിടിച്ച് എണീപ്പിച്ചു. അയാൾ ഒരു ചെറു പുഞ്ചിരിയോടെ നടന്നു പോയി. ഷെനൻ ആകെ ഞെട്ടിപ്പോയി. നമ്മളെല്ലാരെയും പോലെ അവനും, ഒരടിയാണ് പ്രതീക്ഷിച്ചത്. ഷെനൻ, ക്ഷമയുടെ ആൾരൂപമായ അയാളെ പിന്തുടർന്നു; അയാളുടെ താമസസ്ഥലം കണ്ടുപിടിച്ചു. ഷെനന്റെ മുഖത്ത് ഇതുവരെ കണ്ടിട്ടില്ലാത്ത സന്തോഷം വിരിഞ്ഞു, നിസ്സഹായ മുഖഭാവം ഒലിച്ചുപോയി.

ഷെനൻ പാർക്കിലേക്ക് ഓടി, കെവിനെ കണ്ടെത്തി. അല്പം കൂടി ക്ഷമിക്കാൻ പറഞ്ഞിട്ട് ഷെനൻ വീണ്ടും ഓടി നഗരമധ്യത്തിൽ എത്തി. രാത്രിയായി, വാച്ച് എടുത്തു നോക്കി (ആറ് മണിക്കൂർ ഇരുപത്തിയഞ്ച് മിനിറ്റ്) (കഠിനമായി ശ്വസിക്കുന്നു) ഷെനൻ ആ തൊഴിൽരഹിത പയ്യനേയും, ഒറ്റപ്പെട്ട സ്ത്രീയേയും കണ്ടുമുട്ടി, തന്നെ പിന്തുടരാൻ നിർദ്ദേശിച്ചു. മൂന്ന് പേരും ഓടി കെവിന്റെ അടുത്തെത്തി. ഷെനൻ കെവിനെ പൊക്കിയെടുത്ത് ഓടി. എല്ലാവരും ഒരു കവാടത്തിന് മുമ്പിൽ വന്നുനിന്നു, കുട്ടിയെ നിലത്തിറക്കി, അകത്തേക്ക് കയറാൻ നിർദ്ദേശിച്ചു. മൂന്ന് പേരും ആകെ ഒന്നും മനസ്സിലാവാതെ അവിടെ നിന്നു.

അവൾ: 'എന്താണിവിടെ? സഹായീടെ ഉദ്ദേശം എന്താണ്?'

ഷെനൻ: 'ഈ സ്ഥലം അറിയാമോ?'

പയ്യൻ: 'അറിയാം. സന്യാസി മഠം, ദൈവത്തെ പറ്റി മാത്രം ചിന്തിച്ച് ജീവിക്കുന്ന മനുഷ്യർക്ക് കഴിയാനുള്ള സ്ഥലം'

ഷെനൻ, ഗുരു വേഷത്തിൽ നടന്ന ഒരാളെ വിളിച്ചുവരുത്തി കാര്യങ്ങൾ അന്വേഷിച്ചു. അയാൾ പറഞ്ഞു; അവിടെയുള്ളോർക്ക് ഭക്ഷണവും താമസ സൗകര്യവും കൊടുക്കും

അവൾ: 'എന്ത് ശക്തിയെയാണ് നിങ്ങൾ ആരാധിക്കുന്നത്? എനിക്ക് ജോലിക്ക് പോകാനുള്ള അനുവാദം ഉണ്ടൊ? എങ്ങനെയാ ഇവിടുത്തെ അംഗം ആവുന്നത്?'

പയ്യൻ: 'വരുമാനം ലഭിക്കുമൊ? ഇവിടെ ജോലി ഉണ്ടൊ?'

കുട്ടി: 'നന്ദിയുണ്ട് സാർ, ഞാനിവിടെ നിൽക്കാൻ തീരുമാനിച്ചു. ഗുരുജി എന്നെ അകത്തേക്ക് കൊണ്ടുപോകാമൊ'

ഗുരു: 'അതിനെന്താ മോനെ, സന്തോഷം മാത്രം. ഇവിടെ പുതുതായി എത്തുന്നവരെല്ലാം കുട്ടികളും ചെറുപ്പക്കാരുമാണ്. ഞങ്ങൾക്ക് നിങ്ങളെ മനസ്സിലാകും.

പ്രപഞ്ചാത്മാവിന്റെ കൈകളിൽ നിന്ന് വേർപെട്ടുപോകുന്ന സാഹചര്യം ഇപ്പോൾ വർദ്ധിച്ചു വരികയാണ്. വിഷമിക്കേണ്ട, ഇവിടെ നിന്ന് പ്രാർത്ഥനകൾ നടത്തി, നഷ്ടപ്പെട്ട ചരടുകളെ യോജിപ്പിക്കുക. മോളെ; നീ ജോലിക്ക് പോകുന്നതിൽ ഞങ്ങൾക്കൊരു വിരോധവുമില്ല, ഇഷ്ടമുള്ള സമയം ഇവിടെ വന്നോളൂ, നിനക്കീ കവാടം എന്നും സ്വാഗതം തരും. മോനെ; നമ്മൾ പ്രാർത്ഥനകൾ അർപ്പിക്കുന്ന പ്രപഞ്ച ശക്തിയുടെ ആശിർവാദങ്ങൾ നിനക്ക് ലഭിക്കും, മതിയാവുമൊ?'

അവൾ: 'ഇത്രയും മനുഷ്യത്വം അടങ്ങിയ വാക്കുകൾ ഞാൻ ആദ്യമായാണ് കേൾക്കുന്നത്. ഞാനീ സ്വർഗ്ഗഭൂമിയിൽ ജോലി ചെയ്യും ഗുരുജി, നന്ദിയുണ്ട്'

പയ്യൻ: 'ഞാൻ എന്റെ ജീവിതം തന്നെ അവസാനിപ്പിക്കാൻ തീരുമാനിച്ച ആളാണ്. അങ്ങനെ ചിന്തിച്ചതിൽ ഞാൻ ഖേദിക്കുന്നു. ഒരുപാട് നാളുകൾക്കു ശേഷമാണ് മനസ്സിന് ശാന്തത കിട്ടുന്നത്, അഭിനയിച്ച് മതിയായി. നന്ദിയുണ്ട് സഹായി, നിങ്ങൾ ശരിക്കും സഹായി തന്നെ'

അവർ മൂന്നുപേരുടെയും മുഖത്ത്, ഇതുവരെ കണ്ടിട്ടില്ലാത്ത ഒരു സന്തോഷ ഭാവം വിരിഞ്ഞു. അവർ ഷെനനെ ഒരു മിനിറ്റ് മുഴുവൻ കട്ടിക്ക് കെട്ടിപ്പിടിച്ചു, എന്നിട്ട് എല്ലാവരും അകത്തേക്ക് പോയി. ഷെനനോടൊപ്പം നടന്ന് അവരാ സ്ഥലം കണ്ടു. അങ്ങനെ എല്ലാം കണ്ട് ഷെനൻ യാത്രയായി. വാച്ച് എടുത്തുനോക്കി (നാൽപ്പത്തഞ്ച് മിനിറ്റ്) ഒരു വൈദ്യുതി വെളിച്ചത്തിന് താഴെയായി ഒറ്റപ്പെട്ട ഒരു ഇരിപ്പിടം അവൻ കണ്ടു, അതിൽ ഇരുന്നു. അവൻ ആകെ സന്തോഷത്തിൽ ആയിരുന്നു. അർദ്ധരാത്രി എല്ലാവരെയും ഭവനങ്ങളിൽ എത്തിച്ചതിൽ അവൻ ആശ്വാസം കൊണ്ടു. എന്നാൽ അൽപ്പസമയം കഴിഞ്ഞപ്പോൾ; ഒരാൾ മുഖംമൂടി ധരിച്ച് ഷെനന്റെ ഒപ്പം വന്നിരുന്നു. ഷെനൻ അവന്റെ സാന്നിധ്യം മനസ്സിലാക്കി

മുഖംമൂടി: 'ഏയ് കൂട്ടുകാരാ, ഒരു ലഹരി വേട്ടയ്ക്ക് കൂടുന്നൊ?'

ഷെനൻ: 'എന്ത്? എന്തുവാ ഉദ്ദേശിച്ചത്?'

മുഖംമൂടി: 'ഞാൻ ഒരു വീട് കണ്ടെത്തി. അവിടെ രണ്ട് പെൺകുട്ടികൾ മാത്രമേ താമസിക്കുന്നുള്ളൂ. എന്റെ കൂടെ വന്നാൽ ഒരെണ്ണത്തിനെ— (ഗാവ്ക്ക്) (മാംസത്തിൽ അടിക്കുന്ന ശബ്ദം)

ശരി, അവിടെ എന്താ സംഭവിച്ചതെന്ന് വച്ചാൽ: ഷെനൻ ആകെ ക്ഷുഭിതനായിട്ട്, കയ്യിലിരുന്ന കൈപ്പുസ്തകം എടുത്ത് അവന്റെ വായിൽ അടിച്ചുകയറ്റി, അയാൾ ശ്വാസം കിട്ടാതെ, കടലീന്ന് കരയിൽ ഒലിച്ചുവീണ മീനിനെ പോലെ, നിലത്തുവീണു കഷ്ടപ്പെട്ടപ്പോൾ ഷെനൻ അവന്റെ നെഞ്ചിൽ താണ്ഡവമാടി, അവന്റെ ബോധം നഷ്ടപ്പെടുത്തി. മിനിറ്റുകൾ ശേഷിക്കെ ഷെനൻ തന്റെ തോൽവി സമ്മതിച്ച് മുട്ടുകുത്തി ഇരുന്നു, കണ്ണുകൾ അടച്ച്, തന്റെ ശിക്ഷയ്ക്കായി കാത്ത് നിന്നു...

(കഠിനമായി ശ്വസിക്കുന്നു) ആരൊ എന്റെ തോളിൽ പിടിച്ചു! ഞാൻ ആകെ പാറ പോലെ ഉറച്ചുനിന്നു. പതുക്കെ തിരിഞ്ഞ് നോക്കി, ഒരു രൂപം പിറകിൽ നിൽക്കുന്നു. അതിനൊരു മുഖമുണ്ട്, പക്ഷേ അതിന്റെ മുഖം എങ്ങനെ വിവരിക്കും എന്നറിയില്ല. കൂടുതൽ സമയം നോക്കിയപ്പോൾ; ആ രൂപത്തിന് മുഖം ഇല്ല എന്നും, അതിന്റെ മുമ്പിൽ നിൽക്കുന്നവരുടെ രൂപം പ്രതിഫലിച്ചു കാണിക്കുകയാണ് എന്നും മനസ്സിലായി. എന്റെ മുഖം ഞാൻ കണ്ടു, ആദ്യമായി. എനിക്ക് മുഖം ഉണ്ടായിരുന്നു എന്ന് അറിയില്ലായിരുന്നു. രൂപം സംസാരിച്ചു തുടങ്ങി, അകത്ത് ഘടിപ്പിച്ച ഏതോ സംസാര യന്ത്രത്തിന്റെ ശബ്ദം പോലെ തോന്നി.

രൂപം: 'നീ വിവരണത്തിലെ നിയമങ്ങൾ തെറ്റിച്ചു, ഇരുട്ടിന്റെ തടവറയിൽ നൂറ് ഗലഗേട് ജീവിക്കുക നിന്റെ

ശിക്ഷ'

ഞാൻ: 'ഗാലഗേടൊ! അതെന്തോന്ന്?'

രൂപം: 'നീ അറിഞ്ഞോളും'

ഞാൻ: 'ക്ഷമിക്കണം സാർ, ഞാൻ എല്ലാം തികഞ്ഞവൻ ഒന്നുമല്ലല്ലൊ'

രൂപം: 'അറിയാം, നിന്റെ ശിക്ഷ പോയി ആസ്വദിച്ച് വരൂ'

ഞാൻ: 'എന്നെ ശിക്ഷിക്കാൻ നീ ആരാണ്? കഥാകൃത്താണൊ? എന്നെ ഈ പുസ്തകം വിവരിക്കാൻ നിർബന്ധിച്ച് വലിച്ചിട്ടതാ! ഞാൻ ഒരുപാട് കഷ്ടപ്പെട്ടു ഈ പുസ്തകം അൽപ്പം രസമുള്ളതാക്കാൻ. എന്നിട്ട് ഇതാണൊ എന്റെ പ്രതിഫലം? എന്റെ അഭിപ്രായം പറയാൻ അവകാശമില്ലേ? ഇനി എന്തൊക്കെ സംഭവിച്ചാലും, ഈ പുസ്തകം ഒരു പരാജയമാണെന്ന് ഞാൻ പറയും, പതിനായിര കണക്കിന് വാക്കുകൾ പാഴാക്കിയ വെറും ഉറക്കഗുളിക!'

രൂപം: 'എന്റെ കൊച്ചിന്റെ അധ്വാനത്തെ കളിയാക്കാൻ മാത്രം ധൈര്യമൊ! ഈ പുസ്തകം എഴുതാൻ അവൻ എത്ര കഷ്ടപ്പെട്ടു എന്നറിയാമൊ നിനക്ക്! നീ അവന്റെ മുമ്പത്തെ പുസ്തകങ്ങൾ നന്നായി വിവരിച്ച കാര്യം പരിഗണിച്ചാ ഇതിലും അവസരം തന്നത്. ഞാൻ എടുത്ത മോശം തീരുമാനം!'

ഞാൻ: 'അവൻ? അഭിനന്ദ്? അവനാണൊ കഥാകൃത്ത്?'

രൂപം: 'അതെ. നീ എന്തിനാ ചിരിക്കുന്നത്?'

ഞാൻ: 'അവനെയൊക്കെ വിളിച്ച് പുസ്തകം എഴുതിപ്പിച്ച തന്നെ പറഞ്ഞാൽ മതി! അതും ഇങ്ങനെയൊരു പുസ്തകം. അവനെ നല്ലത് പറയാൻ എന്നെ ഇങ്ങനെ കഷ്ടപ്പെടുത്താൻ താൻ ആരാ? അവനത്ര കഴിവൊന്നുമില്ല'

രൂപം: 'ഞാൻ പ്രപഞ്ചാത്മാവ്'

(നിശബ്ദത)

രൂപം: 'അവൻ അത്ഭുതകഴിവുകളുള്ള ഒരു കുട്ടിയാണ് എന്ന് ഞാൻ പറയില്ല, പക്ഷേ അവന്റെ നിഷ്കളങ്കവും ജ്ഞാനം നിറഞ്ഞതുമായ മനസ്സ് എനിക്ക് നൽകാനുള്ള ധൈര്യം അവനുണ്ട്, എനിക്ക് അതുമാത്രം മതിയായിരുന്നു'

ഞാൻ: 'എന്നോട് ക്ഷമിക്കണം, മാപ്പ് തരണം. എന്റെ ശിക്ഷ ഞാൻ സ്വീകരിച്ചോളാം. പക്ഷേ ഞാൻ ഇപ്പോഴും വിശ്വസിക്കുന്നത് ഈ പുസ്തകം കൊണ്ട് ഈ ലോകത്ത് പടർന്നു പന്തലിച്ചു കിടക്കുന്ന പാപങ്ങൾ മാറ്റാൻ കഴിയില്ല എന്നാണ്. ഇത് ആദ്യമായല്ല; ഇതിന് മുമ്പും അനവധി എഴുത്തുകാർ അതിന് ശ്രമിച്ചിട്ടുണ്ട്'

രൂപം: 'അതെ. അവരെല്ലാം ലോകത്ത് അനേകം മാറ്റങ്ങൾ എത്തിച്ചിട്ടുമുണ്ട്. ഈ പുസ്തകം എല്ലാവരെയും നന്നാക്കും എന്ന് ഞാൻ പറഞ്ഞില്ല, ഇതും മനുഷ്യരാശിയുടെ ഉയർച്ചയ്ക്ക് ചെറിയൊരു സഹായമാകും, അത്ര മാത്രം. പുസ്തകങ്ങൾ മാത്രമല്ല, മറ്റനവധി കാര്യങ്ങൾ ഈ മാറ്റത്തിനായി പ്രയത്നിക്കുന്നുണ്ട്'

ഞാൻ: 'ഈ ലോകം അവസാനിച്ച് ഒരു നല്ല ലോകം ജനിക്കും എന്ന സിദ്ധാന്തം അപ്പോൾ?'

രൂപം: 'ജ്ഞാനം പാപങ്ങളെ ഇല്ലാതാക്കും. അങ്ങനെയാണ് പുതിയ ലോകം ഇവിടെ തന്നെ ജനനം എടുക്കുന്നത്'

ഞാൻ: 'പാപങ്ങൾ? എന്തിനാണ് അവയെ ജനിപ്പിക്കുന്നത്? എല്ലാ പ്രശ്നങ്ങളും ഇല്ലാതെ ആകുമായിരുന്നല്ലോ'

രൂപം: 'പാപം ജനിക്കുന്നതല്ല, അത് ഉണ്ടാകുന്നതാണ്. തുടക്കത്തിൽ രണ്ട് നന്മകൾ മാത്രമാണുള്ളത്; ഒരുപാട് നല്ലത്, കുറച്ച് നല്ലത്. എല്ലാവരും മധ്യഭാഗമായ നല്ലതിൽ ആയിരിക്കണം നിൽക്കേണ്ടത്. ഒരാൾക്ക് സ്വന്തം വ്യക്തിത്വത്തിനോട് യാതൊരു ബഹുമാനവും ഇല്ലെങ്കിൽ, അവർ "ഒരുപാട് നല്ലതും" ഒരുപാട് എളിമയും ഉള്ളവരായിരിക്കും. ഇനി ആ വ്യക്തിക്ക് തന്റെ വ്യക്തിത്വത്തെ

മതിമറന്നു ബഹുമാനമുണ്ടേൽ, അയാൾ "കുറച്ച് നല്ലത്" ആയിരിക്കും, അഹങ്കാരവും സ്വാർത്ഥയും അവനിൽ ഉണ്ടാകാൻ സാധ്യതയുണ്ട്. മധ്യത്തിൽ തന്നെ നിൽക്കണം'

ഞാൻ: 'വളരെ നല്ല വിവരണം. ചുരുക്കത്തിൽ ഭക്ഷണം കഴിക്കുന്നപോലെ; കുറവും പാടില്ല എന്നാൽ കൂടാനും പാടില്ല'

രൂപം: 'അതെ. തുല്യത വളരെ പ്രധാനമാണ്. സമയമാകുമ്പോൾ ഈ ലോകം തുല്യത കൈവരിക്കും. ഈ തുല്യതയുടെ ശക്തിക്ക് എന്നോട് ബന്ധം സ്ഥാപിക്കാൻ അനായാസം കഴിയും'

ഞാൻ: 'ആത്മാവിനോട് ഒരു അപേക്ഷയുണ്ട്. ഈ പുസ്തകത്തിൽ സാങ്കൽപ്പിക കഥകൾ ഉൾപ്പെടുത്തിയ തീരുമാനം എന്റേത് മാത്രമാണ്. കഥാത്മാവ് നിരപരാധിയാണ്. ദയവായി അതിനെ വെറുതെ വിടണം'

രൂപം: 'ശരി. പുറത്ത് വിട്ടിരിക്കുന്നു'

കണ്ണാടിക്കൂട് അപ്രത്യക്ഷമായി, ഞങ്ങളുടെ മുമ്പിൽ പ്രകാശം വന്നുനിന്നു, എന്നിട്ട് ചെറുതായി തുറന്ന് കിടന്ന വാതിലിൽ കൂടി ആ കെട്ടിടത്തിൽ പ്രവേശിച്ചു.

രൂപം: 'ഇനി നിനക്ക് പോകാൻ സമയമായി. ഇരുട്ടിന്റെ തടവിൽ കിടന്ന് സ്വയം ചിന്തിക്കുക'

ഞാൻ: 'എന്താണത്? കെട്ടിടമാണൊ?'

രൂപം: 'ഒരു വിശാലമായ ഭൂമി, പ്രകാശമില്ല, കെട്ടിടങ്ങളില്ല, ശബ്ദങ്ങളില്ല, ഒന്നുമില്ല. ഒരാളുടെ സ്വന്തം മനസ്സ് പഠിക്കാൻ പറ്റിയ സ്ഥലം'

ഞാൻ: (കരയുന്നു) 'ഞാൻ പോകുന്നു...

ഉപസംഹാരം: ഒന്ന്

"വളരെ നന്നായിട്ടുണ്ട് മോനേ, നീ ശരിക്കും ജ്ഞാനം കയ്യിലുള്ളവനാണ്. ഈ ഇരുപത്തിയഞ്ചാം വയസ്സിൽ നീ ഇത്രേം ജ്ഞാനം നേടിയതിൽ സന്തോഷം. എഴുതിയ സമയത്തെ അനുഭവം പറയൂ" പ്രകാശം പറഞ്ഞു

ഒരു പുനർജന്മ അനുഭവം എനിക്കുണ്ടായി. ഞാൻ ഒരിക്കലും ഒരു ഫിലോസഫി പുസ്തകം എഴുതും എന്ന് വിചാരിച്ചിട്ടില്ല, കാരണം അത്തരമൊരു കാര്യം ചെയ്യാനുള്ള പക്വത എനിക്കുണ്ടെന്ന് ഒരിക്കലും കരുതിയിരുന്നില്ല. എനിക്ക് എന്തായാലും നല്ല സന്തോഷമുണ്ട്, അങ്ങും മറ്റെ വലിയ ശക്തിയും ചേർന്ന് ഈ മഹാപുസ്തകം എഴുതാൻ അവസരം നൽകിയതിന് നന്ദിയുണ്ട്... എന്റെ ജ്ഞാനം എത്രയുണ്ട് എന്നെനിക്കറിയില്ല, ഒരു മഹാജ്ഞാനി എന്നൊന്നും വിളിക്കാൻ ഞാൻ ഒട്ടും യോഗ്യനല്ല, കാരണം ഞാൻ വെറുമൊരു ഉപകരണം ആയിരുന്നു. അങ്ങയെ നിയന്ത്രിക്കുന്ന ആ വലിയ ശക്തിയുടെ വെറുമൊരു എഴുത്തുപകരണം ആയിരുന്നു ഞാൻ. ആ ശക്തിക്ക് ലോകത്തിനോട് പറയാനുള്ളത് ഈ പുസ്തകത്തിലൂടെ പറഞ്ഞു. ഇതിൽ ഞാൻ പ്രധാനമല്ല'

"നീ പറഞ്ഞത് ശരിയാണ്. അത് നീ തന്നെ തുറന്ന് പറഞ്ഞതിൽ എനിക്ക് സന്തോഷമുണ്ട്. ഒരു മഹാജ്ഞാനി എന്ന പേര് ലഭിക്കാൻ ഇനിയും ഒരുപാട് ദൂരം സഞ്ചരിക്കാനുണ്ട്, എന്നാലും നിന്റെ സഞ്ചാരം ശരിയായ ദിശയിലാണ്. ഈ പുസ്തകത്തിൽ നിന്ന് ലഭിച്ച അറിവുകൾ നീ എന്നന്നേക്കുമായി ഹൃദയത്തിൽ സൂക്ഷിച്ച് വെയ്ക്കണം. ചോദിക്കുന്നതിൽ തെറ്റില്ലേൽ; നീ ഇപ്പോൾ എന്താ പരിപാടി?" പ്രകാശം പറഞ്ഞു.

മ്മ്... ഞാനൊരു തിരക്കഥ എഴുതുകയാണ്, ഒരു സിനിമയ്ക്കായി. പകുതി കഴിഞ്ഞു. പക്ഷേ ഈ പുസ്തകം എഴുതി കഴിഞ്ഞപ്പോൾ എന്റെ ചിന്തകളിൽ മാറ്റം വന്നെത്തി, എന്റെ തീരുമാനങ്ങൾ ഞാൻ മാറ്റാൻ തീരുമാനിച്ചു. ആ തിരക്കഥ ഒരു പുസ്തകരൂപത്തിൽ ഇറക്കാൻ തീരുമാനിച്ചു, എല്ലാവർക്കും അവരവരുടെ സുഖത്തിൽ വായിച്ച് ആസ്വദിക്കാൻ കഴിയുമല്ലോ. ചലനങ്ങൾ അവർ അവരുടെ മനസ്സിൽ സൃഷ്ടിക്കട്ടെ, കഥാപാത്രങ്ങൾക്കൊപ്പം സഞ്ചരിക്കട്ടെ, സമയമെടുത്ത്. കൂടാതെ, ആ പുസ്തകം ഞാൻ എന്റെ മാതൃഭാഷയിലും എഴുതുന്നുണ്ട്

"നല്ലത്, എന്റെ അനുഗ്രഹം എന്നും നിന്നോടൊപ്പം ഉണ്ടാവും. ഈ പുസ്തകത്തെ തർജ്ജിമ ചെയ്യുന്നുണ്ടോ?" പ്രകാശം ചോദിച്ചു

തീർച്ചയായും, ഈ പുസ്തകവും തർജ്ജിമ ചെയ്യുന്നുണ്ട്. പിന്നെ... ചോദിക്കുന്നോണ്ട് ഒന്നും തോന്നില്ല എങ്കിൽ ഒരു കാര്യം പറയാമോ; എന്തിനായിരുന്നു ഇത്ര ധൃതി? ഇത്ര പെട്ടെന്ന് ഇങ്ങനെയൊരു പുസ്തകം എഴുതിപ്പിച്ചത്. അങ്ങേയ്ക്ക് അറിയാല്ലോ ഇപ്പോഴത്തെ ജനങ്ങൾ പുസ്തകങ്ങൾ വെറുതെ കൊടുത്താലും വേണ്ടാന്ന് പറയുന്നവരാന്ന്? പിന്നെ എന്തിനായിരുന്നു ഇത്ര ധൃതി?'

"എന്തിനാ എപ്പോഴും ഇങ്ങനെ പ്രതീക്ഷകൾ ഇല്ലാത്ത രീതിയിൽ സംസാരിക്കുന്നത്? നിന്നെ അറിയാവുന്ന ആൾക്കാർക്കും ഇതേ സംശയം ഉണ്ടെന്നറിയാം. വേറെ എന്താണ് ചെയ്യാൻ പറ്റുന്നത്? എന്തെങ്കിലും മാർഗ്ഗം പറയാൻ ഉണ്ടോ?" പ്രകാശം ചോദിച്ചു.

അനാവശ്യ ചോദ്യങ്ങൾ ചോദിച്ചതിന് ക്ഷമിക്കണം. ഞാൻ പറഞ്ഞത് എന്തിനാന്ന് വച്ചാൽ; ഞാൻ നേരത്തെ പുറത്തിറക്കിയ പുസ്തകങ്ങളിൽ നിന്ന് എനിക്ക് അങ്ങനെ പ്രശംസകൾ ഒന്നും കിട്ടിയില്ലായിരുന്നു. മനുഷ്യർ, ഓരൊ

ദിവസം കഴിയുമ്പോഴും, കൂടുതൽ മടിയരായി മാറുന്നു. അവർക്ക് പുസ്തകം വായിക്കുന്ന പ്രവർത്തിയെ-കാൾ കാഴ്ചകൾ കണ്ട് വെറുതെ ഇരിക്കാനാണ് താൽപ്പര്യം. പുസ്തകങ്ങൾ ചരിത്രമാകുന്നു'

"മോനെ, നീ സ്വയം ഇങ്ങനെ തളരാതെ. ഞാൻ ഒരു ചോദ്യം ചോദിക്കാം; നീ എങ്ങനെയാണ്? നീയും ഈ കാഴ്ചകൾ കണ്ടിരിപ്പ് വിഭാഗത്തിൽ പെടുന്ന ആളാണൊ?" പ്രകാശം ചോദിച്ചു.

ചെറുതായിട്ട്. എപ്പോഴും അങ്ങനെയില്ല. എനിക്ക് പുസ്തകങ്ങൾ ഇഷ്ടമാണ്. ഇന്റെർനെറ്റ്-ലോകത്തു നിന്ന് പുറത്തു കടക്കാൻ പുസ്തകങ്ങൾ വലിയ സഹായമാണ്

"അത് തന്നെയാ ഞാനും പറയാൻ ഉദ്ദേശിച്ചത്. നീ ഉൾപ്പെടെയുള്ള ആ ചെറിയ ശതമാനം തന്നെ ധാരാളം. എന്തിന് എന്ന നിന്റെ അടുത്ത ചോദ്യത്തിന് ഉത്തരം ഇതാ; അടുത്ത യുഗത്തിന്റെ വരവിന്, മാനുഷിക മൂല്യങ്ങളിൽ സമ്പന്നമായ യുഗം, ഇനിയും അമ്പത് വർഷങ്ങൾക്ക് ശേഷം, അതിലേക്കുള്ള കോണിപ്പടികളിലെ ഒരു പടിയാണ് നീയും. വർഷങ്ങൾതോറും മറ്റ് പല പടികളും ചേർന്ന് യോജിച്ച് ആ കോണിപ്പടി പൂർണമാകും, അങ്ങനെ സത്യയുഗം ആരംഭിക്കും. നന്ദിയുണ്ട് മോനെ, എന്റെ അനുഗ്രഹം എന്നും നിന്നോടൊപ്പം ഉണ്ടാവും, തൽക്കാലം വിട പറയുന്നു" പ്രകാശം പറഞ്ഞു, അപ്രത്യക്ഷമായി.

ഉപസംഹാരം: രണ്ട്

ഒരുപാട് കഷ്ടപ്പെട്ടു എങ്കിലും, ഒടുവിൽ ഞാനവിടെയെത്തി. ജ്ഞാനത്തിന്റെ ശുദ്ധവായു പരക്കുന്ന ആ സ്ഥലം. കൂടുതൽ അറിയാത്തവർ മരവിച്ച പ്രദേശം എന്ന് മുദ്രകുത്തിയ സ്ഥലം. എനിക്ക് ഒരുദ്ദേശം മാത്രമാണുള്ളത്, അദ്ദേഹത്തെ കാണുക. വിശാലമായി കിടക്കുന്ന ഈ പ്രദേശത്ത്, അദ്ദേഹത്തെ കണ്ടുപിടിക്കാൻ പ്രയാസമാണ്, എന്നാൽ എനിക്കൊപ്പമുള്ള അദൃശ്യശക്തി എന്നെ സഹായിച്ചു. അദ്ദേഹത്തിന്റെ വാസസ്ഥലത്ത് ഞാനെത്തി. എന്റെ വരവ് നേരത്തെയറിഞ്ഞ മട്ടിൽ അദ്ദേഹം ഇരുന്നു.

ഞാൻ: 'പ്രണാമം ഗുരു'

ഗുരു: 'പ്രണാമം എഴുത്തുകാരാ. ഇനിയും കഥകൾ ആവശ്യമായി വന്നോ. പുസ്തകം തീർന്നെന്ന് ഞാൻ മനസ്സിലാക്കുന്നു, പിന്നെ എന്താണ് അങ്ങയുടെ ആഗമന ഉദ്ദേശം, പറഞ്ഞാലും'

ഞാൻ: 'ഞാൻ അസ്വസ്ഥതനാണ് ഗുരു. അങ്ങ് മാനുഷീക മൂല്യങ്ങളെ പറ്റി ഞങ്ങൾക്ക് പഠിപ്പിച്ചു തന്നു. അതെല്ലാം യുവത്വത്തിനായി സമർപ്പിച്ച വിരുന്ന്, വരുന്ന തലമുറയ്ക്ക് സത്യയുഗത്തിൽ പ്രവേശിക്കാൻ ആവശ്യമായ താക്കോൽ, എന്നാൽ എന്റെ അസ്വസ്ഥത ഈ യുഗത്തെ ഓർത്താണ്. എന്താണ് ഗുരു ഇതിനെല്ലാം കാരണം? ആരാണ് ഉത്തരവാദി? ഇതിനി എത്രയും സഹിക്കണം. എങ്ങും സ്വാർത്ഥതയിൽ മുങ്ങിയ മനുഷ്യർ, സ്വയം വേർതിരിഞ്ഞ് യുദ്ധം ചെയ്യുന്നവർ, ആരുടെയൊക്കെയോ മുമ്പിൽ ജയിച്ച് കാണിക്കാൻ കഷ്ടപ്പെടുന്നവർ, ആരേയും പറ്റിക്കാനും ചതിക്കാനും ഒരു മടിയുമില്ലാത്തവർ, മൃഗീയമായി കൊന്നിട്ടും കുറ്റബോധം തീരെയില്ലാത്തവർ, ആരേയും സഹായിക്കില്ല എന്ന് ശപഥം എടുത്തവർ,   ഏകാന്തതയെ   ആരാധിക്കുന്നവർ

പ്രോത്സാഹിക്കുന്നവർ, തെറ്റ് കണ്ടാലും പ്രതികരിക്കാത്തവർ, സ്നേഹത്തോടെ ഒരു വാക്ക് പറയാൻ മടിക്കുന്നവർ, ചെയ്യുന്നതെല്ലാം എന്തൊക്കെയൊ നേർച്ച പോലെ'

ഗുരു: 'ശാന്തനാകൂ കുട്ടി. നിന്റെ മനസ്സ് എനിക്ക് അറിയാൻ കഴിയുന്നു. വിഷമം ഒന്നിനും പരിഹാരമല്ല, നേരിടണം. മനുഷ്യർ എങ്ങനെ ആയിതീരുന്നു എന്നത് അവർ ജീവിക്കുന്ന സമൂഹവും, അവിടെ നിലനിൽക്കുന്ന സംസ്കാരവും ആശ്രയിച്ചാണ്. നീ പറഞ്ഞ പ്രശ്നങ്ങൾ വച്ച് നോക്കുമ്പോൾ എനിക്ക് മനസിലാക്കാൻ കഴിയുന്നത്, എല്ലാത്തിനും തുടക്കം കുടുംബാധിപത്യം എന്ന സമ്പ്രദായത്തിൽ നിന്നാണ്"

ഞാൻ: 'അതെങ്ങനെ ഗുരു?'

ഗുരു: 'മനുഷ്യർ അവരുടെ സ്വന്തം കുടുംബത്തിന് വേണ്ടി മാത്രം ജീവിക്കുന്ന അതിദാരുണമായ അവസ്ഥ ഉണ്ടായിരിക്കുന്നു'

ഞാൻ: 'അത് എന്നും അങ്ങനെ തന്നെയല്ലെ, പിന്നിപ്പോൾ എന്താ?'

ഗുരു: 'അങ്ങനെ അല്ല കുട്ടി, ഒരു കുടുംബം ആ കുടുംബത്തിലേക്ക് മാത്രമായി ചുരുങ്ങുന്ന അവസ്ഥയാണ് ഞാൻ ഉദ്ദേശിക്കുന്നത്. അവർ സ്വയം ഒരു രാജ്യമായി മാറുന്നു, അതുപോലെ പ്രവർത്തിക്കുന്നു. വളരെ വിഷമകരമായ കാഴ്ച'

ഞാൻ: 'ശരിയാണ് ഗുരു, പക്ഷെ ഈ കാരണം മാത്രമെയുള്ളോ?'

ഗുരു: 'ഞാൻ വ്യക്തമാക്കി തരാം മോനെ, കുടുംബങ്ങൾ സ്വയം രാജ്യങ്ങളായി മാറിയതിനാൽ, മനുഷ്യർക്ക് ആവശ്യമായ ഒത്തൊരുമ ഭൂമിയിൽ നിന്ന് കാലഹരണപ്പെട്ടു. മനുഷ്യർ ഒരു സാമൂഹിക ജീവി എന്ന് പറയുന്നത് വെറുതെയല്ല. കുടുംബം എന്ന കൂടുകളിൽ ഒറ്റപ്പെട്ട് കഴിയുന്ന അവർ; മൃഗശാല കൂട്ടിൽ കുടുംബമായി കഴിയുന്ന

വന്യമൃഗങ്ങൾക്ക് തുല്യമായി'

ഞാൻ: 'ഇതിനൊക്കെ ആരാണ് ഗുരു ഉത്തരവാദി?'

ഗുരു: 'പരിണാമ സിദ്ധാന്തത്തിലെ ഒരു അധ്യായമാണിത്. കൂട്ടുകുടുംബം എന്ന രാജ്യ സംസ്കാരത്തിൽ നിന്ന്; ആധുനിക സാങ്കേതിക വിദ്യകൾ, എല്ലാ മേഖലകളിലും മനുഷ്യരുടെ ആർത്തിയിൽ ഉണ്ടായ അപകടകരമായ മാറ്റം, എല്ലാം ഒറ്റയ്ക്ക് നേടിയെടുക്കാനുള്ള അത്യാഗ്രഹം, തുടങ്ങിയവ അവരെ കുടുംബരാജ്യം എന്ന സംസ്കാരത്തിൽ എത്തിച്ചു. പല കുടുംബ രാജ്യത്തും പലതരം നിയമങ്ങളുണ്ട്, എന്നാൽ കുടുംബരാജ്യം എന്നും തകരാതെ നിലകൊള്ളാൻ, എല്ലാ കുടുംബരാജ്യങ്ങളും പിന്തുടരുന്ന ചില നിയമങ്ങളുണ്ട്. എന്തൊക്കെയാണെന്ന് അറിയാമോ?'

ഞാൻ: 'എല്ലാവരേയും തോൽപ്പിച്ച് ജോലി മേടിക്കണം, വിവാഹം കഴിക്കണം, അത് കഴിഞ്ഞ് അച്ഛനും അമ്മയും ആകണം. കുട്ടികളെ വളർത്തി വലുതാക്കണം... ഇതൊക്കെയല്ലേ'

ഗുരു: 'അതെ. കുടുംബരാജ്യ സംസ്കാരം മനുഷ്യരെ, അവരുടെ സർഗ്ഗാത്മക കഴിവുകളെ ഉപയോഗിക്കാൻ അനുവാദിക്കുന്നില്ല. എല്ലാവരും ഒരേ പഴത്തിന് വേണ്ടി മാത്രം പ്രയത്നിക്കുന്നു, ഒടുവിൽ അവർ തന്നെ ആ പഴമായി മാറുന്നു'

ഞാൻ: 'ആരും കുടുംബമായി കഴിയരുത് എന്നാണോ ഗുരു ഉദ്ദേശിച്ചത്. എനിക്ക് മനസിലാകുന്നില്ല'

ഗുരു: 'ഞാൻ അങ്ങനെയല്ല ഉദ്ദേശിച്ചത്. മറിച്ച്, കുടുംബം മനുഷ്യർക്ക് വളരെ അനിവാര്യമാണ്, എന്നാൽ ആ കുടുംബത്തെ ഒരു രാജ്യമാക്കി മാറ്റരുത്. മോൻ വിഷമിക്കേണ്ട, ഞാൻ വിവരിക്കാം. മോൻ നേരത്തെ പറഞ്ഞ നിയമങ്ങൾ തുടങ്ങുന്നത് ജോലി മേടിക്കുക എന്ന ഘടകം കൊണ്ടാണ്. എന്നാൽ പ്രശ്നം അതിന് മുമ്പേയാണ്"

ഞാൻ: 'അതിന് മുമ്പേന്ന് പറയുമ്പോൾ... പഠന കാലം?'

ഗുരു: 'അതെ. കുടുംബരാജ്യങ്ങൾ ഉണ്ടായതുമുതൽ, ഒരു വ്യക്തിയുടെ യഥാർത്ഥ ജീവിതം തുടങ്ങുന്നത്; അയാൾ വിവാഹം ചെയ്യ്ത് ഒരു കുടുംബം തുടങ്ങുമ്പോഴാണ് എന്ന വചനം അടിസ്ഥാനമായി കണ്ടുവരുന്നു. ഈ ധാരണ ഒരു മനുഷ്യന്റെ സ്വാതന്ത്രത്തെ ഇല്ലാതാക്കി, അവന്റെ സർഗ്ഗാത്മക കഴിവുകളെ വകഞ്ഞുമാറ്റി, നിസ്വാർത്ഥമായി പ്രവർത്തിക്കാൻ അവന് ദൈവം നൽകിയ മനസ്സ് ഇല്ലാതാക്കി'

ഞാൻ: 'ശരിക്കും എപ്പോഴാണ് ഒരാളുടെ ജീവിതം തുടങ്ങുന്നത് ഗുരുജി?'

ഗുരു: 'ഒരാളുടെ ജീവിതം അയാൾ ജനിക്കുന്ന നിമിഷം മുതൽ തുടങ്ങുന്നു. കുട്ടി ആയിരിക്കുമ്പോൾ തന്നെ അവരുടെ സ്വാതന്ത്ര്യം അവർക്ക് നൽകണം. രാജ്യങ്ങളായി ഒഴിഞ്ഞുമാറി നിൽക്കുന്ന കുടുംബങ്ങൾ അവരുടെ കോട്ട മതിലുകൾ തകർത്ത് നൽകണം. ഓരോ പ്രായത്തിലും മനുഷ്യർക്ക് ആവശ്യമായ സ്വാതന്ത്രങ്ങളുണ്ട്, അതവർക്ക് നൽകാതെ ഇരുന്നാൽ അവർ സ്വാർത്ഥരാകും'

ഞാൻ: 'അങ്ങനെ കയറൂരി വിട്ടാൽ അവർ എന്തെങ്കിലും പ്രശ്നങ്ങൾ സൃഷ്ടിച്ചാലോ?'

ഗുരു: 'അങ്ങനെ ഉണ്ടായാൽ അവരെ തിരുത്തണം. തെറ്റ് ചെയ്യും എന്ന് കരുതി അവരുടെ സ്വാതന്ത്ര്യം നിഷേധിക്കുന്നത് തെറ്റാണ്. മനുഷ്യർക്ക് അവരുടെ കഴിവുകൾ തിരിച്ചറിയാൻ, സ്വതന്ത്രമായ മനസ്സ് ആവശ്യമാണ്. അതോടൊപ്പം, ലോകത്തെ പറ്റിയുള്ള അറിവും അവബോധവും അവരിൽ, ചെറുപ്രായത്തിൽ തന്നെ വളർത്തി എടുക്കേണ്ടത് അനിവാര്യമാണ്. അതിനായി ഏറ്റവും ഉചിതം, നല്ല പുസ്തകങ്ങൾ വായിക്കുക എന്നതാണ്. പുസ്തകങ്ങൾ കൂടാതെ, അറിവ് നേടാൻ മറ്റനവധി ഉപാധികൾ ഇന്നത്തെ കാലത്തുണ്ട്, അതെല്ലാം അവർക്ക് പരിചയപ്പെടുത്തി നൽകേണ്ടത് രക്ഷിതാക്കളുടേയും

സമൂഹത്തിന്റേയും കടമയാണ്. ഇത്തരം അറിവുകൾ അവരുടെ യഥാർഥ സത്തയെ അവർക്ക് മനസ്സിലാക്കി കൊടുക്കും. കൂടാതെ, അവർ ഉൾക്കൊണ്ട അറിവുകൾ മറ്റുള്ളവരുമായി സംവദിക്കാനുള്ള അവസരവും അവർക്ക് നൽകണം, അതവരുടെ ജ്ഞാനത്തിലെ വിടവുകളും പിഴവുകളും തിരുത്താൻ സഹായിക്കുന്നു'

ഞാൻ: 'അങ്ങ് പറഞ്ഞ കാര്യങ്ങൾ എല്ലാം സ്കൂളുകളിൽ നടക്കുന്നുണ്ടല്ലോ, എന്നിട്ടും'

ഗുരു: 'സ്കൂളുകളിലെ പഠനം ഒരിക്കലും, ഒരു കുട്ടിയുടെ ആത്മജ്ഞാനത്തെ സ്വാധീനിക്കാൻ ശക്തിയുള്ളതല്ല. മറിച്ച് കുട്ടികൾ എന്ന പൊതു സമൂഹത്തെ മാത്രം സ്വാധീനിക്കാൻ കഴിയുന്നതാണ്. സ്കൂളിൽ പോയി തിരികെ വീട്ടിലെത്തി കഴിഞ്ഞാണ് ഒരു കുട്ടി, തന്റെ സ്വന്തം അറിവിനെ മെരുക്കേണ്ടത്, അതിന് സ്വാതന്ത്ര്യം അനിവാര്യമാണ്. പൊതു വിജ്ഞാനം പകരുന്ന സ്കൂളുകളിൽ സ്വാതന്ത്രം കുറവുള്ളത് പ്രശ്നമല്ല, എന്നാൽ കുട്ടിയുടെ ആത്മജ്ഞാനത്തെ വളർത്താൻ സ്വാതന്ത്ര്യം ആവശ്യം തന്നെ. ആ സ്വാതന്ത്ര്യമാണ് ഇന്നത്തെ കുടുംബരാജ്യ സംസ്കാരം ഇല്ലാതാക്കുന്നത്. കൂടാതെ, ഈ സംസ്കാരത്തിൽ നിന്ന് വളർന്നുവരുന്ന സമൂഹം, അവർ ചെയ്യുന്ന എല്ലാ പ്രവർത്തികളും, അവരുടെ കുടുംബരാജ്യത്തെ ഉന്നതിയിൽ എത്തിക്കാൻ മാത്രമായിരിക്കും. മറ്റുള്ളവർ അവർക്ക് ശത്രുക്കൾ ആയിരിക്കും...

(നിശബ്ദത)

...ചെറിയ പ്രായത്തിൽ സ്കൂളിൽ പഠിക്കുമ്പോൾ തന്നെ, അവർ അവരുടെ മത്സരം ആരംഭിക്കുന്നു. സ്വയം മുന്നേറാനും മറ്റുള്ളവരെ തളർത്താനുമുള്ള മനസ്സ് അവർക്കുണ്ടാകുന്നു. അങ്ങനെ ഒരു സമൂഹം മുഴുവനും അവരവരുടെ രാജ്യത്തിനായി യുദ്ധം ചെയ്യുന്നു. ഈ സ്വാർത്ഥ

മത്സരമനോഭാവം, അവരുടെ സർഗ്ഗാത്മക കഴിവുകളെ ഇല്ലാതാക്കുന്നു, അവരുടെ പ്രധാനസത്ത ഉപേക്ഷിച്ച്, കുടുംബ പോരാളികളായി മാറുന്നു. സൗഹൃദങ്ങളിൽ പോലും ചതിയെ ഭയന്ന് അവർ ജീവിക്കുന്നു. കുടുംബരാജ്യത്തിന്റെ ഭരണാധികാരി, അയാളുടെ പൂർവ്വികർ, എന്നിവരുടെ ആജ്ഞകൾ അനുസരിച്ച്, തന്റെ ദൈവീക ഊർജ്ജത്തെ തെറ്റായി ഉപയോഗിച്ച് നശിപ്പിച്ചു കളയുന്നു പുതിയ പോരാളികൾ'

ഞാൻ: 'ഇതിന് പരിഹാരമില്ലേ ഗുരു? ഈ കുടുംബരാജ്യ സംസ്കാരം എങ്ങനെ നശിപ്പിക്കാം?'

ഗുരു: 'അതിന് യുവതി യുവാക്കൾ തന്നെ മുന്നിട്ടിറങ്ങണം. അവർക്ക് അർഹമായ സ്വാതന്ത്രം അവർ നേടണം, അതിനായി പോരാടണം. അങ്ങനെ പോരാടാൻ ഇറങ്ങുന്ന പോരാളികൾക്ക് നിയമപാലകർ സഹായം നൽകണം, ഭരണകൂടം സഹായം നൽകണം. അവർ സൗഹൃദങ്ങൾ ഉണ്ടാക്കണം, ഒപ്പമുള്ളോരെ ബഹുമാനിക്കണം, തുല്ല്യരായി കാണണം. മാനുഷീക മൂല്യങ്ങളെ ഉയർത്തി പിടിക്കണം, എഴുതി വച്ചിരിക്കുന്ന ജീവിതഘടന ഉപേക്ഷിച്ച് സ്വന്തം സത്തയെ വളർത്തണം. മറ്റ് കോട്ടകളിൽ നിസ്സഹായരായി കഴിയുന്നവരേയും രക്ഷിക്കണം. ബഹുമാനത്തിൽ നിന്നുണ്ടാകുന്ന സ്നേഹം ശുദ്ധമാണ്, അത്തരം സ്നേഹം ഇപ്പോഴത്തെ സംസ്കാരത്തിൽ നിന്നുണ്ടാകില്ല'

ഞാൻ: 'കുറ്റകൃത്യങ്ങൾ കൂടി വരാനുള്ള സാഹചര്യം എന്താണ് ഗുരു? നരഹത്യകൾ ഒരു സാധാരണ സംഭവമായി മാറിയിരിക്കുന്നു. ഇതിനൊക്കെ എന്താണ് പോംവഴി?'

ഗുരു: 'ഒരാൾ കുറ്റകൃത്യങ്ങളിൽ ഏർപ്പെടുന്നു എന്നത്, അയാൾ ജീവിക്കുന്ന സമൂഹത്തിന്റേയും സംസ്കാരത്തിന്റേയും പരാജയമാണ്. നമ്മൾ കീത്തിന്റെ

കഥാഭാഗത്ത് കണ്ടതുപോലെ, ഒരു സമൂഹത്തിലെ അംഗങ്ങൾ ചെയ്യുന്ന ചെറിയ പാപങ്ങളെല്ലാം, ഒഴുകിച്ചെന്ന് ഒരുമിച്ചടിഞ്ഞ് ചേർന്നാണ് ഇത്തരം കുറ്റവാളികൾ ഉണ്ടാകുന്നത്. അവരെ എത്രയും വേഗം ഇല്ലാതാക്കുക തന്നെ വേണം, പ്രത്യേകിച്ച് നരഹത്യ പോലുള്ള തീവ്രമായ കൃത്യങ്ങളിൽ ഏർപ്പെടുന്നവരെ. അവരെ തിരുത്തുക എന്നത് സാത്താനെ നന്മയിലേക്ക് കൊണ്ടുവരാൻ നോക്കുന്നത് പോലെയാണ്"

ഞാൻ: 'അങ്ങ് പറഞ്ഞത് വളരെ ശരിയാണ്. എല്ലാവരും അവരവരുടെ കുടുംബരാജ്യത്തിനായി മാത്രം പ്രവർത്തിക്കുന്നു, അങ്ങനെ അവർക്ക് സമൂഹത്തിനോട് യാതൊരു സഹാനുഭൂതിയും ഉണ്ടാകുന്നില്ല. യാതൊരു ആത്മാർത്ഥതയും ഇല്ലാതെ ജോലിചെയ്യുന്ന അവർ, കുടുംബരാജ്യം നിലനിർത്താൻ ആവശ്യമായ പണം കണ്ടെത്താൻ മാത്രം വേഷങ്ങൾ കെട്ടുന്നു. മറ്റുള്ളവർ ഇല്ലാതാകുമ്പോൾ ഉള്ളിൽ ആനന്ദിച്ച് ചിരിക്കുന്നു. അവർ സ്വന്തം സന്തോഷത്തെക്കാൾ, മറ്റുള്ളവരുടെ മുമ്പിൽ സന്തോഷരാണെന്ന് കാണിക്കാൻ മാത്രം കഷ്ടപ്പെട്ട് ഓരോന്ന് ചെയ്യുന്നു. മനുഷ്യത്വം എന്ന വാക്കിനെ നിഘണ്ടുവിൽ നിന്ന് ഒഴിവാക്കി, മറ്റെല്ലാവരെയും ശത്രുക്കളായി കണ്ട്, സ്വയം പഴിച്ചും വിഷമിച്ചും വിധി എന്ന് സമാധാനിച്ചും അവർ ഇല്ലാതാകുന്നു. വളരെ വിഷമിപ്പിക്കുന്ന ദുരവസ്ഥ. അനുഭവിക്യ തന്നെ, അല്ലാണ്ട് എന്ത്! ഞാൻ പോകുന്നു ഗുരുജി, അങ്ങയുടെ സഹകരണത്തിന് നന്ദി. ഈ പുസ്തകം ഇതാ അവസാനിപ്പിക്കുന്നു...

www.ingramcontent.com/pod-product-compliance
Lightning Source LLC
Chambersburg PA
CBHW021535150726
47990CB00006B/2254